ஜிலேபி

சரவணன் சந்திரன்

The views and opinions expressed in this book are the author's own. The facts contained herein were reported to be true as on the date of publication by the author to the publishers of the book, and the publishers are not in any way liable for their accuracy or veracity.

- ஜிலேபி ● சிறுகதைகள்
- சரவணன் சந்திரன் © ● முதல் பதிப்பு: ஜூலை 2023
- Jilebi ● Short stories ● Saravanan chandran ©
- 1st Edition : July 2023

- Pages : 214 ● Price : ₹ 280/-

- ISBN : 978-93-92876-88-2

Released by :

M/s. Yaavarum Publishers
24, Shop no - B, S.G.P Naidu Complex,
Dhandeeswaram Bus Stop
Opp: Bharathiar Park
Velachery Main Road
Velachery, Chennai - 600 042

90424 61472 / 98416 43380
editor@yaavarum.com
Url : www.yaavarum.com; www.be4books.com

Designed by : Santhosh kolanji

Cover Desinged by : Santhosh Narayanan

All rights, including professional, amateur, motion pictures, recitation, public reading, broadcasting and the rights of translation into foreign languages are strictly reserved. No part of this book may be reproduced in whole or in part or utilized in any form or by any means electronic or mechanical, including photocopying, recording or by any information storage and retrieval system now known or hereafter invented, without the prior written permission of the author/publisher.

சரவணன் சந்திரன்

சரவணக்குமார் என்கிற இயற்பெயரைக் கொண்ட, தொழில்முறை ஹாக்கி விளையாட்டு வீரரான இவர் சென்னை கிறித்துவக்கல்லூரியில் இளங்கலை தமிழ் படித்தவர். மதுரை, தேனி, கோவில்பட்டி எனப் பல ஊர்களைச் சொந்த ஊராகக் கொண்ட இவர் தற்போது சென்னையில் வசிக்கிறார். ஆறாம்திணை, மின்தமிழ், காலச்சுவடு, இந்தியா டுடே போன்ற அச்சு மற்றும் மின் ஊடகங்களில் பணிபுரிந்த இவர் கடந்த பத்தாண்டுகளுக்கும் மேலாக காட்சி ஊடகத்தில் பணிபுரிந்திருக்கிறார். விஜய் டீவி, ஜீ தமிழ், போன்ற காட்சி ஊடகங்களில் பல்வேறு நிகழ்ச்சிகளில் பல்வேறு பொறுப்புகளில் இருந்திருக்கிறார். ஹிந்து தமிழ், உயிர்மை, ஆனந்த விகடன், மின்னம்பலம் உள்ளிட்ட பல்வேறு பத்திரிகைகளுக்கு கட்டுரைகளும் எழுதி வருகிறார். அச்சு ஊடகம், மின் ஊடகம், காட்சி ஊடகம் என ஊடகங்களின் பல்வேறு வகைகளிலும் இவரது பங்களிப்பு இருந்திருக்கிறது என்பது குறிப்பிடத்தக்கது. சென்னையில் நவநாகரீக மீன் அங்காடியகம் ஒன்றையும் கடந்த பத்தாண்டுகளாக நடத்தி வருகிறார். வேளாண்மையைத் தொழில் முறையாக செய்தும் கொண்டிருக்கிறார்.

பழனி பாவேந்தனுக்கு...

முன்னுரை

வழக்கமாக சரவணன் சந்திரனிடமிருந்து கதைகளோ, கட்டுரைகளோ எனது வாட்ஸப்பில் அல்லது இமெயிலில் வந்து சேரும். பெரும்பாலான சமயங்களில் அவற்றை எழுதி முடித்த கையோடு அவர் எனக்கு அனுப்பி வைப்பதுதான். நானும் படித்துப் பார்த்துவிட்டு என்து கருத்துகளைச் சொல்லுவேன். சில சமயங்களில் கட்டுரை, கதைகளின் பேசுபொருளையொட்டி எங்களுக்குள் நீண்ட விவாதங்களைக் கூட நிகழ்த்தியதுண்டு.

சில நாட்களுக்கு முன்னர் அவர் அவரது பழனி தோப்பில் இருந்த காலத்தில், ஒரு கதையை அனுப்பி—யிருந்தார். படித்து முடித்த கொஞ்ச நேரத்திலேயே அடுத்த கதை வந்து சேர்ந்தது. பிறகு சில நாட்களுக்கு சிறுகதைகளை தொடர்ந்து அனுப்பிக்கொண்டே இருந்தார். ஒவ்வொன்றும் தன்னளவில் சிறப்பாக இருந்தன. “மனிதர் தனது படைப்பூக்கத்தின் உச்சத்—திலிருக்கிறார்” என்பது புரிந்ததால் அவரிடம் “தயவு செய்து எழுதுவதை நிறுத்தாதீர்கள், இந்த ஓட்டம் இருக்கும் வரை தொடர்ந்து எழுதிக்கொண்டே இருங்கள். அதுவாகவே தன்னை நிறுத்திக்கொள்ளும் வரை எழுதுவது தொடரட்டும்” என்று சொன்னேன். ஆனாலும் அவரைப் பற்றித்தான் தெரியுமேஞ் “ஒன்றிலிருந்து மற்றொன்றுக்கு” என்று திடீரென்று ஒரு நாள் தனது தொடர் சிறுகதைப் படைப்பை நிறுத்திவிட்டு, சென்னைக்குச் சென்று மீன் வியாபாரத்தைக் கவனிக்க ஆரம்பித்துவிட்டார்.

ஒவ்வொரு எழுத்தாளருக்கும் அவரது படைப்பூக்கத்தின் உச்ச தருணங்கள் என்று சில காலம்

இருக்கும். அந்த நேரத்தில் அவர்களது எழுத்தில் எல்லாம் கூடி, அமைந்து வரும். இந்த "ஜிலேபி" தொகுப்பில் இருக்கும் கதைகளை சரவணன் சந்திரன் எழுதிய காலம் என்பது அவருக்கு அப்படியான 'எல்லாம் கூடி வந்த' காலம்தான். இதற்கு முன் அவர் சில நாவல்களை எழுதும் தருணங்களில் அவருடன் இருந்திருக்கிறேன். முற்றிலும் வேறொரு மனிதராக மாறிப்போய், எழுதிக்கொண்டிருக்கும் நாவலை எந்நேரமும் தனக்குள் நிகழ்த்திப் பார்த்துக்கொண்டே இருக்கும், நானறியாத வேறொரு நபராக அவர் உருமாறி நிற்பதையும் பார்த்திருக்கிறேன். குறிப்பாக 'சுபிட்ச முருகன்' எழுதும்போது மனம், உடல் என எல்லாமுமாக அவர் வேறொரு உருவெடுத்ததை அருகிலிருந்து பார்த்து வியந்திருக்கிறேன். கொஞ்சம் பயமாகக் கூட இருக்கும். இந்த 'ஜிலேபி' தொகுப்பிலிருக்கும் கதைகளை எழுதிய காலத்திலும் அவர் அதே போன்றதொரு மனநிலையை அடைந்திருந்தார் என்பதை அப்போது நான் அவரது அருகிலில்லை என்றாலும், அவரது நீண்ட கால நண்பன் என்கிற வகையிலும், அவரோடு நிகழ்ந்த தொடர் உரையாடல்கள் வழியாகவும் என்னால் நன்கு உணர முடிந்தது.

இந்த தொகுப்பில் எனக்கும், இன்னும் சில நண்பர்களுக்கும் பிடித்தமான கதை 'சிக்னேச்சர்' தான். குடும்ப உறவுகளுக்குள் நிகழும் சில வினோதமான, ஆழ்மன சிக்கல்களை தொட்டுச் செல்லும் கதை அது. கொஞ்சம் சறுக்கினாலும், கூடக் குறைத்து எழுதினாலும் வேறொரு தலைகீழான உணர்வைக் கொடுத்துவிடக் கூடிய கதை அது. இக்கதையில் சரவணன் சந்திரன் அதை அழகாகக் கையாண்டிருந்தார். எனவே சிக்னேச்சர் என்கிற தலைப்பையே இந்த தொகுப்புக்கு வைக்கச் சொல்லி தொடர்ந்து அவரிடம் வற்புறுத்திக்கொண்டே இருந்தோம். ஆனால் அவர் ஜிலேபி என்கிற தலைப்பைத் தேர்ந்தெடுத்ததற்காக ஒரு செண்டிமெண்டலான காரணத்தைச் சொல்லி எங்களை வாயடைக்க வைத்துவிட்டார். ஆனாலும் சிக்னேச்சர் என்கிற பெயரை வைக்க முடியாமல் போனதில் எங்களுக்கு தனிப்பட்ட முறையில் வருத்தம்தான்.

புத்தகத்தின் தலைப்பாக மாறியிருக்கும் ஜிலேபி கதையும் மனித மனதின் நுட்பமான ஒரு உணர்வைப் பேசும் கதைதான். "ஒரு கதையாக எழுதும் அளவுக்கு இது அப்படி ஒரு முக்கியமான விஷயமா?" என்று முதல் முறை படிக்கும்போது தோன்றவே செய்தது. பின்பு நிதானமாக யோசிக்கையில், நிகழ் வாழ்வில் இப்படியான நுணுக்கமான பிரச்சனைகளால் எத்தனையோ பேரின் வாழ்க்கையே புரண்டு போயிருக்கிறது என்பதையும் புரிந்து கொள்ள முடிந்ததால் இவையும் எழுதப்பட வேண்டியதுதான் என்று நினைத்துக்கொண்டேன்.

"பாவம், புண்ணியம், கூட்டுக் குடும்பங்களில் மனிதர்களுக்கிடையே நிகழும் நுணுக்கமான பிரச்சனைகள், தனி மனிதர்களின் மன விகாரங்கள், குற்றவுணர்வு இவை சரவணன் சந்திரனுடைய படைப்புகள் பெரும்பாலானவற்றின் ஊடுபாவாக இருப்பதை உணர்ந்திருக்கிறேன். இந்த தொகுப்பிலுள்ள கதைகளிலும் அவற்றை அவரது வாசகர்களால் உணர முடியும்.

ஒரு ஹாக்கி கோச்சுக்கும், விளையாட்டு வீரனுக்கும் மைதானத்துக்குள் நடக்கும் ஒரு விஷயம் மைதானத்தை தாண்டி எப்படியெல்லாம் அவர்கள் மனதுக்குள் வினையாற்றும் என்கிற கோணத்தில் சொல்லப்பட்ட 'யாதவப் பிரகாசர்' பரவலாக பல வாசகர்களால் பாராட்டப்பட்ட ஒன்று. எனக்கும், சரவணன் சந்திரனுக்குமுள்ள பொதுவான விருப்பங்களில் ஒன்றான ஹாக்கி விளையாட்டின் பின்புலத்தில் எழுதப்பட்ட கதையாகையால் இயல்பாகவே அது என்னை உள்ளிழுத்துக்கொண்டது. சரவணன் சந்திரன் சில முடிச்சுகளை முடிந்து வைத்து, அவற்றைக் கதையின் இறுதியில் அழகாக அவிழ்த்திருந்தார். குரு, சிஷ்ய பாரம்பரியத்தில், ஏதேனுமொரு விளையாட்டில் ஈடுபாட்டோடு இருந்த என் தலைமுறை வாசகர்கள் மனதுக்குள் இக்கதையை மிக நெருக்கமான ஒன்றாக உணர்ந்திருப்பார்கள். குறிப்பாக கோச்சின் மனைவிக்கும், விளையாட்டு வீரனுக்குமான ஒரு பந்தத்தை "இது வேற, அது வேற' என்கிற கோச்சின் வார்த்தைகளால் சரவணன்

சந்திரன் விவரித்த விதம், இது போன்ற அழகான உறவுகள் சூழ வாழ்ந்திருந்த எனக்கு, குறிப்பாக பிறழ் உறவுகள் குறித்து தொடர்ந்து எழுதப்படும் இந்தக் காலத்தில் இப்படியும் ஒரு 'வேல்யூ சிஸ்டம்' இருந்தது என்பது சொல்லப்பட வேண்டியதுதான் என்று தோன்றியது.

குற்றவுணர்வு கொடுக்கும் பெரும் மனவுளைச்சலைப் பேசிய 'மூக்குத்தி' கதை தனிச்சிறப்பான ஒன்று. கணநேரத் தடுமாற்றங்கள் தீராவலியைக் கொடுத்துவிடும் அனுபவங்களை அறிந்தவர்களின் மனதை நெருடும் கதை அது. இந்தக் கதையைப் படித்த சில பெண்களின் அக உணர்வை அது ஏதோ ஒரு விதத்தில் தொட்டுச் சென்றிருக்கிறது என்பதை தொடர்ந்து அவர்கள் இக்கதை குறித்தே உரையாடியதை வைத்துப் புரிந்துகொள்ள முடிந்தது.

'ஒரு சொல்' என்னவெல்லாம் செய்துவிடும் என்பதைச் சொல்லும் கதைகள் 'அவக்', 'பட்டு' மற்றும் 'முகம்' ஆகிய கதைகள். இக்கதைகளின் அடிநாதம் கதையில் வரும் ஏதேனும் ஒரு பாத்திரம் சொல்லும் ஒரு சொல்தான். அந்த ஒரு சொல் ஏற்படுத்திவிடும் மனவுளைச்சல்களையும், விலகுதல் மனப்பாங்கையும், குற்றவுணர்வையும், அவமானத்தையும் பேசும் கதைகள் அவை. தினசரி வாழ்வில் இப்படியான சொற்கள்தான் நம் வாழ்வு செல்லும் திசையைத் தீர்மானிப்பவையாகவும் மாறிப்போய்விடுகின்றன என்பதை இக்கதைகள் வாசகர்களுக்கு உணர்த்திச் செல்கின்றன. 'பட்டு' கதையைக் குறித்துதான் சரவணன் சந்திரனோடு கடுமையாக முரண்பட்டேன். இந்த கதைக்காக ஃபோனில் சண்டையெல்லாம் போட்டுக்கொண்டோம் என்பதை இப்போது நினைத்தால் ஆச்சரியமாகவும், சிரிப்பாகவும் இருக்கிறது.

சரவணன் சந்திரனின் பலம், மனிதர்களின் சிக்கலான அக உணர்வுகளை அவர் நுணுக்கமாக விவரிப்பதில் இருக்கிறது என்று நான் நம்புகிறேன். அதே நேரம் எதையும் அக வயமாக, பெரிதும் ஆன்மீக அனுபவத்தோடு பொருத்திப் பார்க்கும் அவரது கதை சொல்லும் முறை,

முதல் முறை அவரது கதைகளைப் படிப்பவர்களுக்கு "கதை அடிப்படையாகச் சொல்லும் கருத்து என்ன?" என்கிற கேள்வியை எழுப்பிவிட்டு விடுகிறது. சரவணன் சந்திரன் அத்தகைய மனவுணர்வை தன் வாசகர்களுக்குத் தெரிந்தேதான் கடத்துகிறார் என்பது என் கருத்து. கதையின் சில இடைவெளிகளை வாசகர்களே நிரப்பிக்கொள்வார்கள் என்று அவர் நினைக்கிறார் போல. எல்லாவற்றையும் நேரடியாகச் சொல்ல வேண்டியதில்லை என்பது எழுத்தாளரின் தேர்வுதான். ஆனால் மிக நுணுக்கமான ஒரு விஷயத்தைப் பேசிச் செல்லும் 'சிக்னேச்சர்' போன்ற கதைகளில் கூட, வலிந்து, இது போல மேம்போக்காகக் கடந்து செல்லும் நடை, இளம் வாசகர்களுக்கு சற்று குழப்பத்தை ஏற்படுத்தலாம். அதே நேரம், நேரடியாக சொல்ல வந்ததைப் பேசும் கதைகள் தேர்ந்த வாசகர்களுக்கு புதிதாக எந்தவொன்றையும் கொடுக்காமல் இருக்கலாம். ஜிலேபி சிறுகதைத் தொகுப்பு இந்த இருதரப்பினருக்குமான கதைகளைக் கொண்டிருக்கிறது என்பதே இதன் சிறப்பு.

எழுத்தும், அதன் கூர்மையும் கூடிக்கொண்டே போகும் சரவணன் சந்திரன் தனது படைப்பூக்க மனநிலையைத் தொடர்ந்து தக்க வைத்துக்கொள்ள வேண்டுமென்று அவருடைய நண்பனாக, முதல் வாசகர்களில் ஒருவனாக நான் விரும்புகிறேன். அப்படி எழுதித் தீர்ப்பதற்கும் சரவணன் சந்திரனிடம் கதைகளுக்குப் பஞ்சமில்லை என்பதை நானறிவேன். தாங்கள் வெளிவரும் காலத்தை எதிர்பார்த்து விதவிதமான கதைகள் அவரிடத்திலே கொட்டிக்கிடக்கின்றன என்பதும் எனக்குத் தெரியும். மேலும் தொடர் படைப்பூக்கத்தில் இருக்க வேண்டுமானால் ஒருவர் முழு நேர எழுத்தாளராகத்தான் இருக்க வேண்டும் என்று நீண்ட காலமாக நிறுவப்பட்டு வரும் ஒரு கட்டுமானத்தையும் அவர் உடைக்கிறார். பல்வேறு தொழில்கள், வெவ்வேறு ஊர்களில் வாழ்வை நடத்திச் சென்றாலும் தன் படைப்பூக்கத்துக்கான உந்து சக்திகளாக, கச்சாப் பொருளாக அவற்றையெல்லாம் மாற்றிவிட்டிருக்கிறார். இந்த விஷயத்தில் அவர் எனக்கெல்லாம் வியப்புக்குரிய ஒரு நபர்தான்.

நேரமும், காலமும் அமைந்து வந்து, வெகு சீக்கிரம் அவை தமிழ் வாசகர்களின் கரங்களில் அடுத்தடுத்த தொகுப்புகளின் வழியே வந்து சேருமென்ற நம்பிக்கையும் எனக்கு உண்டு.

இளைப்பாறல் என்ற ஒன்றுக்கே இடம் கொடுக்காமல் தொடர்ந்து எழுத்துத் துறையில் இயங்கி வரும் நண்பர் சரவணன் சந்திரனுக்கு மனமார்ந்த வாழ்த்துகள்.

இளங்கோவன் முத்தையா
மதுரை

வாழ்வெனும் பந்து

ஹாக்கி விளையாட்டில், மைதானத்தில் அணிக்குப் பதினோரு பேர் இருப்பார்கள். அந்தப் பதினோரு பேருமே வெவ்வேறு இடத்தைச் சேர்ந்தவர்களாக இருக்கலாம். நெட்டையாக இருக்கலாம். குட்டையாக இருக்கலாம். வெவ்வேறு மனநிலை சார்ந்தவர்களாகவும்கூட இருக்கலாம். எல்லா விரல்களும் ஒன்றா என்ன? விதவிதமாய், வரிவரியாய் கோடுகள். ஆனால் அவர்கள் அத்தனை பேருடைய கூட்டு நோக்கமும் ஒன்றுதான். மைதானத்தில் தமக்குத் தெரிந்த வித்தைகளைக் காட்டி பந்தைக் கடத்திக் கொண்டே இருப்பது.

கிடைத்த பயிற்சிகளின் வழியாக பந்து போகிற திசையைக் கட்டுப்படுத்த முயற்சிக்கலாம். ஆனால் மட்டையில் இருந்து பந்து எப்போது எந்த திசையில் விலகும்? அதை யார் தட்டிப் பறிப்பார்கள்? என்பதையெல்லாம் யாராலும் தீர்மானிக்க முடியாது. சிலநேரங்களில் பந்து மெதுவாக உருளும், திடீரெனத் துள்ளும், வேகமாக வந்து அச்சமூட்டும், எதிர்பார்க்காத வேளைகளில் அது தன்னைக் கடத்துகிறவனையே போட்டுப் பதம் பார்க்கவும் செய்யும். ஓடாத தருணங்களில் பந்தை எடுத்துக் கையில் வைத்துப் பார்த்தால், அது குட்டிப் பூமியுருண்டையைப் போலவே இருக்கும். ஒருவகையில் பந்தென்பது இந்த வாழ்வும்தான். மைதானம் என்பதும் வாழும் வெளியைப் போன்றதுதான். விளையாட்டுப் பின்னணியில் இருந்து வந்ததால் இந்த உதாரணத்தைச் சொல்கிறேன்.

எனக்கு நான் வாழும் இந்த வெளி ஒரு பெரிய திறந்த மைதானமாகத்தான் உண்மையிலேயே தெரிகிறது. அதில் மூச்சு முட்ட நான் ஓடுகிற காட்சியைக்கூட என்னால் நிதானமாக வெளியில் நின்று பார்க்கவும் முடிகிறது.

உடன் ஓடிவருகிறவர்களையுமே கூர்ந்து கவனிக்கிறேன். பலநேரங்களில் ஒரு மைதானமாக நானுமே மாறி, மூச்சிரைக்க ஓடுகிற மனிதர்களினுடைய பாதங்களை நெஞ்சிலேந்திப் பார்க்கிறேன். இந்த தொகுப்பில், மைதானமாய் நானிருந்து பார்த்த வாழ்வுகளினூடாக நீந்தி எழுதிய, பதினோரு கதைகளைக் கோர்த்திருக்கிறேன். ஆமாம், ஜிலேபி என்கிற தொகுப்பே ஒரு அணிதான்.

வாழ்க்கையை அதன் அத்தனை கோணங்களிலும் விளையாடிப் பார்த்தவர்களின் அணி. உணவில் சேர்க்கப்படும் பட்டையைச் சப்பித் தூக்கிப் போடுவதைப் போல, பலரால் எறியப்பட்டவர்களும்கூட இந்த அணியில் இருக்கிறார்கள். மூக்கணாங்கயிறு இல்லாத மூர்க்கமான மாடுகளாகவும்கூட அவர்கள் இருக்கிறார்கள். அவர்கள் அனைவரது ஒட்டுமொத்த நோக்கமும் தங்களுக்கு வாய்த்த, வித்தைகளைக் காட்டி இந்த வெளியில் நீந்தி மறைவதுதான். இந்த கதைகளை தொகுத்து, வெளியில் நின்று பார்த்தபோது, இதனுள் இருந்த மனிதர்களைக் கண்டு வியப்பாகவும் திகைப்பாகவும் இருந்தது எனக்கு. கூடவே இத்தனை உணர்வுகளையும் ஒற்றை ஆளாய் சுமந்து எப்படி நான் ஓடிக் கடந்தேன் என்கிற கேள்வியும் எழுந்தது. எந்த உணர்வுதான் இல்லை இத்தொகுப்பில்? வெறுப்பு, அச்சம், நாணம், அவமானம், கோபம், உவகை என உலகில் உள்ள அத்தனை உணர்வுகளும் ஜிலேபி என்கிற இனிப்புச் சுவைக்குப் பின்னே ஒளிந்து கிடக்கின்றன.

நான் ஒரு வேண்டுதலின் நிமித்தமாக, கடந்த பதினோரு ஆண்டுகளாக இனிப்புப் பண்டங்களை உண்பதில்லை. இதைப் பல இடங்களில் சொல்லவும் செய்திருக்கிறேன். ஆனால் இனிப்பின் சுவையை இன்னமும் என் மனம் நினைவில் வைத்திருக்கிறது. அதனால்தான் நண்பர்கள் எல்லாம் இந்த தொகுப்பிற்கு சிக்னேச்சர் என்று தலைப்பு வைக்கச் சொல்லியும், விடாப்பிடியாக ஜிலேபி என வைத்து இருக்கிறேன். கூடவே இன்னொன்றும், எல்லா தித்திப்பின் அடியாழத்திலும் உறைந்திருப்பது மெல்லிய கசப்பே. அதை இத்தொகுப்பில் இருக்கிற சிலகதைகளின் வழியாகவும் படிப்பவர்கள் உணரக்கூடும். நான் வாழ்ந்து

பார்த்த சுவையையும் மணத்தையும் இந்தக் கதைகளின் வழியாகக் கடத்தி இருக்கிறேன்.

இந்தக் கதைகள் அத்தனையும் ஒரே காலகட்டத்தில் ஒரே மூச்சில் எழுதப்பட்டவைகள். ஏனெனில் அன்றாடம் சார்ந்து ஓடிக்கொண்டே இருப்பதால், எப்போதாவதுதான் எனக்கு மொத்தமாக ஓய்வு நாட்கள் கிடைக்கும். பழனியில் இருக்கிற தோட்டம் எனக்கு அப்படியான இடமே. அங்கே அமர்ந்து நாளொன்றிற்கு ஒருகதை என்கிற அடிப்படையில் பதினோரு நாள் எழுதப்பட்ட கதைகள் இவை. "பேசாம ஐம்பது நாள் ஐம்பது கதை எழுதிடுங்க. நல்லா வந்துகிட்டு இருக்கு. நிறுத்தாதீங்க" என்றார் என்னுடைய நண்பரும் எழுத்தாளருமான இளங்கோவன் முத்தையா. இவற்றை எழுதும்போது என்னருகிலேயே இருந்த பழனி பாவேந்தனும், "ஏங்க விளையாட்டில சொல்ற மாதிரி ஒவ்வொண்ணும் ஒவ்வொரு ஷாட் மாதிரி இருக்கு. தயவு செஞ்சு நிறுத்தாதீங்க. இளங்கோ சொல்ற மாதிரி ஐம்பதில முடிச்சுக்கலாம்" என்றார். ஆனால் என்னுடைய துரதிர்ஷ்டம் பனிரெண்டாவது நாளை அன்றாடம் என்கிற குள்ளச்சித்தன் விழுங்கி சென்னைக்கு அழைத்துக் கொண்டான்.

ஆனாலும் சோறுபோடுகிற அந்தக் குள்ளச்சித்தனின் மீது எனக்கு எந்த விலக்கமும் இல்லை. இன்னொரு காலம் கிடைக்காமலா போகப் போகிறது? அப்போது அந்த ஐம்பது ரன்களை நிச்சயமாகத் தொடர்ச்சியாக ஓடி எடுத்து விடுவேன் என்பது எனக்கே தெரியும். இவற்றை எழுதும் காலத்தில் என்னோடு இணைந்து ஓடிய நண்பர்களுக்கு இந்த தொகுப்பில் அவர்களுக்கான இடத்தை அளிக்கவும் விரும்பினேன். ஆகவே இந்த கதைகளுக்கான தொகுப்புரையை இளங்கோவன் முத்தையா எழுதித் தந்து இருக்கிறார். ஏற்கனவே என்னுடைய கட்டுரைத்தொகுப்பு ஒன்றிற்கு முன்னுரையும் எழுதித் தந்திருக்கிறார்.

ஜிலேபி என்கிற இந்த தொகுப்பை என்னுடைய நண்பர் பழனி பாவேந்தனுக்கு மனமுவந்து சமர்ப்பணமும் செய்கிறேன். நண்பர்களால் நிறைந்தது என் இருப்பும்,

தோட்டமும், கூடவே தவிட்டுக் குருவிகளும், குளிருக்கு இதமாய் போர்த்திக் கொள்ள, கனத்த கம்பளியைப் போல கதைகளும். இவை எல்லாமும் கலந்த ஒட்டுமொத்தம் என்பதே நான் என்கிற என்னுடைய இப்போதைய இருப்பு.

இந்த தொகுப்பை வெளியிடும் யாவரும் பதிப்பகத்திற்கும், என் உணர்வுகளோடு ஒருநூலைப் போல தொடர்ச்சியாய் பின்னிப் பிணைந்திருக்கிற ஜீவகரிகாலனுக்கும், தொகுப்பை நல்ல முறையில் திருத்தம் செய்து கொடுத்த ஸ்ரீதேவி செல்வராஜனுக்கும் நெஞ்சின் அடியாழத்தில் இருந்து நன்றி. வழக்கம்போல என்னுடைய நண்பனும் ஓவியருமான சந்தோஷ் நாராயணனே ஜிலேபியின் முகத்தை தீர்மானிக்கவும் செய்திருக்கிறான். எப்போதுமே அது எனக்குக் கொடுப்பினைதான்.

எதிர்ப்படுகிறவர்களுக்கு இனிப்பை கையளிக்கிறேன் என்கிற திருப்தி எழுகிறது இக்கணத்தில். மனம் அதன் சுவையை மீட்டெடுக்கிறது உள்ளுக்குள். ஜிலேபி மணம் அறைக்குள் பரவுகிறது இப்போது.

சரவணன் சந்திரன்
சென்னை
25.5.2023

பொருளடக்கம்

1. கூப்பு யானை — 19
2. பாவமன்னிப்பு — 36
3. ஜிலேபி — 47
4. விளம்பரம் — 66
5. யாதவப் பிரகாசர் — 87
6. மூக்குத்தி — 103
7. முகம் — 119
8. பட்டு — 137
9. சிக்னேச்சர் — 152
10. காசு — 174
11. அவக் — 196

கூப்பு யானை

ஜெப்ரி அப்போது பணிபுரிந்து கொண்டிருந்த தேயிலைத் தோட்டத்தின் மலைக்குப் போவதற்கு முன்பு அடிவாரத்தில், மூட்டைப் பூச்சிகள் தலையணையில் ஊர்கிற தோதிலிருந்த, மட்ட ரகமான விடுதியில் அறை எடுத்துத் தங்கினோம். அந்த அறை மிகச்சரியாக அப்போதைய அவனைப் போலவே இருந்தது. பெரியகுளம் தோட்டப் பண்ணையில், என்னுடைய கட்டுமானத் திட்டத்தில் நடுவதற்காகப் பழச்செடிகள் வாங்குவதற்கு ஜெப்ரியை அழைத்துக் கொண்டு போனேன். எனக்கு அதைப் பற்றி ஒன்றுமே தெரியாது. அவனுக்கு எப்படி இதுபற்றி எல்லாம் தெரிந்திருக்கிறது என முதலிலேயே எனக்கு யோசனை வந்தது. எனக்குத் தெரிந்து கல்லூரியில், அவன் 'எகனாமிக்ஸோ', 'ஹிஸ்டிரியோ' எடுத்துப் படித்ததாகத்தான் நினைவு. ஆனால் தோட்டக்கலைத் துறையின் நுணுக்கங்களைக் கற்றுக்கொண்டு, தேயிலை எஸ்டேட்டில் எவ்வாறு பணிக்கு நுழைந்தான் என்பதே இன்றளவும் எனக்கு ஆச்சரியம்தான்.

மதியம் வாக்கிலேயே பெரியகுளத்தில் எங்களது பணிகள் முடிந்து விட்டன. நான் செய்ததுதான் வேண்டாத வேலை. கழுதைக்கு வாக்கப்பட்டு விட்டுக் குத்துதே குடையுதே என்று சொல்ல முடியுமா? கொஞ் சமாய்க் குடித்து விட்டு மலையேறினால் நன்றாக இருக்குமென அவனைக் குடிக்க அழைத்துப் போனேன். கேரள எல்லையிலுள்ள, வாழைமரங்கள் வாசலில் காவல் காக்கிற வீடுகளைக் கடந்து சிறுகிராமத்து சாலையை தாண்டிச் சென்றால், மண்குடிசை ஒன்றிற்குப் பக்கத்தில் மதுபானக் கடை. அதை அவசர அவசரமாக எடுத்துக் கட்டி இருந்தார்கள் என்பது பார்த்த மாத்திரத்திலேயே தெரிந்தது. வெள்ளைச் சுவற்றில் ஊதா நிறம் திட்டுத திட்டாய் பொறுப்பின்மையோடு வழிந்திருந்தது. சுவற்றுக்கு உஜாலா சொட்டுநீலம் போடுவார்களா

என்ன ? உச்சியில் சாந்துக் கலவையைத் தன்னிலேந்தாத செங்கல் ஒன்று எட்டிப் பார்த்தது. ஆனால் கதவை மட்டும் முதல்தர இரும்புக் கம்பியால் செய்திருந்தார்கள். யானையே வந்து முட்டினால்கூட கதவை உடைக்க முடியாது.

மதுபானத்தை வாங்கிக் கொண்டு வந்து, குடிக்க இடம் தேடுகையில், அந்த மண்குடிசையின் பின்புறம் அமர்ந்து ஒரு தாயும் மகளும் முட்டை பொறித்துக் கொண்டிருந்த காட்சி தெரிந்தது. அந்தப் பெண்ணிற்கு பதினான்கு வயது இருக்கலாம். ஆனால் நறுங்கினாற்போல சிறுமியாக தெரிந்தாள். முதல் பார்வையை மீறி முகத்தில் வயதின் முதிர்ச்சி பட்டுப் பரவியிருக்கவே செய்தது. "ஒக்காருங்க சார். உங்க ஊர் மாதிரி டிசைன் டிசைனா இருக்காது. பொரி இருக்கு. முட்டை பொறிச்சுத் தர்றேன். இங்க முன்ன கடை இருந்துச்சு. ஆனா கட்டுப்படியாகலைன்னு எடுத்து நடத்தினவங்க மூடிட்டாங்க. கொஞ்சம் காத்திருந்தா அதோ அந்தா இருக்கு என் வீடு. கொஞ்சம் சிக்கன் கூட எடுத்திட்டு வந்து பொறிச்சுத் தர்றேன்" என்றார் அந்த முதிய பெண்.

பொரியோடு முடித்துவிட்டுப் போய்விடலாம் என்றுதான் நினைத்திருந்தேன். ஆனால் ஜெப்ரி அதற்கு அடுத்து அங்கே செய்ததை எல்லாம் எந்தக் கணக்கில் சேர்க்கவெனத் தெரியவில்லை. மேலும் மேலும் பாட்டில்களை வாங்கி வந்தபடியே இருந்த அவன், என் இருப்பை அங்கே ஒரு பொருட்டாகவே மதிக்கவில்லை. அந்தக் கடை நடத்திய குடும்பத்தோடு இன்னொரு உறுப்பினனாய் ஐக்கியமாகும் முனைப்பிலிருந்தான். எங்களை மாதிரியே குடிக்க வந்த ஆட்களுக்கு அந்த அம்மாள் தயார் செய்து தந்த பொரியலை, பணியாளனைப் போல இவன் எடுத்துக்கொண்டு போய் கொடுத்தான்.

பின்பு குதித்துக்குதித்து ஓடிப் போய் அவர்கள் இருவரும் குத்த வைத்து அமர்ந்திருந்த அடுப்பிற்குப் பக்கத்தில் இவனும் அமர்ந்து கொண்டான், ஏதோ ஐந்து வயதுப் பையனைப் போல. தன்னியல்பை மீறி சளசளவென அவர்களிடம் பேசிக் கொண்டே இருந்தான்.

அவர்களுமே அவனுடைய இருப்பை அச்சமாகப் பார்க்கவில்லை. "வெள்ளந்தியா இருக்கற மனுஷன். விட்டிருங்க. மனசில ஏதோ பாரம் இருக்கு போல. இந்த விலங்கு மனுஷங்களை கடிச்சு வைக்காது" என்றாள் அந்த முதியவள். "நம்ம தாத்தா இருக்காருல்ல. அவரு அடிமுறை ஆசான். ஒரு காலத்தில பெரிய தோட்டம் தொறவுன்னு இருந்தவரு. அவருதான் முதல்ல என் கைப்பிடிச்சு அழைச்சுட்டு போயி செடிக ஒவ்வொண்ணையா காட்டி தந்தாரு. இப்ப எனக்கு இந்த பூமியில இருக்க பாதி செடிக பேரும் தெரியும். ஒவ்வொண்ணோட மணமும் எனக்கு தனிச்சு தெரியும். என்ன நான் எங்க தாத்தா கூடயே இருந்திருக்கணும். அவர் இல்லாத அருமை இப்பத்தான் எனக்கு தெரியுது" என அந்தப் பெண்ணிடம் அவன் ஏதோ சொந்தக் குடும்பத்துப் பேச்சுவார்த்தைகளில் சொல்வதைப் போலவொரு பாவனையில் முகத்தை தீவிரமாக வைத்துக்கொண்டு கொஞ்சம் அடங்கிய குரலில் சொன்னான். அவனுக்கு எப்படி தோட்டக்கலைத் துறையில் ஆர்வம் வந்தது என்பதை அந்த நேரத்தில்தான் அறிந்து கொண்டேன்.

வேப்பமரத்தில் வழிகிற பிசினைப் போல அவன் அந்தக் குடும்பத்தோடு ஒட்டிக்கொண்டு அமர்ந்திருந்தான். அவனை இப்போதைக்கு அதில் இருந்து சுரண்டி எடுக்க முடியாது எனத் தோன்றியது. போகிற மட்டும் போகட்டும் என அவனின் விநோதங்களை வேடிக்கை பார்த்துக் கொண்டிருந்தேன். அந்த இடத்தில் குடித்த மற்றவர்களுக்கு எந்த துயரையும் அவன் அளிக்கவில்லை என்பதும் விட்டுப்பிடிக்க ஒரு காரணம். கோமாளியைப் போல அந்தக் குடிமேடையில் அவனை முன்வைத்ததைத்தான் என்னால் தாங்க முடியவில்லை. ஒருகாலத்தில் அவன் எல்லோருக்கும் நாயகனாக இருந்தவன் என்பது அந்த இடத்தில் முட்டைப் பொறியல் மணமாய் எழுந்து, துயர நாடகம் ஒன்று நடப்பதைப் போலப் புகைமூட்டமாய் சூழ்ந்தது.

ஒருகட்டத்தில் அமர்ந்த நிலையிலேயே போதையின் உச்சத்தில் ஜெப்ரியின் தலை தொங்கி, அவனது கடைவாயில் எச்சில் வழிந்தது. அங்கே இருந்தவர்களின்

தயவோடு அவனைத் தூக்கி காரில் வைத்துக கொண்டு அந்த விடுதிக்கு வந்தேன். அழைத்து வருகையில் திமிறிக் கொண்டுதான் நடந்து வந்தான். “எங்க வீட்டில இருந்து எதுக்கு என்னை கூப்டு வர்ற” என்பதையே திருப்பித்திருப்பி சொல்லிக் கொண்டிருந்தான்.

“டேய் உன் வீடு அது இல்லடா தாயோளி. நச்சு எடுத்திருவேன். ஒழுங்கா கிட” என அவனை ஒருதடவை அதட்டவும் செய்தேன். மறுநாள் காலையில் அவனுக்கு அது நினைவிலேயே இருக்காது என்கிற எண்ணமும் ஆசுவாசமாக இருந்தது. அறையில் இருந்த கட்டிலில் அவனை அமர வைத்த போது, அப்படியே அதில் சரிந்து விழுந்து குப்புறத் திரும்பிப் படுத்தான். இனி போதை தெளிந்து அவனாக எழுந்து கொண்டால்தான் உண்டு. மதியத்தில் இருந்து குடித்ததால் எனக்குமே தலை வலித்தது. இரண்டு பழங்களை மட்டும் இரவு உணவாக உட்கொண்டு விட்டு சீக்கிரமே போய்ப் படுத்தேன். இரவு சிறுநீர் கழிக்க எழுந்தபோது ஜெப்ரி அறையில் இருந்த நாற்காலியில் அமர்ந்து என்னுடைய செல்போனை துழாவிக் கொண்டிருந்த காட்சி தெரிந்தது.

எழுந்து கண்களை கசக்கிப் பார்த்தபோது, “அவகூட சண்டையா? இவ்ளோ மெசேஜ் கோவமா அனுப்பிருக்கா? சண்டையெல்லாம் போடாத மக்கா. அவ ரெம்ப நல்ல பொண்ணு. எத்தனை பேரை மீறி உனக்கு கிடைச்சிருக்கா” என்றான். அவன் சொன்னது அனுசரணையானதைப் போலத்தான் முதலில் எனக்குத் தோன்றியது. பின்னர்தான் அவன் என் செல்போனை எனக்குத் தெரியாமல் பார்த்துக் கொண்டிருந்தது உறைத்தது.

“ங்கோத்தா அறிவு மயிரே கிடையாது. அடுத்தவன் போனை எடுத்து நோண்டக் கூடாதுன்னு தெரியலை” என்று சொல்லிவிட்டு எழுந்து போய் அதைப் பறித்தேன். “இரு இன்னும் ஒரே மெசேஜ். அதைப் படிச்சிட்டு தந்திடறேன்” எனச் சொன் போது அவனது கன்னத்தில் அறைந்தேன். அதிர்ச்சியாகி என்னையே வெறித்துப் பார்த்தான். அவனொரு மகா நடிகன் தான்.. மாற்றுக் கருத்தேயில்லை. நொடிகளுக்கும் குறைவான நேரத்தில்

அவனது கண்ணில் இருந்து சுனையொன்றில் சுரப்பதைப் போல நீர் வழிந்தது. எழுந்து சட்டையைப் போட்ட அவன், பையில் பணம் இருக்கிறதா எனத் தடவி உறுதி செய்து கொண்டான். பிறகு கதவை சத்தமே இல்லாமல் மூடிவிட்டு வெளியே போனான். எந்த நேரத்தில் போனாலும் அங்கே சரக்கு கிடைக்கும் என்பது எனக்கும் தெரியும்.

சனியன் போய்த் தொலைந்தால் சரிதான் என நினைத்து செல்போனை தலையணைக்கு அடியில் வைத்து விட்டு உறங்கினேன். காலையில் எழுந்த போது ஜெப்ரியை அறையில் காணவில்லை. இனி அவன் முகத்தில் விழிக்கவே கூடாது என்கிற தீர்மானத்தில் மலைக்குப் போகிற திட்டத்தைக் கைவிட்டு என்னுடைய ஊருக்குக் கிளம்பினேன். ஆனால் வரும் வழியெல்லாம் அவனைப் பற்றி மட்டுமே எண்ணிக கொண்டு வந்தேன். வேண்டாமென்பதுதான் எப்போதுமே விடாப்பிடியாகத் தொற்றிக் கொண்டு உடன் வருகிறது.

என்னுடைய கல்லூரியில் நான் இளங்கலை படித்துக் கொண்டிருந் போது அங்கே அவன் முதுகலை படித்தான். இருவரும் ஒரே மாணவர் விடுதியில்தான் தங்கி இருந்தோம். அந்த மாணவர் விடுதியைப் பொருத்தவரை வயதெல்லாம் ஒரு பொருட்டே அல்ல. மூத்தவர், இளையவர் என்கிற பாகுபாடில்லாமல் எல்லோரும் அவரவர் பெயரைச் சொல்லித்தான் அழைக்க வேண்டுமென விதியே இருந்தது. "ஊர் நாட்டான் மாதிரி அண்ணே சித்தப்பான்னு கூப்டுகிட்டு அலையக் கூடாது. ஒழுங்கா பேரை சொல்லி கூப்பிடு" என வயதில் மிக மூத்த மாணவர்களே அழைத்துச் சொல்வார்கள்.

அந்த விடுதியில் ஒரு புகைமூட்டம் சூழ்ந்த அறையைப் போலவே இருந்தது ஜெப்ரியினுடையது. யாருமே அவனது அறைப்பக்கம் போகவே மாட்டார்கள். குளியலறைக்குப் போகும் வழியில் கடைசியாய் இருந்தது அவனது அறை. எந்நேரமும் கஞ்சா மணம் அந்தக் கதவில் இருந்த அடுக்கடுக்கான செவ்வக ஓட்டைகள் வழியாகத் தவழ்ந்து வந்தபடியே இருக்கும். அந்த மணத்தைப் போல யாருடனும் ஒட்டாமல் அவன்

தனித்தே அலைந்தான். "நல்ல பெரிய குடும்பம். அம்மாவும் அக்காவும் இருக்காங்க. இவன் யூஜி படிச்ச காலேஜ்லயும் இப்படித்தானாம். வீட்டில காசு குடுக்கறாங்க. ஆனா இவன் ஊர்பக்கமே போற மாதிரி தெரியலை" என்றான் அவனுடைய ஊர்க்காரன் ஒருத்தன்.

வார்டனின் அறையில் ஒருசமயம் அவன் மணியார்டரில் வந்த பணத்தை எண்ணிக் கொண்டிருந்ததைப் பார்த்தேன். அவனைப் பற்றி இதைத் தவிர எந்தக் கதைகளுமே யாருக்கும் தெரியவில்லை. அவன் யாரிடமாவது பேசுவானா? என்றெல்லாம் யோசித்து இருக்கிறேன். ஒருநாள் விடுதியில் இருந்த மீன் தொட்டிக்குப் பக்கத்தில் இருந்த போது பின்னால் வந்து நின்ற ஜெப்ரி, "வரணும்னா ரூமுக்கு வர வேண்டியதுதானே? நான் என்ன மிருகமா? ஏன் தள்ளி நின்னே குறுகுறுன்னு பாக்குற? அப்புராணிப்பா நானு" என்றான் சிரித்தபடி. அறையில் கட்டிலில் அமர்ந்து கஞ்சாவை அவன் சுருட்டும் விதத்தை மெய்மறந்து பார்த்துக் கொண்டிருந்தேன். ரோலிங் பேப்பரை நாக்கில் ராவி எச்சில் வைத்து தடவுகையில் கண்களை உயர்த்தி என்னைப் பார்த்து, "சொல்றதுக்கு கதைன்னு பெரிசா எதுவும் இல்லை. அம்மாவும் அக்காவும் ஊர்ல இருக்காங்க. அக்கா குடும்பமும் ஒண்ணாத்தான் இருக்கு. எனக்கு தங்கச்சி இருந்திருக்கலாம். வேற என்ன சொல்ல? சொன்னா நைட் பூராம் சொல்வேன். ஆனா நட்புக்கு இந்தக் கதையெல்லாம் தேவையே இல்லை. ஏன் உன் அக்காவை எனக்கு கட்டிக் குடுக்கப் போறியா என்ன?" என்றான்.

அதை அவன் சொன்ன விதம் மிக மரியாதையாக இருந்தது. அவனுக்கு நேர் எதிராக சளசளவெனப் பேசும் குணம் கொண்டவன் நான். "கொஞ்சமா பேசு. அப்பத்தான் வார்த்தைல கனம் ஏறும்" என்பான் அப்போதே. கஞ்சா புகைத்தால் இப்படி சில நேரங்களில் கருத்தாய் சிலர் பேசுவதையும் கவனித்திருக்கிறேன். அதற்கப்புறம் அவன் குடும்பம் குறித்த கதைகள் எல்லாம் எனக்குமே ஒரு பொருட்டாகவும் இல்லை. அவனோடு ஒட்டி உறவாடுகிற உறவும் இல்லை

கல்லூரியில் படிக்கையில். அவனிருந்த பதிமூன்றாம் எண் கொண்ட அறை ஒரு மர்மதேசத்தைப் போலவே மற்றவர்களால் கருதப்பட்டது. அந்த தேசத்தில் இருந்து கதவைத் திறந்து புகைத்தபடி வெளியே வரும் ஜெப்ரி, நெற்றியில் விழும் முடியைக் கையால் கோதிக் கொண்டு, முன்பே சொன்னபடி ஒரு நாயகனைப் போலவே நடந்து போவான். என் காதலியோடு கல்லூரி வளாகத்தில் நடந்து போகிற போது, நின்று நிதானமாக குறுகுறுவென எங்களைப் பார்ப்பான். என் காதலிக்கு மட்டும் கைகாட்டி வணக்கம் சொல்லுவான். அவளுமே சிரித்துக் கொள்வாள் சிநேகமாக. இருவருக்கிடையிலான இந்த செய்கைகளுக்குள் நான் தலையிடவே மாட்டேன். தலையிடுவது பண்பாடாகவும் கருதப்படவில்லை அங்கே.

கல்லூரி முடித்து வேலைக்கு வந்தபிறகு யார் யார் எங்கே இருக்கிறார்கள் எனப் பேசிக் கொண்டிருந்த போது, ஜெப்ரியின் பெயரும் வந்தது. அவன் மலையொன்றில் தேயிலைத் தோட்ட மேலாளராக இருக்கிறான் என நண்பன் ஒருத்தன் சொல்லி, அவனுடைய எண்ணையும் தந்தபோது, உடனே வாங்கிக் குறித்துக் கொண்டேன். ஏனெனில் அப்போதெல்லாம் மலையில் வசிப்பவர்கள், வெளிநாடுகளில் வசிப்பவர்களைப் பெரியவர்களாகக் கருதும் மனப்பாங்கு இருந்தது என்னிடம். மலைப் பயணம் என்பது உல்லாசத்தோடு தொடர்புடையதாக மட்டுமே எனக்கும் இருந்தது. நான்கு பேர் சேர்ந்து விட்டாலே ஏதோவொரு மலைக்குக் கிளம்பிப் போய் அறையெடுத்துக் குடித்துவிட்டுத் திரும்பி வருவோம். அதனாலேயே மலையில் விருந்தினர் விடுதி வைத்திருப்பவர்களை தவிர்க்கவியலாத தட்டில் வைத்திருந்தேன். அவர்களுடைய உறவைப் பேணுவதில் அக்கறை காட்டுவேன். மேகமலையில் மீன் பொறித்துக் கொடுக்கிற ஒருத்தன்கூட அடிக்கடி எனக்கு அழைத்துப் பேசுவான். அந்தளவிற்கு மலையோடு ஒரு பந்தத்தைப் பேணுவேன்.

அப்படியொரு மலைப் பயணம் குறித்த கனவொன்றில் இருந்த போதுதான் ஜெப்ரி எண்ணில் இருந்து எனக்கு தொலைபேசி அழைப்பு வந்தது. ஆர்வமாய் பாய்ந்து

அந்த அழைப்பை எடுத்தேன். அப்போது அவன் வண்டிப் பெரியாறுக்கு மேலே உள்ள எஸ்டேட் ஒன்றில் பணிபுரிவதாகச் சொன்னான். அதற்கும் உனக்கும் என்ன சம்பந்தம் என்றுதான் உடனடியாக எனக்கு கேட்கத் தோன்றியது. அப்போது நானுமே இரண்டு சுற்று மது அருந்தி இருந்ததால் உற்சாகமாகி, 'அடுத்த வாரமே கிளம்பி வருகிறேன்' எனச் சொன்னேன்.

கல்லூரியில் படித்த போது இருந்த ஜெப்ரியா அது? ஆளே உருக்குலைந்து போய் இருந்தான். விடுதி அறைக்குள் ஒரு குண்டு மஞ்சள் பல்ப் வெளிச்சத்தில் அமர்ந்து அவன் கித்தார் வாசிக்கும் காட்சியை அறைக்கதவு திறந்து கிடந்த நிலையில் பார்த்து இருக்கிறேன். உற்சாகமான முகமாக மட்டுமே எனக்குள் பதிந்திருந்தான் அதுவரை. மாறாக அப்போது என் முன்னால் ஒரு குடுகுடு கிழவன் நின்றிருந்தான். தலைமுழுக்க வழுக்கை விழத் துவங்கி இருந்தது. மனசு சரியில்லாவிட்டால் முதலில் முடிதான் கொட்டுகிறது என்பதை என் அனுபவத்தில் ஏற்கனவே கண்டறிந்தும் இருந்தேன்.

அவனை அப்படி பார்க்கச் சகிக்கவே இல்லை. கல்லூரியில் அவன் பெரும்பாலும் குடித்ததே இல்லை. எப்போதாவது பார்ட்டிகள் நடக்கையில், வற்புறுத்தலுக்காக மட்டும் கொஞ்சமாய் எடுத்துக் கையில் வைத்துக்கொண்டு தனியே நின்று கொண்டிருப்பான். "கஞ்சா தளர்த்தும் மக்கா. சரக்கு முறுக்கும். ரெண்டும் எதிரெதிரா ஓடுற கடிகார முள்ளுக. ரெண்டையும் போட்டுக் குழப்பக் கூடாது" என்றான் என்னிடம்.

முதல்முறை அவனுடைய அந்த பெரிய பங்களாவிற்குச் சென்ற போது அந்த வீட்டில் தரித்திரியம், யூகலிப்டஸை ஊடுருவி நுழையும் ஒளிப்படலாமாய் சூழ்ந்திருந்ததைக் கண்டேன். அவனுடைய பணியாளர்களுக்கு அளவிற்கு மீறி செல்லம் கொடுத்துக் கெடுத்து வைத்திருப்பதையும் பார்த்தேன். "எஜமானுக்கு என்ன கேடோ? ரேஷன் அரிசிதான் சமைக்கணும்ங்கறாரு. அதிலதான் ஏதோ சத்தாம். அதுவும் கஞ்சிதான் காய்ச்சணுமாம்" என்றான் சமையலாள். ஜெப்ரியிடம் இதைச் சொல்லிக் கேட்ட போது, "என்னோட அக்கா ஒருத்தியைப் பிடிச்சு

எனக்கு கட்டி வச்சிருக்கா. என் பொண்ணுக்காகத்தான் அவளோட இருக்கேன். காசுகாசுன்னு குடும்பமே நச்சு எடுக்குது. குடும்பத்தில இருந்த அத்தனையையும் என் அம்மாவும் அக்காளும் ஆட்டமா ஆடித் தொலைச்சிட்டாளுக. அத்தான் வேற செத்திட்டாரு. இப்ப சமீபத்தில ஒரு பெருந்தொகையை அவளுகளுக்கு அழ வேண்டிருந்துச்சு. அத்தனையும் பொம்பளைக. ஒத்த ஆம்பளை நான். என்ன பண்றதுன்னு தெரியாம அலையறேன்" என்றான் சுற்றி வளைத்து.

அவனை அழைத்துக் கொண்டு போய் ஒரு மாதத்திற்குத் தேவைப்படுகிற மாதிரி மளிகைச் சாமான்களை வாங்கிக் கொண்டு வந்து போட்டேன். "சங்கோஜம்லாம் நான் படலை. நீ செய்யாம யாரு செய்வா?" என்றான் கையைப் பிடித்து. எனக்குமே அப்போது கொஞ்சம் நெகிழ்வான மனநிலை கூடிக் கண்களில் ஈரம் துளிர்த்தது. உடனடியாகவே பேச்சை மாற்றி ஆட்டுக்கறிக் கடைப் பக்கம் ஒதுங்கினோம். அன்றைக்கு அவன் மாடு கழனித் தண்ணீருக்குள் முகத்தைப் பொதித்துக் கொள்வதைப்போல நான் கொண்டு போயிருந்த ரம்மை குடித்தான். மேலும் குடிக்குத் தொட்டுக் கொள்வதைப் போலக் கஞ் சாவையும் புகைத்தான். அவன் கல்லூரியில் படிக்கும் போது சொன்னதை அப்போது நினைவுபடுத்தினேன். "எல்லா ஒழுக்கத்தில இருந்தும் வெளிய வந்த பெறகு ஒரு விதியும் கிடையாது" என்றான். எனக்கு அவன் சொன்னதை விளங்கிக் கொள்ள முடியவில்லை. மிக மோசமாக அவன் குடியைக் கையாண்ட விதம் மட்டும் எனக்கு ஒவ்வாமையை ஏற்படுத்தியது. போதையில் மேலும் அவன் வயதானவனாகத் தெரிந்தான் என்பதும் துயரளித்தது.

தலையைத் தொங்கப் போட்டு அமர்ந்த அவன் திடீரென எழுந்து போய் ஒருமூலையில் கிடந்த கிதாரைக் கொண்டு வந்து மடியில் வைத்து வாசிக்க முற்பட்டான். வழுக்கைத் தலையோடு சோர்ந்து போன ஒருத்தன் கையில் இருந்த அது ரசிக்கவே இல்லை. பிறகு என்ன நினைத்தானோ திரும்பவும் கொண்டு போய் வைத்து

விட்டு வந்தான். அவன் வசித்த அந்த நூறாண்டுப் பழமையான பிரிட்டிஷ் பங்களாவில் பழைய பியானோ ஒன்றும் இருந்தது. அதனருகே நின்று கொண்டு, "இப்ப இந்த பியானோவ நான் வாசிச்சா யானை சத்தம்தான் கேட்கும்" என்றான். பிறகு கையில் இருந்த மதுவை அப்படியே வாயில் கவிழ்த்து விட்டு நாற்காலியில் அமர்ந்திருந்த என்னருகே வந்து காலடியில் அமர்ந்தான்.

தலையைக் குனிந்தபடி அடக்க மாட்டாமல் அழத் துவங்கினான். "நான் சொல்றதை கவனமா கேளு மக்கா. எல்லாரும் என்னை லூசுங்கறாங்க. நைட் ஒரு கூப்பு யானை வருது. கூப்பு யானை தெரியும்ல. அந்தக் காலத்தில மரம் வெட்டற வேலைக்கு வந்தது. அந்த வேலை இப்பல்லாம் நடக்கறதில்லை. அப்படி கொண்டு வந்த யானை ஒண்ணை திரும்பவும் கூப்டு போகாம இங்கயே விட்டுட்டாங்க. அதால காட்டு யானைக கூடயும் சேர முடியலை. தனியா பசியில இந்த காட்டில அலையுது. என் வீட்டில கஞ்சி காய்ச்சறப்பல்லாம் வந்து நின்னு அழுகுது. சத்தியமா அது சத்தம் போட்டு அழுது. பத்து நாளைக்கு ஒருதடவை இங்க என் வாசல்ல நின்னு அழுகுது" என்றான் அவனும் மூச்சுமுட்ட அழுதபடியே.

உடனடியாக எனக்கு என்ன சொல்வதென்றே தெரியவில்லை. எனக்கு யானைகளைப் பற்றிக் கொஞ்சமாகவே தெரியும். என்னுடன் கல்லூரியில் படித்த மணிகண்டன் யானையைப் பற்றிய ஆராய்ச்சி ஒன்றில்தான் பணியில் இருக்கிறான். உடனடியாகவே அவனைத் தொலைபேசியில் அழைத்து ஜெப்ரி சொன்னதைச் சொன்னேன். "அவன் லூசு மாதிரி உளர்றான். கூப்பு வேலையெல்லாம் எயிட்டீஸ்லயே நிறுத்திட்டாங்க. யானைங்கறது பொன்னு மாதிரி. அப்டீல்லாம் விட்டுட்டு வர மாட்டாங்க. அந்தமான்ல இந்த மாதிரி கூப்புக்கு மரம் வெட்டற வேலை முன்ன நடந்துச்சு. அப்படி அங்க மட்டும் கொஞ்சம் யானைகளை விட்டுட்டு வந்தாங்க. அதுக அங்க கடல்ல நீச்சல் அடிச்சுட்டு சுத்தற காட்சிகள்ளாம் இருக்கு. ஆனா தமிழ்நாட்டில அப்படி நடக்கவே இல்லை. இவன் கஞ்சாவை போட்டு உளர்றான்னா நீயும் போனைப்

போட்டுருக்க. இருந்தாலும் அவன்ட்ட போனை குடு. ஒரு ஹாய் சொல்லிக்கிறேன்" என்றான்.

தொலைபேசியைப் பாய்ந்து வாங்கிய ஜெப்ரி, "சத்தியமா சொல்றேன். அது வாசல்ல வந்து நின்னு அழுகுது. அது கன்பார்மா அனாதையா விட்டுட்டு போன யானைதான். ஒருநாள் இல்லாட்டி ஒருநாள் அது தன்னை தெரிஞ்சுக்க போகுது. அன்னைக்கு இருக்கு உங்களுக்கெல்லாம் கதை. அயோக்கிய ராஸ்கல்" என்று சத்தம் போட்டுக் கத்தினான். தொலைபேசியைப் பிடுங்கிப் பார்த்த போது, ஏற்கனவே மணிகண்டன் இணைப்பைத் துண்டித்திருப்பது தெரிந்தது.

கிளம்புகையில் ஜெப்ரிக்கு கொஞ்சம் பணம் கொடுத்தபோது வாங்கிக் கொள்ள மறுத்து விட்டான். என்னுடைய ஷூ ஒன்றைத் தந்தபோது மறுக்காமல் வாங்கிக்கொண்டு, "கிழிஞ்சிருந்ததை பாத்தியோ?" என்றான். இன்னொரு முறை உறுதியாக வருவதாக வாக்களித்துக் கிளம்பிய போது, ஜெப்ரி ஒரு எண்ணை பேப்பரில் எழுதி என் கையில் கொடுத்து விட்டு, "எனக்கு ஏதாச்சும்னா இந்த நம்பர்க்கு கூப்பிடு. எனக்கு இப்பல்லாம் கொஞ்சம் பயமா இருக்கு" என்றான். யார் எண் அது என்று நான் கேட்கவே இல்லை. காரில் இருந்து இறங்கி அவனை கட்டியணைத்து விட்டுக் கிளம்பினேன். கார் மறைகிற வரை அவன் பின்னால் நின்று பார்த்துக் கொண்டிருந்தான்.

நண்பர்களிடம் ஜெப்ரியைப் பார்க்கப் போனது, வந்தது பற்றிப் பெரிதாக எதையும் சொல்லிக் கொள்ளவில்லை. அவர்களாகப் போய்ப் பார்த்தால் தெரிந்து கொள்ளட்டும் என அமைதி காத்தேன். அப்புறம் அடிக்கடி எனக்கு ஜெப்ரி அழைத்துக்கொண்டே இருந்தான். சம்பந்தம் இல்லாமல் எதையாவது பேசிவிட்டு அவனே தொலைபேசியை வைத்துவிடுவான். நிறைபோதையில் இருக்கிறான் என்பதை எளிதிலேயே ஊகித்து விடலாம். சிலநேரங்களில் அவனுடைய அழைப்பை எடுக்காமலும் இருப்பேன். அதைப் பற்றி எல்லாம் அவன் கவலை கொள்வதும் இல்லை.

ஒருநாள் வீட்டில் இருந்தபோது அழைப்புமணிச் சத்தத்திற்கு எழுந்து போனால், இரண்டு பேரோடு வந்து நின்றான் ஜெப்ரி. ஒரு வயதானவர், இன்னொருத்தன் சின்னப் பையன். சின்னப் பையன் கார் டிரைவர் என்று தெரிந்தது. கையோடு அப்சல்யூட் வோட்கா முழுப் பாட்டிலை கொண்டு வந்திருந்தான். கூடவே நடப்பது பறப்பது என ஏகப்பட்ட சமைத்த இறைச்சிப் பொட்டலங்கள். எல்லாம் சேர்ந்து இரண்டு கிலோ போல எடையிருக்கலாம். அப்படியெல்லாம் அவன் கலந்து கட்டி உண்பதைப் பார்த்ததே இல்லை. நாசூக்கை காலடியில் போட்டு, தரையில் அமர்ந்து கால்பரப்பி குடிக்கத் துவங்கினான். அவனது முகத்தில் தீவிரத்தன்மை ஏறி இருந்தது. வழக்கத்திற்கு மாறாகக் கொஞ்சம் கடுமையான குரலில் வேறு பேசிக் கொண்டிருந்தான். பக்கத்து வீடுகளுக்கு எல்லாம் கேட்கும்படி இருந்தது அவனுடைய சத்தம். உடனடியாக அவன் கிளம்பிப் போனால் போதும் என நினைத்தேன்.

உடன்வந்த பெரியவர் வழியில் பழக்கமானவர் என்பது தெரிந்தது. சிகரெட் சாம்பலை அவரது வழுக்கைத் தலையில் தட்டியபோது அவர் சிரித்தபடி புரோட்டா தின்று கொண்டிருந்தார். இது என்ன விதமான கூட்டு என எனக்குத் தோன்றியது. கூட வந்த டிரைவர், “அண்ணே என் காசை கொடுத்திட்டீங்கன்னா கிளம்பிருவேன்” என்றான் மெதுவாக. அவனை

காலால் பலமாக எட்டி உதைத்தான் ஜெப்ரி. நிலைமையை உணர்ந்து அவனோடு நைச்சியமாகப் பேசிக் கையில் இருந்து மூவாயிரம் ரூபாயைக் கொடுத்து அவர்களை அனுப்பி வைத்தேன். ஜெப்ரியா இப்படி? எனக்கு மனம் கொள்ளாமல் நண்பர்களை அழைத்து இந்த விஷயத்தைச் சொன்னேன்.

அடுத்த ஒருவாரம் முழுக்க ஜெப்ரியைப் பற்றிய தகவல்கள் எல்லோருக்கும் வந்துகொண்டே இருந்தன, குப்பைமேட்டில் ஈக்கள் மொய்ப்பதைப் போல. என்னுடைய வீட்டில் இருந்து கிளம்பிப் போன அவன் இன்னொரு நண்பனின் பார்ட்டியில் நுழைந்து பாட்டிலைத் தூக்கி உடைத்து விட்டுக் கிளம்பி

இருக்கிறான். இன்னொரு நண்பனை போலீஸ்காரர் ஒருத்தர் அழைத்து, "யாருங்க உங்க பிரெண்டா. பயங்கர குடி. போற வாறவங்ககிட்ட வம்பு. கேட்டா துப்பாக்கியை எடுத்து நீட்டறார். எதுக்கு வம்புன்னு அவர் பேசச் சொன்னார்னு உங்களை கூப்டறேன். உடனடியா பேசி அப்புறப்படுத்துங்க. இல்லாட்டி பெரிய கேஸாயிடும். எனக்கு ரிடையர்ட்மெண்ட் சீக்கிரமே. இந்த நேரத்தில சனியனைத் தூக்கி வேட்டிக்குள்ள விடவேண்டாம்னு பார்க்கறேன். இல்லாட்டி கோர்ட்டுக்கு அலையணும்" என்று சொல்லி இருக்கிறார். கஷ்டப்பட்டு அவனை அங்கிருந்து பேசி அப்புறப்படுத்தி விட்டுத்தான் என்னிடம் இந்தக் கதையைச் சொன்னான். துப்பாக்கியைப் பற்றி விசாரித்த போது, அது காடுகளில் பயன்படுத்தப்படும் ஏர்கன் என்று தெரிந்தது.

இது நடந்து இரண்டு நாள் கழித்து வந்த இரவில், நண்பர்கள் குழுவில் ஒரு வீடியோ வந்து விழுந்தது. ஜெப்ரி ஐந்து நட்சத்திர விடுதி ஒன்றின் வரவேற்பறையில் பொருட்களை எல்லாம் போட்டு நொறுக்கும் காட்சி அது. காவல்துறையில் உயர் பொறுப்பில் பணியாற்றும் எங்களது நண்பன் ஒருத்தன் தலையிட்டு அவனை மீட்க முயலும் செய்தியும் கூடவே வந்தது. நட்சத்திர விடுதியில் அவன் அழைத்துக்கொண்டு போன ஆட்களோடு அறை எடுத்திருக்கிறான் ஜெப்ரி. அறைக்கான பணத்தை முன்பே தந்து விட்டான். ஆனால் இரண்டு நாட்கள் தங்கியிருந்த வகையில் அவனோடு போயிருந்தவர்கள் எல்லோரும் சேர்ந்து ஐம்பதாயிரம் ரூபாய்க்குப் பக்கத்தில் குடித்து இருக்கிறார்கள். ஆரம்பத்தில் அவனது ஆங்கிலத்தையும் அதை வெளிப்படுத்திய தோரணையையும் கண்டு நம்பிய நிர்வாகம், பின்னால் சுதாரித்துக்கொண்டு அவனை நெருக்கியபோது அங்கிருந்து தப்ப முயன்று சண்டை உருவாகி இருக்கிறது. ஜெப்ரியால் ஏகப்பட்ட சேதம் அந்த ஹோட்டலுக்கு.

பணிபுரிந்தவர்கள் எல்லோரும் சேர்ந்து அவனை அடித்து அம்மணமாக்கி, மூன்று மணிநேரம் வரை ஒரு காரினுள் அடைத்து வைத்து இருந்திருக்கிறார்கள். நண்பர்கள் எல்லோரும் போய் அந்தக் கோலத்தில்தான்

அவனை மீட்டுக் கொண்டும் வந்தோம். யாரிடமும் பேசாமல் இருந்த அவன் சாந்தம் கூடித் தெரிந்தான் அப்போது. கிளம்புகையில் அவனிடம் சொல்லிக்கொண்டு எழுந்த போது, "என் வாழ்க்கையில இப்படி அடிவாங்குவேன்னு நெனைச்சதே இல்லை. வண்டிக்குள்ள வெயிலு. கடுமையான தாகம் எடுத்துச்சு. தண்ணி கேட்டேன். ஒண்ணுக்க குடிக்கிறியான்னு ஒருத்தன் கேட்டான். அவன் முகம் எனக்கு நல்லா ஞாபகம் இருக்கு. அவனை பழிவாங்காம விட மாட்டேன்" என்றான். பழி, பாவம் என்றெல்லாம் பேசுவது அவனது இயல்பே இல்லையே?

கொஞ்சகாலம் ஜெப்ரியைப் பற்றிய பேச்சு நண்பர்கள் குழாமில் இல்லாமல் இருந்தது. அப்புறம் எதிர்பார்க்காத நேரத்தில் பெய்கிற கோடை மழையைப் போல அவன் குறித்த செய்திகள் மறுபடியும் அடித்தூற்றத் துவங்கின. பௌர்ணமி போனால் அமாவாசைதானே? திடீர் திடீரென யாராவது அவன் அங்கே இருக்கிறான், இங்கே இருக்கிறான் என்றெல்லாம் செய்தி சொல்வார்கள். மனநலம் தப்பிப் போய் அவன் மருத்துவமனையில் இருந்ததாக ஒருத்தன் சொன்னான். கொத்துக்கொத்தாய் அதற்கான மாத்திரைகளை அவன் தின்பதாக இன்னொருத்தன் சொன்னான். பேருந்து நிலையம் ஒன்றில் அவன் டிரைவரிடம் அடி வாங்கும் காட்சி ஒன்றை அவனோடு போன நண்பன் ஒருத்தனே படம் பிடித்து ஒருநாள் குழுவில் போட்டிருந்தான். அந்தப் படத்தோடு "வாழ்க்கையில் அரிய பாடம்" என எழுதியும் போட்டிருந்தான். எதையாவது கற்றுத் தர முனையும் இந்தப் பாடத்துக்கும் ஒருவேலையும் இல்லை, இதைத் தவிர.

என் சொந்த ஊரில் இருந்த தோட்டத்திற்குப் போ— யிருந்த போது, ஜெப்ரியின் எண்ணில் இருந்து எனக்கு அழைப்பு வந்தது. வேண்டா வெறுப்பாக எடுத்தபோது என்னைத் தேடி வந்து கொண்டிருப்பதாகச் சொன்னான். தவிர்க்கலாமா என நினைத்துக் கொண்டிருந்தபோதே, "கடைசியா ஒரு தடவை வந்து பார்த்திட்டு தொயரம் இல்லாம போயிடறேன்" என்றான். எனக்குமே அப்போது

அவனைப் பார்க்க வேண்டும் போலத் தோன்றியதால் வரச் சொன்னேன்.

தோட்டத்தில் என்னுடைய பணியாளரிடம் முன்கூட்டியே அவனைப் பற்றிச் சொல்லி, அவன் எப்படி நடந்து கொண்டாலும் மரியாதை தர வேண்டுமென வலியுறுத்தினேன். அவன் தங்கும் திட்டத்தில் வரவில்லை என்பது தெளிவாகவே தெரிந்தது. ஆட்டோ ஒன்றில் வந்து இறங்கினான். ஆட்டோக்காரரை நன்றாகக் கவனித்திருப்பான் போல, அது பணிவிலேயே தெரிந்தது. என்னுடைய அனுமதி இல்லாமலேயே கொண்டு வந்ததை குடிக்கத் துவங்கினான். கல்லூரியில் கற்ற பண்பாட்டிற்கு எதிரான செயலது என்பதால், கவனமாக அவனோடு குடிப்பதை தவிர்த்தேன். அவனது காலடியைச் சுற்றி வந்த என்னுடைய குட்டி நாயான டோனியை ஓங்கி மிதித்தபோது எனக்கு எரிச்சல் வந்து விட்டது. “ஜெப்ரி உன்னோட பிரச்சினை என்ன? ஏன் உன்னைவிட பலம் குறைஞ்சதுககிட்ட வயலண்ட்டா இருக்க? எனக்கு அவமானமா இருக்கு” என்றேன்.

என்னுடய கூர்மையினால் தாக்கப்பட்டு பதில் சொல்லாமல், சங்கடவுணர்வுடன் தலையைக் குனிந்து நின்று, பின் திடீரென எழுந்து செடிகளுக்குள் மறைந்து போய் யாரிடமோ சத்தமாகப் பேசிக் கொண்டிருந்தான். பிறகு திரும்பி வந்த அவன் தரையில் புரண்டு தெருவில் தனித்து விடப்பட்ட குழந்தையைப் போலக் கதறி அழத் துவங்கினான். அந்த காட்சியை தூரத்தில் இருந்து சிகரெட் புகைத்தபடி பார்த்துக் கொண்டிருந்தேன். என்னுடைய பணியாளர் அவனது பக்கத்தில் போன போது தரையில் அமர்ந்தவாறே அவரது முகத்தில் எச்சில் துப்பினான். அவர் கோபத்தில் செருப்பைக் கழற்றி அடிக்கப் போனபோது, ஓடிப் போய் அவரைத் தடுத்தேன்.

ஜெப்ரியை எழுந்து அமர வைத்துக் கிளப்ப எத்தனிக்கையில், என் தோளில் சாய்ந்து சத்தம் போட்டு அழுதபடி, “எங்கம்மா என்னை விட்டுட்டு போயிட்டா. இனிமே எங்க போவேன்?” என்றான். தேம்பித்தேம்பி அவன் அழுததைப் பார்த்த என்னுடைய பணியாளரும்,

“அதெல்லாம் ஒண்ணும் பிரச்சினை இல்லைங்க. ஏதோ அம்மா செத்த மனக் கோளாறு. அதான் அப்படி நடந்துக்கிட்டாரு” என்றார். உடனடியாக ஆட்டோவில் ஏற்றி அவனை பேருந்து நிலையத்தில் விட்டுவிடுமாறு சொல்லி, கொஞ்சம் பணம் கொடுத்து அனுப்பி வைத்தேன். ஆட்டோக்காரர் பேருந்து நிலையத்தில் இருந்து அழைத்து, பத்திரமாக ஏற்றி விட்டுத் திரும்பி விட்டதாகவும் சொன்னார். அழைப்பை துண்டிப்பதற்கு முன்பு கடைசியாக, “நல்ல மனுஷன். காலையில இருந்து சரக்கு வாங்கித் தந்ததுக்காக இதைச் சொல்லலை” என்றார்.

அவனால் போய்ச் சேர்ந்து விடமுடியுமா என்கிற பயம் எனக்குள் வந்தது. அவனது எண்ணிற்கு அழைத்துப் பார்த்தால் அது அணைத்து வைக்கப்பட்டு இருந்தது. ஏதோவொரு குறுகுறுப்பில் அன்றொரு நாள் அவன் அளித்த, ஏற்கனவே அவனது பெயரிட்டுச் சேமித்து வைத்திருந்த எண்ணைத் தொடர்பு கொண்டேன். எதிர்முனையில் ஒரு பெண்ணின் குரல், “சொல்லுங்கண்ணே. உங்க நம்பரை ஏற்கனவே எனக்கு பதிஞ்சு குடுத்திருக்கார். எதுனா அவசரம்னா கூப்ட சொல்லி. நல்லா இருக்கீங்களா?” என்றது. உடனடியாகவே அது ஜெப்ரியின் மனைவி என்பதை உணர்ந்தேன். அவளுக்கு செய்தி தெரியவில்லையோ என யோசித்தபடி, “ஜெப்ரி இங்க வந்திருந்தான். திடீர்னு அவங்க அம்மா செத்துட்டாங்கன்னு சொல்லி அங்கதான் கிளம்பி வர்றான். என்னாச்சு அவுங்களுக்கு? இன்னும் மூணு நாலு மணிநேரத்தில உங்க ஊருக்கு வந்திடுவான். பஸ் ஸ்டாண்ட்ல போயி நான் குடுக்கிற பஸ் நம்பர்ல பார்க்கச் சொல்லுங்க யாரையாச்சும்” என்றேன் தயங்கித் தயங்கி.

“அதெல்லாம் சும்மாங்கண்ணே. இதுவரைக்கும் அவர் அவங்க அம்மாவையும் அக்காவையும் என்னையும் நூறுதடவை கொன்னுட்டார். அடிக்கடி இப்படி எங்களை சாகடிச்சு பார்க்கறதுல அவருக்கு ஒரு சந்தோஷம். இப்ப நீங்க கூப்டு எழவு கேட்டு விசாரிக்கறீங்கள்ள. அதுக்குத்தான்” என்று அவன் மனைவி சொன்னபோது அவன் அழுத அழுகை எல்லாம் கண்முன்னே

காட்சியாகவே ஓடியது. அத்தனை தத்ரூபமாக இருந்ததுவே அது ?

"ஏன் இப்படிச் செய்றானாம்?" என்றேன் உடனடியாக.

"யாரோ இவரை காட்டுக்குள்ள விட்டுட்டு போ—யிட்டாங்களாம். பசியில தனியா சுத்துறாராம். கஞ்சி மணம் இழுக்குதாம் அவரை. ஏன்னு கேட்டா இதை மட்டும்தான் லூஸு மாதிரி திருப்பித் திருப்பிச் சொல்லிக்கிட்டு இருக்கார்" என்றாள்.

கண் முன்னே கூப்பு யானையொன்று, எனக்கு முன்னே விரிந்து கிடந்த இருளிற்குள், அழுதபடி நின்று கொண்டிருந்த காட்சி சத்தியமாகத் தெரிந்தது. டோனி அதைப் பார்த்துக் குரைத்தது.

பாவமன்னிப்பு

டெய்ஸி, கங்கா நகரிலுள்ள தனது குடியிருப்பின். கொஞ்சம் பெரிய காற்றடித்தாலே பிய்த்துக் கொண்டு போய்விடுமளவிற்கு இருந்த மரக்கதவைத் திறந்து வெளியே வந்து நின்று பார்த்தாள். தூரத்தில் கடல் ஊதாநிறத் துப்பட்டாவைப் போலப் பறந்து விரிந்து கிடந்தது. பறக்கிற துப்பட்டாவை கொண்டுபோய் வேறு எங்காவது வீசாமல் இருக்க வேண்டுமென நினைத்துக் கொண்டாள். மூன்று ஆண்டுகளுக்கு முன்புவரை நகரத்தின் மையப்பகுதியை ஒட்டி, இடிந்து விழுவதற்கும் இருப்பதற்கும் நடுவே ஊசலாட்டமாக உயிரைத் தாங்கிப் பிடித்திருந்த குடியிருப்பில்தான் வாடகைக்கு இருந்தார்கள். அதைவிடக் குறைந்த வாடகையென இங்கே வந்தார்கள். காரணம், டெய்ஸியின் அப்பா படுத்த படுக்கையாக இருக்கிறார்.

ஏதோ முடக்குவாதம் என அரசாங்க மருத்துவமனையில் மருத்துவர் சொன்னார். அதுபோக இரண்டுமுறை இருதயம் செயலிழக்கிற புள்ளிக்குப் போய், அவசர சிகிச்சையால் திரும்ப துடிக்கத் துவங்கியது. அதிலிருந்து அவளது அப்பாவான லோகு எழுந்து நடக்கவே இல்லை. ஓடியாடிய காலத்திலும்கூட ஒன்றும் செய்யவில்லை அவளுக்கு, வாய் வார்த்தைகளைத்தவிர. ஆனாலும் அத்தனை அனுசரணையாய் இருக்கும் அவருடைய சொற்கள். தங்கை டாரதியை விட அவருக்கு இவள்மேல்தான் பிரியம். அவள் வீட்டில் இருந்தால், எந்நேரமும் டெய்ஸியின் பெயரைச் சொல்லி அனத்தியபடியே கிடப்பார்.

சிலநேரங்களில் நல்ல மனநிலையில் இருந்தால், அருகில் போய் "என்ன?" என்பாள். மற்றநேரங்களில் முன்பு குடியிருந்த வீட்டுக்குப் பின்புறம் இருந்த கால்வாயில் பன்றி உறுமுவதைப் போல அவர் தனித்து அரற்றியபடியே கிடக்கையில், கண்டும் காணாமல் இருப்பாள். அவரது மூத்திர வாடை பக்கத்தில்

ஜிலேபி

போனால் தன்னை வாஞ்சையோடு வாரியணைத்துக் கொள்ளுமோ எனப் பயந்தாள். "சின்ன வயசில அவரை எனக்கு பிடிக்கும்தான். ஆனா இப்ப சுத்தமா பிடிக்கலை. தப்புன்னு தெரியுது. நான் என்ன பண்ணட்டும்? எங்கயாச்சும் தப்பிச்சா போதும்னு இருக்கு. எங்க போக?" என்று ஒருநாள் ஆற்ற மாட்டாமல் தன்னுடைய தோழி ஒருத்தியிடம் மட்டும் சொன்னாள்.

மற்றபடி வீட்டில் அவள் எப்போதும் வாயே திறப்பதில்லை. சின்னவயதில் இருந்தே அப்படித்தான் இருக்கிறாள் என்றாலும், ஏனோ கூடுதல் துயரங்கள் வருகையில், இருக்கிற கொஞ்ச சொற்களும் கழுத்துக்குள்ளேயே ஒளிந்து கொள்கின்றன என்பதைக் கண்டறிந்து இருந்தாள். அதைப் பற்றி அவள் சிந்தித்தபோது அனிச்சையாய் தனது கழுத்தை தடவிக் கொண்டாள். குரல்வளையின் மீது பெருவிரலையும் ஆட்காட்டி விரலையும் சேர்த்துக் கவ்விப் பிடித்துக்கொண்டு யோசித்தாள், அப்படியே அறுத்துவிடலாமா? பத்தொன்பது வயதுப் பெண் தற்கொலை, காதல் தோல்வியா என காவல்துறை விசாரணை என்று செய்திவரும் என்பதை நினைத்து சிரித்துக் கொண்டாள்.

டெய்ஸியின் அம்மா அமலோற்பவம் இங்கிருந்து பதினைந்து ரூபாய் கொடுத்து பேருந்தேறிப் போய், அடையாறில் ஒரு வீட்டில் வேலை செய்கிறாள். அங்கே அவளது அம்மாவைவிட வயது குறைந்த பெண்ணொருத்தியை மட்டுமே பார்த்திருக்கிறாள் டெய்ஸி. அவளது அம்மாவிற்கு நல்ல உடையை அணிவித்தால், அந்த வீட்டுக்காரியை விட நன்றாக இருப்பாள் என யோசித்தும் இருக்கிறாள். ஏழு மணிக்கு கிளம்பிப் போனால்,சாயந்திரம் ஏழிற்குத்தான் மறுபடியும் திரும்பி வருவாள் அமலோற்பவம். அவளுக்கும் அம்மாவிற்கும் ஏழாம் பொருத்தம். பக்கத்தில் உள்ள பள்ளியில் பத்தாம் வகுப்பு படிக்கிற தங்கையோடு அவளது அம்மாவிற்கு எந்தச் சிக்கலும் இல்லை. டெய்ஸி என்றால் மட்டும் குரலை உயர்த்தி, சண்டைக்கு நிற்பாள்.

டெய்ஸி அமைதியாய் கல்லுளிமங்கா மாதிரி

அமர்ந்திருப்பதைக் கண்டால் அம்மாவிற்குப் பற்றிக் கொண்டு வரும். அவளது வாயைக் கிண்ட, துருப்பிடித்த அந்தப் பெரிய கரண்டியில் சொற்களை அள்ளிக் கொண்டு வருவாள். ஆனால் திருப்பி ஒருவார்த்தை பேச மாட்டாள் டெய்ஸி. அதுதான் அமலோற்பவத்தின் ஆத்திரத்தை மேலும் தூண்டும். சத்தம்போட்டு அவள் புலம்புகிற தொனியில் சொல்வது எதையுமே காதில் வாங்காமல் தலையைக் குனிந்து சுடிதாரின் நுனியைப் பிடித்து சுரண்டிக் கொண்டிருப்பாள்.

அம்மா ஒருவகையில் குடியிருப்பின் முக்கில் இருக்கிற தெருநாயைப் போலத்தான். தள்ளி நின்று குரைப்பாளே ஒழிய, பக்கத்தில் வந்து கடிக்கவெல்லாம் மாட்டாள். அந்தமாதிரியான நேரங்களில், “டெய்ஸி இங்க வந்திரு கண்ணு” என அவளுடைய அப்பா அரற்றுவார். அம்மா குரல் வந்த அந்த திசைப்பக்கம் திரும்பிக்கூடப் பார்க்க மாட்டாள். ஒருதடவை இப்படி நடக்கும் என யூகித்து ஏற்கனவே காதில் பஞ்சை அடைத்து வைத்து அமர்ந்திருந்தாள். அதை கூர்மையாகப் பார்த்த அவளுடைய அம்மா, “காதுல இருக்கிறத எடுத்து மூக்கில வச்சுக்கோ. ஒரேடியா எல்லாம் முடிஞ்சிரும்” என்றாள்.

ஒழுங்காக இருக்கும் தன்மேல் அம்மாவிற்கு ஏன் இத்தனை ஆத்திரம் எனப் பலதடவை டெய்ஸி யோசித்துப் பார்த்திருக்கிறாள். எப்போதிருந்து அவள் இப்படிக் கத்திக் கொண்டிருக்கிறாள்? சரியாக அப்பாவிற்கு முடக்குவாதம் வந்த பிறகுதான் என்பதை உணர்ந்தாள். ஒருவேளை தன் மீதான பயமாக இருக்குமா? என பெரிய மனுஷியைப் போல யோசித்தாள். அப்படி சிந்தித்து முடித்தவுடனேயே அவளுக்கு சிரிப்பும் வந்தது. அதற்கப்புறம் அம்மாவைப் பற்றிய ஆராய்ச்சியை நிறுத்தினாள். அதைப் பற்றி எல்லாம் யோசித்தால், அவளுக்கு மூளை வலிப்பதைப் போலவும் இருந்தது என்பதும் ஒருகாரணம். அப்பாவின் அனத்தல், கொசுக்கடி, சொரசொரப்பான பழைய ப்ளாஸ்டிக் தம்ளரில் ஊற்றப்பட்ட டீ, என்பதைப் போல அம்மாவையும் அந்த வரிசையில் இணைத்துக் கொண்டாள்.

தண்ணீர் எடுக்கப் போனபோது அவளது அம்மாவை மறித்து, "எதுக்கு வயசு வந்த பிள்ளைகூட போட்டிக்கு நிக்கற" என்றாள் மரியம். "அவகூட எனக்கு என்ன போட்டி? என்னம்மா என்ன பண்ணலாம்ணு நாலுவார்த்தை அனுசரணையா பேசலாம்ல. சின்னவதான் சின்னப் பொண்ணு. அதுகூட இல்லாம அந்த வீட்டில எதுக்கு வாழணும்? இவ எந்நேரமும் மூதேவி மாதிரி மூஞ்சை தூக்கிட்டே உங்காந்திருக்கா. சனியன் சண்டையாவது போடலாம்ல" என்றாள் பதிலுக்கு.

வேலைக்குப் போகையில் அவளும் அம்மாவும் ஒரே பேருந்தில் சிலசமயம் போனாலும், தனித்தனியாகத்தான் டிக்கெட் எடுப்பார்கள். அறிமுகமில்லாத பயணிகள் இருவரை அந்த மாநகரப் பேருந்து தன்பாட்டிற்கு வெவ்வேறு இடங்களில் இறக்கி விட்டுச் செல்கிறது. அவளுடைய அம்மா பிடித்துக் கொடுத்த வேலைதான் அது. நவநாகரீகத் துணிக்கடை ஒன்றில் உதவியாளர் வேலை. பனிரெண்டு முடித்தவுடன் பக்கத்து கல்லூரிக்குப் போய்விடலாம் என்றுதான் டெய்ஸி நினைத்திருந்தாள். அந்தநேரத்தில்தான் முடக்குவாதத்தில் விழுந்தார் லோகு. அதனால்கூட அவர்மீது வெறுப்பு வருகிறதோ எனத் தனியாக அடையாறு பாலத்தின்மீது நின்று ஒருதடவை யோசித்து இருக்கிறாள். அப்போதும் வந்தது அந்தச் சிந்தனை. அப்படியே குதித்து விடலாமா? தீயணைப்புத் துறை ஆட்கள் கயிறு கட்டி இறங்குகிற காட்சியை நினைத்துக் கொண்டாள். ஏதோ யோசனையில் இடுப்பு உடையில் நாடா சரியாகக் கட்டப்பட்டு இருக்கிறதா என இழுத்துப் பரிசோதித்துக் கொண்டாள்.

வேறு எங்கும் போக்கிடமில்லாத டெய்ஸிக்கு தேவாலயம் மட்டும்தான் துணை. ஏழைக்கு ஏத்த எள்ளுருண்டை மாதிரி அளவில் சிறுத்ததுதான். ஆனாலும் உள்ளே நுழைந்து விட்டாலே அவளுக்கு கதகதப்பாக இருக்கும். வேலைக்குப் போய்விட்டு திரும்புகிற போது அந்தப் பக்கம் தலையைக் காட்டிவிட்டுத்தான் வீட்டிற்கே வருவாள். நிறையப் பெண்கள் வந்தாலும் பாதிரியாருக்கு ஏனோ அவளைப் பிடித்திருந்தது. அவர் பிரசங்கம்

செய்யும்போதுகூட கண்களை அவளை நோக்கி வீசுவார். அமைதியாய் கருணையின் வடிவாக மேரிமாதாவைப் போல டெய்ஸி அமர்ந்திருப்பதைப் போலத் தோன்றும் அவருக்கு. அவளது கதையெல்லாம் அவருக்குத் தெரியும் என்பதால், இந்தச் சிறிய பெண்ணிற்குத்தான் எத்தனை சோதனை என நினைத்துக் கொள்வார். ஒருமுறை தன்னையறியாமல் அதை ஒலிபெருக்கியில் சொல்லவும் செய்து விட்டார். கூட்டமே அந்தச் சிறிய பெண் யார் என சுற்றித் தேடியது. அப்போதும் கண்களை மூடி முணுமுணுத்தபடி முழங்காலிட்டிருந்தாள் டெய்ஸி. அமைதியாய் அங்கேயமர்ந்து பாடல் கேட்கப் பிடிக்கும் அவளுக்கு.

தேவாலயத்தில் இருந்து வெளியே வருகையில் ஒருத்தி டெய்ஸியின் அம்மாவிடம், “எந்த வம்பு தும்புக்கும் போறதில்லை. அவ்ளோ கஷ்டம் இருந்தாலும் பிள்ளைக ரெண்டையும் நல்லமாரிக்கு வளர்த்திருக்க பாரு. எல்லாம் உன் சாமர்த்தியம். வாய்ச்சொல் வாங்காம வாழ்றதும் ஒரு தெறமைதான்” என்றாள். அமலோற்பவத்திற்குப் பதிலுக்கு என்ன சொல்வது என்று தெரியவில்லை. பேசியவளின் கையை இழுத்துக் கொஞ்சநேரம் பிடித்து வைத்துக் கொண்டாள். கண்ணில் நீர் அருவியைப் போலப் பொங்கியது. ஆனால் தான் துக்கத்தில் இல்லை என்பதையும் அப்போது உணர்ந்தாள்.

டெய்ஸியின் துணிக்கடையில் துணிகளை தடவி எடுத்து மடித்து வைக்கும் வேலையெல்லாம் மற்றவர்களுடையது. அவளால் அதை தொடக்கூட முடியாது. ஏனெனில் அத்தனையும் விலைகூடினவை என்றார்கள். படகு மாதிரிக் காரில் வந்து இறங்குபவர்களுக்கான கடை அது. வாடிக்கையாளர்கள் போனபிறகு நாற்காலி, அவர்கள் வந்துபோனதன் அடையாளமாய் தரையில் பதியும் காலடி மண் தடங்களைத் துடைத்து முடித்தபின், மற்றவர்களுக்கு தேநீர் போட்டுக் கொடுக்க வேண்டும். மிச்ச நேரங்களில் எப்போது அழைப்பார்கள் என காதைத் தீட்டி கடையின் பின்பக்கம் இருக்கிற இருளான அறையில் காத்திருக்க வேண்டும். குறைவான சம்பளம்தான் என்றபோதும், ஒருவகையில் அந்த வேலை அவளுக்குப் பிடித்தும்

இருந்தது. ஏனென்றால் இங்கே யாரிடமும் கதையளக்கத் தேவையில்லை.

தூரத்தில் இருந்து தூக்கிப் போடும் உடைகளைப் பார்த்துக் கொண்டிருப்பாள். மேலே பொருத்தியிருக்கிற மஞ்சள் விளக்கின் ஒளியில் அவை காற்றில் பறக்கிற காட்சியை வைத்தகண் வாங்காமல் பார்ப்பாள். நெஞ்சுப் பகுதியில் முத்துக்களும் ரத்தினங்களும் விளக்கொளியில் மின்னும். வீட்டில் இருக்கையில் அப்படி ஒருதடவை தன்னுடைய உடையை கட்டிலில் விசிறி விரித்துப் பார்த்தாள். டர்ரென கிழித்துவிடலாம் போலத் தோன்றியது அவளுக்கு. என்றைக்காவது ஒருநாள் கடையில் அப்படி ஒரு சுடிதாரை போட்டுக் கொண்டு படியேற வேண்டும் என அந்த நேரத்தில் நினைத்துக் கொண்டாள்.

கடையில் துடைக்கப் போகிற போது யாரும் நோட்டம் பார்க்காமல் இருக்கிற சமயங்களில் அவளுக்குப் பிடித்த உடைகளைத் தன் தொலைபேசியில் படமாக எடுத்துக் கொள்வாள். வீட்டிற்குப் போய் இருளிற்குள் அமர்ந்து தனது தோழிகளுக்கு அதை அனுப்புவதை வாடிக்கையாகவும் வைத்திருந்தாள். டெய்ஸியின் தோழிகள் எல்லாம் இப்போது வெவ்வேறு கல்லூரிக்குப் படிக்கப் போகிறார்கள். அங்கேயும் பல கஷ்ட ஜீவன்கள் இருக்கின்றனதான் என்றாலும், யாரும் படிப்பை நிறுத்துகிற அளவிற்குப் போகவில்லை.

இதை யோசித்துக் கொண்டிருந்தபோது, தங்கையை எப்படியாவது அந்தக் கல்லூரியில் சேர்த்துவிட வேண்டும் என்கிற உறுதியும் அப்போது டெய்ஸிக்குள் உதித்தது. அவள் அனுப்புகிற படங்களுக்கு எல்லோரும் இதயக்குறி போட்டு அனுப்புவார்கள். அதைப் பார்க்கப் பார்க்க டெய்ஸிக்குள் குதூகலம் பொங்கும். வாய்க்கு வந்த விலையை அவர்களிடம் அடித்துவிடுவாள். ஒருஇலட்சம் என்று சொன்னால்கூட அங்கே நம்புவதற்கு தயாராக இருந்தாள்கள். அதில் ஒருத்தி, "ஏடி ஒரு சுடிதாரை போட்டுக்கிட்டு படம் அனுப்பு. அப்பத்தான் நம்புவோம்" எனச் செய்தி அனுப்பியதைப் பார்த்துச் சிரித்துக் கொண்டாள் டெய்ஸி.

டெய்ஸியின் அம்மா ஏனோ இடுப்பைப் பிடித்துக் கொண்டு, அடிக்கடி வலியில் அப்போதெல்லாம் அமர்வதைப் பார்த்தாள். என்ன ஆச்சு என்கிற வார்த்தை அவளது கழுத்துவரை வந்தது. அதை எதிர்பார்த்து அவளுடைய அம்மா அமர்ந்த இடத்தில் இருந்து உற்று நோக்குவதைப் போலவும் தோன்றியது அவளுக்கு. ஆனாலும் எழுந்து போக அவளுக்கு மனம் வரவில்லை. அப்படிக் கேட்டால், நடிப்பென அம்மா நினைத்துக் கொள்வாளோ என எண்ணினாள் டெய்ஸி. தங்கைதான் அம்மாவை இழுத்துக் கொண்டு அரசாங்க மருத்துவமனைக்கு அழைத்துப் போனாள். திரும்பி வந்த அவள், “ஏதோ கர்ப்ப பையில கட்டின்னு டாக்டர் சொன்னார். இந்த வயசில உடம்பில தேவை—யில்லாத உறுப்பாம் அது. வெட்டித் தூக்கி எறிஞ் சரணும்னு சொன்னார். வேற கேள்வி கேட்டா மூஞ்சை திருப்பிக்கிறாங்க” என்றாள். மருத்துவமனைப் படுக்கையில் படுத்திருக்கிற அம்மா பக்கத்தில் போய் அமைதியாக நின்றாள் டெய்ஸி.

“சனியன் இப்பவாச்சும் ஒருவார்த்தை பேசுதான்னு பாறேன். இங்க இவ இருந்தா ஆஸ்பத்திரீல இருந்து நேரா என்னை பொண வண்டீலதான் ஏத்திட்டு போவா” என்று தங்கையிடம் சொன்னாள் அம்மா. அதற்கும் பதில் ஏதும் சொல்லாமல் நின்றவளிடம், “சம்பளமா நல்ல காசு தர்றாங்க நான் வேலை பார்க்கிற வீட்டில. அதை இழந்திர முடியாது. தங்கச்சிக்கும் கடைசிப் பரிட்சை இருக்கு. உன் வேலை போனா உடனடியா இன்னொன்னை வாங்கிருவேன் நானு. ஒழுங்கா நான் வர்ற வரைக்கும் என் வேலைக்கு நீ போ. நல்லா இருப்ப. குழி தோண்டி மண்ணோட மண்ணா அதை புதைச்சிராத” என்றாள் அம்மா.

பொண வண்டி என அவள் சொன்னதைக்கூட பொறுத்துக் கொண்டாள் டெய்ஸி. ஆனால் அந்த வீட்டிற்கு வேலைக்குப் போகச் சொன்னதைத்தான் அவளால் பொறுக்க இயலவில்லை. அவளுடைய அம்மா பல ஆண்டுகள் அந்த வீட்டில் வேலைபார்த்த வகையில், சிலதடவை அவளோடு அந்த வீட்டிற்குப் போகவும்

செய்திருக்கிறாள் டெய்ஸி. சமையலறையில் எப்போதோ தண்ணீர் குடிக்க வைத்திருந்த பழைய பிளாஸ்டிக் தம்ளரில் டீயை ஊற்றிக் கொடுத்து, "அங்க போயி உக்காந்து குடி" என வாசலுக்கு வெளியே விரட்டியதை அவள் மறக்கவே இல்லை. ஒரு டீயைக்கூட கௌரவமாய்க் குடிக்க முடிகிறதா? என அந்த வயதிலேயே அடையாறு பாலத்தின்மீது நின்று யோசித்தும் இருக்கிறாள்.

ஆனால் அம்மா இதையெல்லாம் பக்குவமாக எடுத்துக் கொண்ட தோரணையில் இளித்துக் கொண்டு குடிக்கும் காட்சியை அடியாழத்தில் இருந்து வெறுத்தாள் டெய்ஸி. பன்றிகூட சுதந்திரமாகத்தான் மலத்தை மேய்கிறது என நினைத்தபோது, அவளுக்கு மனசில் பாரம் இறங்கியதைப் போல இருந்தது. அதற்கடுத்து அங்கே போனாலும், இலையில் ஒட்டும் நீர் போல விலகி நிற்பாள். "பெரிய மஹாராணியை வளர்க்குறேன்னு நெனைப்பு உனக்கு. ஒருநாள் இல்லாட்டி ஒருநாள் உன்னை இவ உன்னை தெருவில நிறுத்தப் போறாளா இல்லையான்னு பாரு. உனக்காக பார்க்குறேன். இல்லாட்டி இங்க நிக்காத போன்னு தொரத்தி விட்டிருவேன். அவளை பார்க்க பார்க்க வெலம் வருது" என்றாள் அந்த வீட்டுக்காரி.

திரும்பி வரும் வழியில் அவளுடைய அம்மா, "நம்மளை மாதிரி மனுசனா பொறந்தா மொதல்ல பணிவு வேணும். இல்லாட்டி குடும்பத்தில பொழப்பு நடக்குமா" என்றாள். ஆனாலும் அன்றைக்கு அதிகம் திட்டவில்லை அம்மா. டெய்ஸி அங்கே நடந்து கொண்ட விதத்தை அம்மாவுமே ஒருவேளை விரும்பினாளோ என்கிற கேள்வி இரவு படுத்திருக்கையில் எழுந்தது டெய்ஸிக்கு.

அதற்கடுத்து அவளை விட்டுவிட்டுத் தங்கையை அழைத்துக்கொண்டு போகத் துவங்கினாள் அம்மா. இப்போது வேறு வழியே இல்லாமல், அம்மாவிற்குப் பதில் டெய்ஸி போயே ஆக வேண்டும். அந்த வீட்டின் வாசல் படியில் கால்வைக்கவே அவளுக்குக் கூச்சமாகத்தான் இருந்தது. நாள்முழுவதும் அந்த வீட்டுக்காரி கடுகடுவெனவே இவளைப்பார்த்து அலைந்து கொண்டிருந்தாள். "இங்க எல்லாம் போட்டது போட்ட மாதிரிக்கு விட்டுட்டு உங்க ஆத்தா ஆஸ்பத்திரீல போயி

படுத்துக்கிட்டா. கர்ப்பப்பைதானே? என்னமோ இதயம் மாதிரி ஒரு நெனைப்பு" என்றாள். ஆங்காரமாகப் பதில் சொல்ல வேண்டுமெனத் தோன்றியது டெய்ஸிக்கு. வலியில் முனகுகிற அம்மாவின் முகம் நினைவில் வந்தது அப்போது. இன்னும் ஒருவாரம்தானே எனப் பொறுத்துக் கொண்டாள்.

படுக்கையறையைத் தண்ணீர் போட்டுத் துடைத்துக் கொண்டிருந்தபோது அந்தக் காட்சியைப் பார்த்தாள். துணி வைக்கிற அலமாரிக்கு உள்ளேயும் தன்னுடைய கடையில் இருப்பதைப் போல விளக்குகள் பொருத்தப்பட்டு இருந்தன. எழுந்து அதைத் திறந்து பார்க்கையில், முகத்தில் வெளிச்சம் பரவியதை உணர்ந்தாள். சிவப்பு நிறத்தில் நெஞ்சுப் பகுதியில் முத்துக்களும் ரத்தினங்களும் நட்சத்திரங்களைப் போல விரவிக் கிடக்கிற மாதிரியான சுடிதார். நிச்சயம் இருபத்தைந்தாயிரத்திற்கு மேல் விலையிருக்கும். அவசரமாகத் திரும்பி அறைவாசலை நோக்கிப் பார்த்தாள். வீட்டுக்கார அம்மா உடற்பயிற்சிக் கூடத்துக்குக் கிளம்பிப் போனது நினைவிற்கு வந்தது. அதை ஆசையாகக் கையால் தடவிக் கொடுத்தாள் டெய்ஸி.

அம்மாவை அன்றைக்கு மதியம்தான் வீட்டிற்கு அழைத்து வந்திருந்தார்கள். இவள் போன போது அவளுடைய அம்மா மெதுவாக நடந்து கொண்டிருந்த காட்சி தெரிந்தது. இவள் தலை தென்பட்டதும் மறுபடி ஓடிப் போய்ப் படுத்துக் கொண்டதைப் பார்த்தவாறு உள்ளே நுழைந்தாள் டெய்ஸி. கத்தரிக்காய் போட்டுக் காரக்குழம்பும் வாழைக்காய் பொரியலும் செய்து வைத்து விட்டுப் பக்கத்தில் இருக்கிற தோழி வீட்டிற்குப் போனாள். இரண்டு பேர் தனித்தனிப் படுக்கையில் படுத்தபடி அனத்துவதை அவளால் சகிக்கவே முடியாது.

நடந்து போகையில் சர்ச்சில் இருந்து "எதிரிகள் முன் விருந்தொன்றை ஆயத்தம் பண்ணுகிறார்" எனப் பாட்டுச் சத்தம் தூக்கலாகவே கேட்டது. அன்றைக்கு சிறப்பு ஆராதனை எதுவோ போல. ரசிகாவின் வீட்டில் அவள் இருந்த போது தங்கை படபடப்பாக ஓடி வந்து

டெய்ஸியின் முன் நின்று, "அம்மா வேலை செய்ற வீட்டுப் பொம்பளை பாதர் முன்னாடி வந்து பயங்கர சண்டை. அம்மாவும் அங்கதான் இருக்கா. நீ சீக்கிரம் வா" என்றாள்.

எழுந்து நின்ற டெய்ஸிக்கு அப்போது தலைசுற்றுவதைப் போல இருந்தது. உடன் வருகிறேன் எனச் சொன்ன ரசிகாவை வேண்டாம் என்று சொல்லிவிட்டு தங்கையோடு விரைந்தாள். தூரத்தில் இருந்து பார்த்த போது, சர்ச்சில் பாதிரியாரிடம் தொலைபேசித் திரையைக் காட்டி அந்த அம்மா பேசிக் கொண்டு இருந்தாள்.

இவள் போய் நின்றபோது, "ஏன் பாதர் சர்ச்சில அடுத்தவங்க பொருளை திருடறதுக்குத்தான் கத்துக் குடுப்பீங்களா. பாவம், புண்ணியம், தர்மம்ன்னு எதையும் சொல்லித் தர மாட்டீங்களா" என்றாள். எதையும் யோசிக்காமல், "நான் திருடலை" என்று சத்தம் எழுப்பினாள் டெய்ஸி. "திருடிட்டு அவளோட திமிரை பாத்தீங்கள்ள. அதான் நான் அவள் வந்து போற சர்ச்சுக்கு வந்து கம்ளைண்ட் பண்ணேன். இப்ப போலீஸுக்கும் போவேன். அதில பத்தாயிரம் ரூபாயையும் காணோம்" என்றாள்.

அவளைக் கையமர்த்தி விட்டு, பாதிரியார் டெய்ஸியைக் குறுகுறுவெனப் பார்த்துவிட்டு, "அவங்க ட்ரெஸ்ஸ எடுத்து போட்டு போட்டோ எடுத்தது தப்பில்லையா" என்றார். பதிலேதும் சொல்லாமல் குனிந்து கொண்டாள் டெய்ஸி. அதைப் பார்த்த வீட்டுக்காரி, "என்னா நெஞ்சழுத்தம் பாருங்க. காணாம போன பத்தா—யிரம் ரூவா எனக்கு இப்பவே வேணும். அவ போட்ட ட்ரெஸ்ஸ எப்பவோ நான் எரிச்சுட்டேன். எனக்கு காசு வராட்டி இப்பவே போலீஸுக்கு போவேன்" எனப் பாதிரியாரை நெருங்கிப் போய் கத்தினாள்.

அங்கே இருந்த கூட்டத்திடம் இதை திருப்பியும் சொன்னாள். அமலோற்பவத்துக்கு அவமானத்தால் பொங்கிய அழுகையை அடக்க முடியவில்லை. அருகில் இருந்த வயர்க்கூடையை எடுத்து டெய்ஸியின் முதுகில் சத்தம் வர அடித்து விட்டு, "நெனைச்சேன். செஞ்சு முடிச்சிட்டா. குடி கெடுத்த பாவி" என்றாள்.

பாதிரியார், டெய்ஸியின் தாய்மாமா இருவரும் பணம் பற்றித் தனியே அழைத்துப் போய் வாய் வலிக்கக் கேட்டுப் பார்த்தார்கள். குனிந்த தலையை அவள் நிமிர்த்தவே இல்லை. ஒன்றும் அவளது வாயில் இருந்து வெளியே வரவே இல்லை. குரல்வளையிலேயே ஒட்டிக் கொண்டது அச்சொல்.

பாதிரியார் அந்தப் பணத்திற்குத் தான் பொறுப்பு என ஏற்றுக்கொண்டு சமாதானம் செய்து அந்த அம்மாவை அனுப்பி வைத்தார். டெய்ஸி தேவாலயத்தின் வா—யிற்படிக்கு அருகில் தலைக்கு மடியை முட்டுக் கொடுத்து அமர்ந்து இருந்ததைப் பாதிரியார் தூரத்தில் இருந்து பார்த்துக் கொண்டிருந்தார். அவள் வேறு எதுவும் செய்துவிடக் கூடாது என்கிற பதைபதைப்பும் அவருக்குள் இருந்தது.

நீண்ட நேரம் கழித்து தீர்மானமாய் எழுந்து நின்ற டெய்ஸி, பாவமன்னிப்புக் கூண்டை நோக்கி நடந்தாள். புரிந்து கொண்டவராய் பாதிரியாரும் அதனை நோக்கி சிறுபுன்னகையுடன் ஆவலோடு முன்னேறி வந்தார். டெய்ஸி வழக்கம் போல அதிகமாக எல்லாம் பேசவில்லை. நொடிகளுக்கும் குறைவான நேரத்தில் அதை காதினுள் வீசிவிட்டு எழுந்த பின், முதுகைத் திருப்பி நின்றமேனிக்கு இருந்த யேசு சிலையை வெறித்து ஒருதடவைப் பார்த்து விட்டு, காற்றைப் போல நடந்து மறைந்த காட்சியைப் பாதிரியார் அந்த தேவாலயத்தில் தீர்மானமான செயலாகப் பார்த்தார்.

இரவு உறக்கத்தில் டெய்ஸி முனகும் சத்தம் லோகுவிற்கு நன்றாகக் கேட்டது. வழமையாய் இருளிற்குள் விழித்துக் கிடக்கிற அவருக்கு கடைசியாய் அவள் சொன்னது, ஒரு சத்திய வாக்கைப் போலக் காதிற்குள் ஒலித்தது. விரக்தியைப் போலவொரு பாவனையை ஏந்தி இருளிற்குள் சிரித்தார். திரும்ப அந்த வாக்கைத் தனக்குள் சத்தமாகச் சொல்லிக் கொண்டார் லோகு.

"இனிமேல் அந்தாளுக்கும் எனக்கும் எந்த சம்பந்தமும் இல்லை".

ஜிலேபி

சின்ன வயதில் இருந்தே ராகவனுக்கு ஜிலேபி என்றால் கொள்ளைப் பிரியம். மீசை அரும்பின காலத்தில் அவன் பார்த்தவொரு படத்தில் முதலிரவு காட்சியொன்றில் அவளுக்கு ஜிலேபியை நாயகன் ஊட்டி விடுகையில், அவள் நாணிச் சிரிப்பாள். ஜிலேபியைவிட குறிப்பாய் அந்த நாணம் ராகவனுக்குள் கிளர்ச்சியை உண்டு பண்ணியது.

புகழ்பெற்ற ஆங்கிலப் பத்திரிகையின் தமிழ்ப் பதிப்பில் சர்வே ஒன்று வந்திருந்தது. அதை ஆர்வமாக வாங்கிப் படித்தான் ராகவன். ஒருத்தனுக்கு எதனாலெல்லாம் எழுச்சி ஏற்படுகிறது எனக் கேள்வி கேட்டுப் பதிலை வாங்கிப் போட்டிருந்தார்கள். ஒருத்தன் பெண்களின் செருப்பைப் பார்த்தால், எழுச்சி வருகிறது என்று சொல்லி இருந்தான், மிகவித்தியாசமாக. இன்னொருத்தன் சமையல்கட்டு, அடுத்தவன் காரின் பின்புறம் என்றெல்லாம் வகை வகையாகச் சொல்லி இருந்தார்கள். அதனடிப்படையில் ஜிலேபியினுடைய நாணமொன்றும் தகாதது அல்ல என்கிற முடிவிற்கு வந்து சேர்ந்தான் ராகவன். தவிர அவனிடம் கேட்டிருந்தால்கூட, அதைத்தானே சொல்லி இருப்பான்?

குளியலறையில் புகுந்து கொண்டு, படத்தில் கண்ட காட்சியை மீளவும் எண்ணித் தனக்குத்தானே கைக்கிளர்ச்சியடைந்து கொண்டிருப்பான். அந்தக் காட்சி மட்டுமே பல வருடங்களாக அவனுக்குத் தேவையும் பட்டுக் கொண்டு தொடர்ந்தது. வெளியே இருந்து அவனுடைய அம்மா, “இதே ரோதனையா போச்சு இவனோட. பொம்பளைக குளிக்கிற மாதிரி இவ்வளவு நேரமாவா குளிப்ப” எனக் குரலெழுப்பிக் கதவைத் தட்டுவாள். வேண்டா வெறுப்போடு துண்டை வைத்துத் தலையைத் துவட்டியபடி வெளியே வரும் ராகவன், தனது அம்மாவின் கண்களை அந்த மாதிரியான சமயங்களில் ஏறிட்டும் பார்க்க மாட்டான்.

அவனுடைய அப்பா திருப்பூரில் ஒரு சாயப் பட்டறையில் வேலை பார்த்தார். நீண்ட காலமாக அங்கே வேலை பார்த்த காரணத்தினாலேயே, சீக்கு வந்து சீக்கிரமாகச் செத்தும் போனார். அவர் செத்தபோது பனிரெண்டாம் வகுப்பு கடைசிப் பரிட்சை எழுதினான். அதற்கடுத்து மேலே படிக்கப் போக முடியவில்லை. படிக்கிற காலத்திலேயே பக்கத்தில் இருந்த செல்போன் கடைக்குப் பகுதி நேரமாக வேலைக்குப் போனான். அம்மா திருப்பூர் நெடுஞ்சாலைகளில் பழ வியாபாரம் செய்தாள். அவனுடைய தயவில்லாமலேயே அவளால் வாழ்க்கைப்பாட்டிற்கான தொகையை, சாலையில் அமர்ந்தபடியே திரட்ட முடிந்தது. அக்கா ஒருத்தியை அப்பா சாவதற்கு முன்பே காங்கேயத்தில் கட்டிக் கொடுத்து அனுப்பி விட்டார்கள்.

அக்கா வீட்டோடு அம்மா சாயம் மாதிரி ஒட்டிக் கொண்டாள். அடிக்கடி அவள் காங்கேயத்திற்குக் கிளம்பிப் போய்விடுவாள். திருப்பூரில் வீட்டில் இருக்கிற சமயங்களில் மட்டும் அவனுக்கு சமைத்துப் போடுவாள். தலைதடுமாற குடித்துவிட்டு வந்தாலும், கேட்பதற்கு நாதியில்லை வீட்டில். பெரும்பாலும் ராகவன் வீட்டுக்கு வெளியேதான் அதிகமும் சாப்பிட்டுக் கொண்டிருந்தான்.

செல்போன் கடையில் முழுநேரமாக வேலையில் சேர்ந்த பிறகுதான் ராஜலட்சுமியைப் பார்த்தான். நாள்முழுக்க கடையில் நின்று கொண்டிருக்கிறதனால் வரும் அயர்ச்சியைப் போக்க வழிதேடிக் கொண்டிருந்த காலமது. கொஞ்சம் கருத்திருந்தாலும், ஜிலேபி காட்சியில் நாணிய அந்நடிகையைப் போலவே ஒருசாயலில் ராஜலட்சுமி இருந்தாள். ராகவன் அவளோடு பேச்சுக் கொடுத்து அவளது எண்ணை வாங்கிக் கொண்டான்.

முதலில் தவறிய அழைப்பை விடுத்தது ராஜலட்சுமிதான். "தெரியாம டச்ல கை பட்டிருச்சு" என்றாள் பேசும்போது. பாய்ந்து திருப்பி அழைத்தது ராகவன். முதல் பேச்சிலேயே முழுக் கதையையும் சொல்லிவிட்டாள் ராஜலட்சுமி. அவளுடைய கணவன் மேலுக்கு முடியாமல் இருக்கிறான். இவள்தான்

சம்பாதித்து இரண்டு குழந்தைகளையும் பார்த்துக் கொள்ள வேண்டும். என்ன செய்தாலும் கையில் பணம் இருப்புக் கொள்ளவே மாட்டேன் என்கிறது. ஏதாவது புதிதாகத் தொழில் பண்ணலாமா என யோசிப்பதாகச் சொன்னாள். குறிப்பாய் அவனையும் ஒருஆளாக மதித்துப் பேசினாள்.

ராகவன் அவளுக்கு வியாபாரம் துவங்க யோசனைகள் சொல்வதாகச் சொன்னான். அவள் அரக்கு நிறச் சேலை கட்டி அவனைப் பார்க்க அடுத்தமுறை வந்தாள். தலையில் மல்லிகைப்பூச் சரத்தைப் பிளந்த வாக்கில் தொங்கப் போட்டிருந்தாள். ராகவன் அவள் மடியில் சொக்கிப் போய் அந்தக் கணத்தில் விழுந்தான். “ஒரு தம்பியோட அக்காவ லவ் பண்றோம். ஒரு அண்ணனோட தங்கச்சியை லவ் பண்றோம். ஒரு அப்பாவோட மகளை லவ் பண்றோம். ஏன் ஒரு புருஷனோட பொண்டாட்டிய லவ் பண்ணக் கூடாது?” என விபரீதமாக யோசித்தான். அவளை எப்படியாவது கரங்களுக்குள் கிடத்தி, ஜிலேபியை வாயில் திணித்து அந்த நாணத்தைப் பெற்று விடவேண்டுமெனத் திட்டமிட்டான் ராகவன்.

இவன் இந்த விபரீதத்தில் மூழ்கி இருந்த நிலையில், அவள் வேறொரு திட்டத்தில் இருந்தாள். ஊரில் ஒதுக்குப்புறமாக மசாஜ் பார்லர் ஆரம்பிக்கலாம் என்றாள். அவளது சிநேகிதி தன்யா அப்படித்தான் ஒன்றைத் துவக்கின அடுத்த மாதத்திலேயே ஸ்கூட்டி வாங்கி வி[illegible]தாகச் சொன்னாள். உடனடியாகவே அந்த யோசனை ராகவனுக்குப் பிடித்து விட்டது. ஏனெனில் அவன் சில நேரங்களில் உடல் மதமதப்பிற்காக அங்கே போய் வந்திருக்கிறான்.

எப்படியாவது ஒரு ரெண்டாயிரம் ரூபாயைத் தேற்றிக் கொண்டு உள்ளே போய்விடுவான். கடைசியில் அவனுக்குக் கரத்தால் ஆலிங்கனம் செய்யும் போது அந்த நாணக் காட்சியைக் கற்பனையில் கொண்டு வருவான். ஆனால் பக்கத்தில் அதைச் செய்கிறவளின் மீது அவனது சுண்டுவிரல்கூடப் படாது. இதுகுறித்த தோராயமான அனுபவம் உண்டு என்பதால், அவளது திட்டம் அவனுக்கு உகந்ததாகவும் பட்டது. அவனது

நண்பர்கள் சிலரே இந்தத் தொழிலில் இருக்கிறார்கள் என்பதால், அது நல்ல யோசனையாகவும் தெரிந்தது.

"என் புருஷனுக்கு துரோகம் பண்ணக் கூடாது. என்னால யாருக்கும் முந்தானையை விரிக்க முடியாது. சத்தியமா நெஞ்சில இருந்து சொல்றேன் இதை. மசாஜ்னா தொட்டுத் தடவுனா போதும். எல்லா சதையும் ஒண்ணுதானே? ஆனா மத்ததை என் வாழ்நாள்ள ஒரு போதும் பண்ண மாட்டேன். அதுக்குத்தான் இந்த தொழிலுங்கறேன். இல்லாட்டி அதுக்கே போயிருக்க மாட்டேனா? இதுல நல்ல காசும் கெடைக்குது" என்றாள் நீட்டி முழக்கி. அவள் சபதத்தையெல்லாம் அப்புறம் பார்த்துக் கொள்ளலாம் என்கிற இடத்தில் இருந்த ராகவன், மட்டன் திங்க மாட்டாள், ஆனால் குழம்பு மட்டும் ஊற்றிக் கொள்வாள், என எளிமையாக அதைப் புரிந்து கொண்டான்.

சொந்த ஊரில் செய்ய முடியாது என்பதால், தாராபுரத்தில் செய்யலாம் என முடிவு எடுத்தார்கள். ராகவனுக்குத் தெரிந்த நண்பன் ஒருத்தனின் வழியாக கட்டிக் கொண்டிருந்த கட்டுமானம் ஒன்றின் உச்சியில் உள்ள அறையை வைப்புத் தொகை செலுத்தி எடுத்தார்கள். ராஜலட்சுமி பதினைந்தாயிரம் ரூபாய் பணத்தை அவள் பங்காகப் போட்டாள். மிச்சம் ராகவனுடையது என்று முடிவானது.

அவர்கள் புழங்குகிற அறை நன்றாகக் கட்டி முடிக்கப்பட்டிருந்தது. வெளிப்புறம் மட்டுமே பூசப்படவில்லை, ஆனாலும் செயல்பட ஒன்றும் பழுதில்லை. ராகவனின் நண்பன்தான் குறைந்த விலையில் படுக்கிற பழைய மசாஜ் மேசையை வாங்கிக் கொண்டு வந்தான். எண்ணையேறி வழுவழுவென இருந்தது, தயிரும் நெய்யும் உண்ட ஒரு உடலைப் போல. "பால் காய்ச்சணுமா" என ராஜலட்சுமி முகத்தில் கேள்விக்குறியோடு கேட்டதைக் காதில் வாங்காமல், செல்போனில் மசாஜிற்குத் தூண்டில் போட்டு ஆள் பிடிக்கும் வேலையில் இறங்கினார்கள்.

ராகவனுக்கு இந்த தொழிலைப் பற்றி நன்றாகத் தெரியும். அதன் கிளுகிளுப்புக் கதைகள் பற்றி அதை

நடத்துகிற நண்பர்களிடம் இருந்து ஏற்கனவே கேட்டுமிருக்கிறான். அந்தக் கதைகளைக் கேட்பதற்காகவே ஒருத்தனை அவன் தேடிப் போய்ச் சந்திக்கவும் செய்வான். பெரிய பெரிய ஹோட்டல்களில் இருக்கும் மசாஜ் மையங்களுக்கு எல்லாம் சிக்கல் இல்லை. விபச்சாரத்தைத் துணைக் கிளையாகக் கொண்டு இயங்கும் மையங்களுக்குத்தான் சிக்கல் எனக் கேள்விப்பட்டிருக்கிறான். அடிக்கடி காவல்துறையினர் வந்து கொத்தாகத் தூக்கிக்கொண்டு போய்விடுவார்கள் என்பதும் ராகவனுக்குத் தெரியும்.

ஆனாலும் இந்த தொழில் அந்த மசாஜை போலவே வழுவழுப்பானது என்றுணர்ந்தான் அப்போது. நாற்பத்தி ஐந்து நிமிடத்திற்கு இரண்டாயிரம் ரூபாய். சும்மா ஏதாவது, வாசானதிபாரிபூரண என்கிற மாதிரி பெயர் சொல்லி ஒரு எண்ணையை உடல் முழுக்கத் தேய்த்து கடைசியில், “ஹேப்பி எண்டிங்” எனக் கையால் மகிழ்ச்சி அளித்துத் திருப்பி அனுப்பி விட வேண்டும். ஒருநாளைக்கு எத்தனை நாற்பத்தைந்து நிமிடங்கள் எனக் கணக்குப் போட்டான் ராகவன்.

அவளுமே அடிக்கடி வந்து, முதுகிற்குப் பின்புறம் நின்று செல்போனை எட்டிப் பார்த்தாள். அவளது கண்களிலுமே புதிய தொழில் ஒன்றைத் துவக்குகிற ஆர்வம் எதற்கும் தயார் என எட்டிப் பார்த்தது. முதல்நாள் ஒருத்தர்கூட சீண்டவில்லை. இரண்டாம் நாள் மதியம் போல ஒருத்தன் அந்த எண்ணிற்கு அழைத்தான். தொழிலுக்குப் புதியவர்கள் என்பதால், ஏதோ ஹெராயின் கடத்துவதைப் போல ரகசியமாக அவனைப் பல இடங்களில் நிறுத்திச் சோதித்து அழைத்துக் கொண்டு வந்தார்கள்.

ஆனால் வந்தவனுக்கு இதெல்லாம் பழைய சமாச்சாரம் போல. “நல்லா பண்ணி விடச் சொன்னா தனியா டிப்ஸ அங்க தந்திடறேன். டச்சிங்குக்கும் சேத்து” என்றான். ராஜலட்சுமியோடு அவனை அறைக்குள் தள்ளும் போது மட்டும் ஒருசங்கடம் ராகவனின் நெஞ் சிற்குள் எழுந்தது. அந்த ஒருகணம்தான், சுதாரித்து மீண்டு குறுகுறுப்பான அந்த உலகத்தினுள் லயித்து விழுந்தான் ராகவன்.

முதல் தொழிலை முழுமுற்றாய்ச் செய்து முடித்து விட்டாள் ராஜலட்சுமி. வெளியே வந்தவன், "நாளைக்கும் வருவேன். நல்லா இருந்துச்சு" என்றான். ராகவன் அவளைத் திரும்பிப் பார்த்த போது, அவள் சிரித்துக் கொண்டிருந்தாள். அந்தச் சிரிப்பு என்னவோ போல இருந்தது ராகவனுக்கு. அடுத்த நாளும் திரும்பி வந்தான் அவன்.

அந்த முறை அறைக்குள் இருந்து குரல் எடுத்துக் கத்தினாள் ராஜலட்சுமி. ராகவனும் அவனது நண்பனும் அறைக் கதவைத் தட்டி உடைத்து உள்ளே போனார்கள். இந்த மாதிரி மையங்களில் ஏன் உள்பூட்டே இருப்பதில்லை என்பது அப்போதுதான் அவர்களுக்கு உரைத்தது. வந்திருந்தவன் அவளைக் கட்டிலுக்குக் கீழே கிடத்தி கால்களை விரித்துச் சுவரோடு சாய்த்து வைத்திருந்தான், இவர்கள் போனபோது. ராஜலட்சுமி இடுப்பு வரை நிர்வாணமாக இருந்தாள். இவர்கள் உள்ளே நுழைந்ததும் அவசரமாகத் தரையில் கிடந்த துணியை எடுத்து மேலே போர்த்திக் கொண்டாள். அவனது முதுகில் ஒரு அடியைப் போட்டதும் வேக வேகமாக எழுந்து அவனும் உடைகளை அணிந்தான். வேகமாக எழுந்து போய் உள்ளே இருந்த கழிவறைக்குள் புகுந்து கொண்டாள் ராஜலட்சுமி.

வேறு எதுவும் சிக்கல் வரக்கூடாது என்பதால், அவனை அமைதியாகப் போவதற்கு அனுமதித்தார்கள். அவனுமே கொஞ்சம் அரண்டு போயிருந்தான். போவதற்கு முன்பு, "வலுக்கட்டாயமா காலை இப்படி விரிச்சு வைக்க முடியுமா" என்றான். அவன் போனதுமே ராகவன் அவளை அழைத்து, "அவன் சொன்னதுல கொஞ்சம் உண்மை இருக்கு. என்ன நடந்துச்சு?" என்றான்.

"கொஞ்சம் அசந்திட்டேன். நானும் மனுஷிதானே? அப்புறம் திடீர்னு வீட்டுக்காரர் நினைப்பு வந்திருச்சு. அதான் சத்தம் போட்டேன்" என்று சொல்லிவிட்டு, சடக்கென அழுதபடி ராகவனின் நெஞ்சில் சாய்ந்து கொண்டாள். திடுக்கிட்ட ராகவன் என்ன செய்வது என்று தெரியாமல், சினிமாவில் செய்வதைப் போலக் கைகள் இரண்டையும் காற்றில் வீசிப் பிறகு அவளது முதுகை அணைத்துக் கொண்டான். சிறிது நேரத்திலேயே வேகத்தோடு அவள் விலகியும் கொண்டாள்.

அவள் முகத்தையே குறுகுறுவென உற்றுப் பார்த்தான். அதற்கு முன் அவள் செய்த அத்தனையுமே உண்மையாகச் செய்ததைப் போலத் தோன்றியது அவனுக்கு. அந்த நேரத்தில் அவள் நாணிச் சிரித்தது ராகவனுக்குள் கிளர்ச்சியை உண்டு பண்ணியது. ஒருநாள் இல்லாவிட்டாலும் ஒருநாள் தன்னிடமும் அசந்து போகத்தானே போகிறாள்? அப்போது வைத்துக் கொள்கிறேன் என எண்ணினான் ராகவன். அவளது நாணம் அவனுக்குள் தொடர்ந்தபடியே இருந்தது.

மூவரும் அமர்ந்து மதியம் பியர் குடித்தார்கள். அவனது நண்பனான மாதேஸ் நேரடியாகவே விஷயத்திற்கு வந்துவிட்டான். "மசாஜ் பார்லர்ல நம்மாள ஜெயிக்க முடியாது. தொட்டுத் தடவிட்டு கடைசில முடியாதுன்னு சொன்னா மிருகமா சிலர் இந்த மாதிரி ஆகத்தான் செய்வாங்க. பாதுகாப்பான இடத்தில தொரத்தி விடலாம். ஆனா நாம இந்த இடத்தில பயந்து பயந்து செஞ்சுக்கிட்டு அதைச் செய்ய முடியாது. எதுக்கு இந்த சீப்பிடிச்ச வேலை. பேசாம நேரடியா படுக்கிற தொழிலயே இன்னும் கொஞ்சம் ஆட்களை சேத்து பெரிசா செஞ்சுட்டு போகலாம். என்ன சொல்ற ராஜலட்சுமி?" என்றான். எடுத்த எடுப்பிலேயே அவள் முடியவே முடியாது என மறுத்து விட்டாள். அந்த முடிவைப் பெருமையாக உணர்ந்தான் ராகவன்.

ஆனால் இருவரையும் இந்தத் தொழிலில் இறக்கி விட்ட வகையில், உடன் இருந்து உதவிகள் செய்வதற்கு ஒத்துழைப்பதாகச் சொன்னாள் ராஜலட்சுமி. ஏனெனில் ஏற்கனவே அந்த இடத்தை வாடகைக்கும் எடுத்தும் விட்டனர். இனி திரும்ப முடியாது இதிலிருந்து. மேல்வேலைகளுக்கு ராஜலட்சுமி உடன் இருப்பது, ஏற்கனவே இந்த தொழிலில் இருக்கும் விக்கியை கூடவே வைத்துக் கொள்வது, மேலும் இரண்டு பெண்களை அழைத்துக் கொள்வது என முடிவு எடுத்தார்கள்.

அதன்படி விக்கி உடனடியாகவே கிளம்பி வந்தான். "ஏன் இவளே நல்ல பீஸுதானே? ஏன் முடியாதாமாம்" என்றான் ராஜலட்சுமியை பார்த்து. "இந்த தொழிலுக்கு நான் பணம் போட்டிருக்கேன். மேலயும் போடப்

போறேன். அதனால எவனும் என்னை போட வேண்டியதில்லை" என்றாள் மப்பாக. பக்கத்து காவல்நிலையத்தில் விக்கியுடைய உறவினர் ஒருத்தர் வேலை பார்ப்பதாகவும், அவர் சிக்கல் வராமல் பார்த்துக் கொள்வார் என்றும் மாதேஸ் சொன்னான். விக்கி அடிக்கடி ராஜலட்சுமியைக் குறுகுறுவெனப் பார்த்தவாறே தனது திட்டங்களை விவரித்துக் கொண்டிருந்தான்.

அவன் சொன்னது எல்லாமே வாயையும் பிளக்க வைக்கிற மாதிரிக் கதைகள். உண்மையில் அவனுடைய பெயர் ராஜதுரை. விக்கி எனப் பெயர் மாற்றத்தை அவனாகவே செய்து கொண்டானாம். கெஜட்டில் மாற்றி விட்டானா என்று தெரியவில்லை. "விக்கிங்கறது இந்த தொழிலோட அடையாளம். உங்களுக்கு தெரியுமா அவன் ஒரு சர்வதேச புரோக்கர். நாம இங்க அய்யக்கா பாளையத்தில இருந்தும் அம்மச்சி புரத்தில இருந்தும் வத்தலும் தொத்தலுமா ஆளைத் தேடிக்கிட்டு இருக்கோம். அவன் ரஷ்யா, அமெரிக்கான்னு உலகத்தில எல்லா மூலைகள்ள இருந்தும் ஆட்களை சென்னைக்கு கொண்டு வந்துடுவான். ஒருகோடி ரூபாய்க்கு கூட அவண்ட ஆள் இருக்கு. உலகத்தில இருக்க அபூர்வமான வைரத்தையும் வைடூரியத்தையும் கொண்டு வந்து படுக்கையில தள்ளிடுவான். உலக பேமஸு அவன். தனி ப்ளைட்டே வச்சிருக்கானே பாறேன். ஒழுங்கான லிங்க் கிடைச்சா போதும் இந்த தொழில்ல உச்சத்தில போய் உக்காந்திரலாம். ஒண்ணேமுக்கால் இஞ்சுதான். ஆனா அது தங்கச் சுரங்கம்" என்று அவன் சொல்வதைத் துளி சங்கோஜம் இல்லாமல் வாய்பிளந்து கேட்டுக் கொண்டிருந்தாள் ராஜலட்சுமி. வெறும் கதைதானே? அந்தப் பாவனையில் ராகவனுமே அவ்வாய் பிளத்தலை எடுத்துக் கொண்டான்.

சென்னையில் பெங்களூரில் ஹைதராபாத்தில் செயல்படுவதைப் போல நவீனமாக அந்த குட்டி ஊரில் செயல்பட வேண்டும் என்றான் விக்கி. அந்த அறைக்குப் பக்கத்தில் இன்னொரு அறையும் வேண்டும், ஒருமணி நேரத்திற்கு மூவாயிரம் ரூபாய், வெளியே போவது என்றால் பத்தாயிரம் ரூபாய், அதுவொரு ஐந்துமணி

நேரக் கணக்கு, முழு இரவும் போன்ற வாய்ப்புகளைக் கடைசியாகப் பயன்படுத்திக் கொள்ளலாம் என்றான். விக்கியின் இன்னொரு நண்பன் வழியாக அடுத்த வாரம் இரண்டு பெண்கள் இறங்கி விடுவார்கள் என்றும் முடிவானது.

திட்டங்களெல்லாம் நடந்தேறுவதற்கு முன்பு விக்கி செய்த செயல்தான் குழுவில் முதல் குழப்பம் எழுவதற்குக் காரணமாக அமைந்தது. தன்னுடைய செல்போனில் விளம்பரங்களைக் கொடுத்த விக்கி, இணங்கி வருபவர்களுக்கு பொய்யான பெண்கள் இருவரின் படங்களை அனுப்பினான். அந்தப் படங்கள் எல்லாவற்றையும் அவன் இணையத்தில் இருந்து தரவிறக்கம் செய்திருந்தான்.

அந்தப் படங்களைப் பார்த்து எச்சில் ஒழுகி முன்னேறி வருபவர்களை பேருந்து நிலையம், பஜார் என அலையவிட்டான். கடைசியில் எதிரே இருந்த வங்கியைக் காட்டி, "சார் நாங்க வெளீல இருந்து பேசறோம். எதிர்ல இருக்க வீட்டுக்குள்ள பொண்ணுங்க ரெண்டு பேரும் இருக்காங்க. நீங்க போய் சூஸ் பண்ணிக்கோங்க. நல்லா கோவாப்ரேட் பண்ணுவாங்க. இப்ப பேங்கில முதல்ல காசை போட்டு விடுங்க" என்றான். சிலர் சுதாரித்துக் கொண்டார்கள். சிலர் நப்பாசையில் அவன் சொன்ன வங்கிக் கணக்கில் போட்டார்கள். உடனடியாகத் தொலைபேசியை அணைத்து விட்டு, "லூஸானுக. எவ்வளவுதான் பெரிய ஆளா இருந்தாலும் இதுன்னு வந்துட்டாலே கண்ணை மறைச்சிருது பாறேன்" என்றான். இரண்டு மூன்று பேர் அப்படி ஒரேநாளில் மாட்டினார்கள். பெண்கள் வருகிறவரை அதை ஒரு விளையாட்டைப் போல ஆடினான் விக்கி.

ராகவனைத் தனியே அழைத்த ராஜலட்சுமி, "அவன் தப்பான ஆளு. ஆசை காட்டி மோசம் பண்றது தப்பு. அன்னைக்கு செஞ்சதுக்கே இன்னமும் நான் குறுகிக்கிட்டு இருக்கேன். இவன் சவகாசத்தை விட்டொழி" என்றாள். "எனக்கும் தெரியுது. கொஞ்சம் பொறுத்துக்கோ. நமக்குன்னு லிங்க் கிடைச்சதும் விலகிக்குவோம்" என்றான் ராகவன்.

ஆனாலும் ராஜலட்சுமியின் மனம், ராகவன் அவளிடமிருந்து விலகிப் போவதை அதன் ஆழத்தில் உணர்ந்தது. சிவகாசியில் இருந்து கிளம்பி வந்திருந்தனர் இரண்டு பெண்களும். புகைப்படத்தில் பார்த்ததைவிட மேலும் வயதானவர்களாகத் தெரிந்தார்கள். ராகவனுக்கு பிடிப்பில்லாமல் போனது அதைப் பார்த்து. "மொதல்ல சும்மா அனுப்பிச்சு பார்த்து ஆழம் பார்ப்பாங்க. அப்புறம் நல்ல பீஸா அனுப்புவாங்க" என்றான் விக்கி. ஆனால் அதற்குமே கல்லூரிப் பையன்கள் நிறையப் பேர் ஆவலாய் வந்து போனார்கள். ஒருதடவை அதில் ஒருத்தி வயிறு வலிக்கிறது என்று பொய் சொன்ன போதுகூட அவள்தான் வேண்டுமென அடம்பிடித்தான் அந்தக் கல்லூரிப் பையன். "நல்லா வாசிச்சா எந்த பாம்புமே மகுடியே இல்லாட்டினாலும் நல்லா ஆடும்" என அதற்குக் காரணம் சொன்னாள் அவள். இருவரையும் பார்த்துவிட்டு சங்காத்தமே வேண்டாமெனத் திரும்பிப் போன கூட்டமும் உண்டு.

ஆள் வராத சமயங்களில் எல்லோரும் கூட்டாக அமர்ந்து பேசிக் கொண்டிருப்பார்கள். அத்தனை பேருக்கும் சேர்த்து அந்தப் பெண்களே சமைத்தார்கள். "மொச்சை போட்டு புளிக் குழம்பு வச்சிருக்கேன். எங்க வீட்டில இதைத்தான் அடிக்கடி செய்வேன். மொளப்பாறி எடுக்கிற திருவிழாவுக்கு மட்டும் ரெண்டு பேரும் ஓடிப் போய்ட்டு ஓடி வந்திர்றோம். குழுவில அதுக்காக பணம் கட்டிருக்கேன். இங்கதான் ஆட்கள் கொஞ்சம் ஏறி வர்றாங்க. எங்கூர்ல எல்லாம் செல்லாக்காசு" என்று சகஜமாகப் பேசிக் கொண்டிருந்தாள் லாவண்யா.

ராகவன் அவர்கள் இருவரையும் உற்றுப் பார்த்தான். ஒன்றுமே தனக்குள் நிகழவில்லை என்பதை உணர்ந்தான். அவர்கள் கோவில் திருவிழாவிற்குக் கிளம்பிப் போன போது, விக்கியின் தொடர்பில் இருந்தவர்கள் வட இந்தியாவைச் சேர்ந்த இரண்டு பெண்களை அனுப்பினார்கள். பீகாரோ? சதீஸ்கரோ? இரண்டுமே இடுப்பு உயரத்திற்கு ஆள் குட்டையாக, ஆனால் நெஞ்சு விரிந்து இருந்தார்கள். பார்ப்பதற்குச் சின்னப் பெண் போலவே இருந்தாலும், முகத்தில் மட்டும் தடிப்பு தெரிந்தது.

"ஆள்க பாக்கிறதுக்கு இப்படி இருக்காங்க. அவளோட உண்மை வயசை கேளு முப்பதும்பா" என்றான் மாதேஸ். ராகவன் விசாரித்துப் பார்த்ததில் உண்மை என்று தெரிந்தது. அந்த நேரம்பார்த்து வழக்கமான வாடிக்கையாளப் பையன் வந்து நின்றான். பொதுவாக இந்தத் தொழிலில் புழங்குபவர்கள் எல்லோருமே புனைப் பெயர்களைத்தான் சொல்வார்கள் என்பதால், வருகிறவர்களை அவர்களது செய்கையைக் கொண்டு நினைவில் வைத்துக் கொள்வார்கள். "கீச்செயினை கைல வச்சு சுத்திக்கிட்டே இருப்பாரே" இந்த மாதிரி.

பதினைந்தாயிரம் பணம் கொடுத்து அவர்களுள் ஒருத்தியை இரவு முழுக்க வெளியில் அழைத்துச் செல்வது என முடிவெடுத்தான். ஆனால் அதற்கு ராஜலட்சுமி ஒத்துக் கொள்ளவே இல்லை. "அது ரெம்ப தப்பு. மொழி தெரியாத புள்ளை. அவளை எப்புடி நம்பி அனுப்ப முடியும்? நாமென்ன பலசாலியா? நாளைக்கு உசுருக்கு ஒண்ணுன்னா என்ன செய்றது?" என்றாள். அறைக்குள் விக்கி கையை ஓங்கிக் கொண்டு அவளை அடிக்கப் பாய்ந்தான்.

அவன் யாருடைய அனுமதியையும் கேட்காமல், அந்தப் பெண்ணைக் காரில் ஏற்றி அவனோடு அனுப்பி வைத்தான். அவளுமே தயங்கித் தயங்கித்தான் கிடைக்கப் போகும் மூவாயிரம் ரூபாய் பணத்திற்காக காரில் ஏறினாள். மறுநாள் காலையில் அவள் முகமெல்லாம் வீங்கிப் போய்த் திரும்பி வந்தாள். ஓடிப் போய் ராஜலட்சுமி அவளைக் கட்டிக் கொண்டாள். அவளுக்குத் தெரிந்த மொழியில் நடந்ததைச் சொன்னாள். "நோ செல்ப். நோ இஷ்டம். நூடுல்ஸ் மாதிரி இருந்துச்சு. கவர் போடாம புல்நைட் மவுத் பண்ணச் சொல்லி அடிச்சுது" என்றாள்.

கருணையே இல்லாமல் விக்கி அதைப் பார்த்துக் கொண்டிருந்ததைப் பார்த்த ராஜலட்சுமி, தனது பயணப் பையை எடுத்துக் கொண்டு வேகமாக அங்கிருந்து வெளியேறினாள். அந்த நேரம் பார்த்து மெடிக்கலுக்குப் போயிருந்தான் ராகவன். வந்து பார்த்தபோது ராஜலட்சுமி கிளம்பிப் போன விஷயத்தைச் சொல்லிவிட்டு,

“பிடிக்காததை இடுப்பில சொருகிட்டு அலைய முடியாது. நீ தொழில் பார்க்க வந்தியா? இல்லை அவளைத் தொழில் பார்க்க வந்தியா? எழுதி வச்சுக்கோ. அவ உன்னையும் ஒருநாள் ஏச்சிருவா” என்றான் மாதேஸ். ராஜலட்சுமியின் எண்ணிற்கு ராகவன் அழைத்துப் பார்த்தபோது, அது அணைத்து வைக்கப்பட்டிருந்தது. உடனடியாகத் தானும் போய்விடலாமா என யோசித்தான் ராகவன். ஆனால் வந்திருந்த பெண்களில் ஒருத்தியின் மீது அவனுக்கு கிளர்ச்சி உருவாகத் துவங்கி இருப்பதை உணர்ந்ததால், தன் எண்ணத்தைச் சன்னல் வழியே தூக்கி எறிந்தான்.

அதன்பிறகு அதற்குள்ளாகவே கால்போன போக்கில் உழலத் துவங்கினான், ராஜலட்சுமியை மறந்து. அவளுமே போனபின்னே அவனுக்கு ஒரு அழைப்பைக்கூட விடுக்கவில்லை என்பதில் அவனுக்கு கோபமும் இருந்தது.

என்னதான் தொழிலுக்கு வந்த பெண்கள் என்றாலும், இங்கே கிட்டே வா என்ற சொல் ஒருபோதும் ராகவன் வாயிலிருந்து வராது என அவனுக்கே தெரியும். அது மலரைப் போல மலர்ந்து தன்னை நோக்கி வந்து ஜிலேபியை வாயில் கவ்வி நாண வேண்டும் என எதிர்பார்த்தான் ராகவன். அந்தச் சூழலை உருவாக்க தன்னால் ஆனமட்டுக்கும் முயற்சி செய்தபடியே இருந்தான். “எதுக்கு அந்த அண்ணா இப்படி தயங்குது. ஜஸ்ட் டென் மினிட்ஸ்ல முடியிற மேட்டர்” என்றாள் அவள் இன்னொருத்தியிடம்.

ஆனாலும் ராகவனுக்கு அதுதான் வேண்டும் போல இருந்தது. அந்தப் பெண்கள் போய் இன்னும் புதிதாக, தரத்தில் கூடினவை என்று சொல்லப்பட்ட, மூன்று வட இந்திய பெண்கள் வந்தார்கள். ஆனால் மற்றவர்களைப் போல இல்லாமல், நிறைய விதிகளைப் போட்டார்கள். “நோ மவுத் கிஸ்ஸிங். நோ பூப் பைட்டிங். ஸ்ட்ரீக்டா கவர்” என்றார்கள். ஆனால் வந்து நிற்கிறவர்கள் எல்லாம் அந்த விதிகளுக்கு எதிரானவர்களாகவே இருந்தார்கள். “ஏங்க மூணாவது கூட பரவாயில்லை. நம்ம பாதுகாப்புக்குத்தான். ஆனா மொத ரெண்டும் இல்லாம என்னால பண்ணவே முடியாதுங்க” என்றார் ஒருத்தர்.

வழக்கமாக வரும் வயதான விருந்தாளி, "சர்க்கரை வியாதிக்காரங்க எங்க நிலையையும் யோசிச்சு பார்க்கணும். கவர் மாட்டுறதுக்குல்ல நாக்கு தொங்கிருமே எங்களுக்கு. ஏன் நாங்க சுத்த பத்தமா இல்லையா? எவ்வளவுனாலும் தர்றேன். அந்த கவர் சனியனை விட்டு முடுக்குங்க. இல்லாட்டி வேற பக்கம் போகவேண்டி இருக்கும். ரெகுலர் கஸ்டமரை இழக்காதீங்க. எக்ச்சா கூட காசு தர்றேன்" என்றார். இப்படி விநோதமான பல பிரச்சினைகளும் அதுசார்ந்த கோரிக்கைகளும் எழுந்தபடியே இருந்தன. இது ஒன்றும் எளிதாகச் சம்பாதிக்கிற வேலை கிடையாது, வெளியில்தான் அப்படி நினைத்துக் கொள்கிறார்கள் என்பது அப்போதுதான் ராகவனுக்குப் புரிந்தது.

ராகவனுக்கு ராஜலட்சுமிக்கு அடுத்தபடியாக இரண்டு மூன்று பெண்கள்மீது கிளர்ச்சி எழுந்தது. ஆனால் இவன் மெதுவாக முன்னேறுவதற்குள் அவர்கள் போய் வேறு பெண்கள் வந்து விடுகிறார்கள். ஆனால் சுட்டுப் போட்டாலும், அவனால் மெதுவாக மட்டுமே முன்னேற முடிந்தது.

இரண்டு தடவை வெவ்வேறு பெண்களிடம் அதிகாரத் தோரணையில் போய்க் கட்டிலில் படுத்தான். ஆனால் அவனால் செயல்படுவது குறித்த சிந்தனைக்கே வர முடியவில்லை. காய்ந்த வாழைப்பழத் தோலைப் போலக் கட்டிலில் கிடந்துவிட்டுத்தான் வர முடிந்தது. அவன் எதிர்பார்த்தது எல்லாம் ஜிலேபியைக் கடிக்கிற நாணம். ஆனால் அதற்கு நேர் எதிர்மாறானதாக இருந்தது அவனதுடல் சூழல்.

எல்லாவற்றையுமே உடைத்துப் பேசுகிற உலகமாக அது விருந்தது. அதுவரை வெளியில் இருந்து பார்த்ததால் அதன் ஆழ அகலம் ராகவனுக்கு சரியாகத் தட்டுப்படவில்லை. ஆனால் உள்ளுக்குள் நுழைந்த பிறகே முட்டுச் சந்துகள் எல்லாமும் பிடிபடத் துவங்கின. "சட்டுனு முடிக்காம உள்ள வந்து படுத்துக்கிட்டு அனத்திக்கிட்டே இருக்கான். நான் என்ன அவம் பொண்டாட்டியா உக்காந்து கதை பேச" என ஒருத்தி சொன்னபோது அதைக் கூர்ந்து கவனித்தான் ராகவன்.

இயல்பான உணர்வை உள்ளாடையைப் போலக் கழற்றி வைத்துவிட முடியும் என்பதே அப்போதுதான் ராகவனுக்கு உறைத்தது. "படுக்கையில வப்பாட்டின்னாலும் அங்கயும் ஒரு பொண்டாட்டியை தேடுவான் ஆம்பளை" என இந்த தொழிலில் இருந்த மூத்தவள் ஒருத்தி எப்போதோ சொன்னது ராகவனுக்கு நினைவில் வந்தது. தான் எதைத் தேடுகிறோம் என்பதில் தெளிவில்லாமல் இருந்தது. இவ்வாறான சிந்தனைகள் அவ்வப்போது வரும் ராகவனுக்கு.

விக்கி முன்னெடுத்த அந்தப் பாய்ச்சலில், சார்ந்திருந்த எல்லோருக்குமே கையில் பணம் புரளத் துவங்கியது. ராகவன் வலியுறுத்தி ராஜலட்சுமியின் வங்கிக் கணக்கில் அவளுக்கும் கொஞ்சம் கௌரவமான பணத்தைப் போட்டு விட்டனர். ஒரு தொலைபேசி செய்து அவளிடம் பேசி இருக்கலாமோ என ராகவனுக்கும் தோன்றியது. அதேசமயம் அவள் ஏதாவது அழுது ஆர்ப்பாட்டம் பண்ணிச் சொன்னால், மனசு கேட்காமல் கிளம்பிப் போய்விடுவதற்கான அபாயமும் இருந்தது என்பதையும் ராகவன் அறிவான்.

இடையில் அவன் அக்காவின் மகளுக்குக் காதுகுத்திய விழாவிற்குப் போன போது அள்ளி இறைத்தான் பணத்தை. சொந்தக்காரர்கள் ஒட்டி உறவாடிய வகையிலும் ராகவனுக்குத் திருப்தியாக இருந்தது. மற்ற சுகத்தை விட்டு விடலாம், பணம் தருகிற சுகத்தில் கிறங்கி இருந்தான் ராகவன். அவனுடைய அத்தான் அவனுக்கு மரியாதை கொடுத்துப் பேசியதையும் ரசித்தான். "பணம் வர்றது ஒரு அமைப்பு. அந்த நேரத்தில வதங்கி போய் உக்காந்திரக்கூடாது. ஓடுங்க மாப்பிள்ளை. நாளைப் பின்னே பணம் வந்திருச்சுன்னா ஊரு நம்மோடதுதான்" என்றார் அனுசரணையாக. ஆனால் அந்த தொழில் பார்க்கிறான் என்று தெரிந்தால், கெடா வெட்ட வைத்திருந்த அரிவாள் ராகவன் மேலே பாய்ந்திருக்கும். திருப்பூரில் பைனான்ஸ் தொழிலில் நண்பனுக்கு ஒத்தாசையாக இருப்பதாகச் சொல்லி இருந்தான்.

ராகவனுக்கு பணம் வந்துவிட்ட பிறகு திடீரென குடும்பத்தின் மீது பிடிப்பு வந்துவிட்டது. அடிக்கடி

அக்கா குழந்தைகளிடம் தொலைபேசியில் பேசுவான். அவர்கள் கேட்கிற பொருளை இங்கிருந்தே வாங்கி அனுப்புவான். அந்தமாதிரியான நேரங்களில் இதிலிருந்து விலகி விடலாமா என்றும் தோன்றி இருக்கிறது. அவனது நேரத்தின் பெரும்பகுதியை அக்கா குடும்பம் ஆக்கிரமித்துக் கொண்டிருந்த சமயத்தில்தான் அவனுடைய அம்மா அவனை அழைத்து, “சம்பந்தகாரவுங்ககூட ரெம்ப நெருங்கக் கூடாது. தள்ளியே இருந்தாதான் பயமும் கௌரவமும் இருக்கும். டெய்லி அங்க கூப்டாத. ஏதாச்சும் பங்ஷன் வச்சா மட்டும் வந்துட்டு போ. உனக்குன்னு புள்ளைக வந்த பெறகு அதை கொஞ்சிக்கோ. இல்லாட்டி மொட்டைப் பையன்னு நினைச்சிடுவாங்க” என்றாள்.

அப்படி ஒரு காரணம் வருவதற்குக் காத்திருந்தானோ என்னவோ? அதற்கடுத்து அக்கா குடும்பத்துச் சிந்தனைகளில் இருந்து இயல்பாகவே தன்னை விடுவித்துக் கொண்டான் ராகவன். மடையிலிருந்து நீரை வெட்டி விட்டால் என்ன செய்யும்? கிடைக்கிற பள்ளம் நோக்கிப் பாயத்தானே செய்யும்? ராகவன் மறுபடி கிளர்ச்சியை வேண்டி, வரும் பெண்களின் மீது கண்களைப் பாய்ச்சத் துவங்கினான். கட்டுப்படுத்த இயலாதளவிற்கு மண்டைச்சூடு அவனுக்குள் பரவத் துவங்கியது.

மதுரையில் இருந்து வந்திருந்தாள் அந்தப் பெண். லோகிதா என வித்தியாசமான பெயரைச் சொன்னாள். பத்தாம் வகுப்பு படித்து முடித்திருக்கிறேன் என்றாள். வட இந்தியாவில் ஏதோ பெரிய விழா என மற்ற பெண்கள் கிளம்பிப் போயிருந்தனர். வந்ததில் இருந்து சளசளவென அவள் பேசிக் கொண்டிருப்பதை ராகவன் பார்த்தான்.

மாதேஸும் விக்கியும் இல்லாத நேரத்தில் அறைக்குள் நுழைந்த அவனைச் சாதாரணமாகப் பார்த்தாள் லோகிதா. கட்டிலில் அமர்ந்துவிட்டு அவளையும் அமரச் சொன்ன பிறகே அவளுக்கு வந்த நோக்கம் புரிந்தது. அவளது கையை எடுத்து தன் மடியில் வைத்துக் கொண்ட ராகவன் அவளிடம் சம்பந்தா சம்பந்தம் இல்லாமல் பேசத் துவங்கினான். அவளது தலையை இழுத்து நெஞ்

சில் சாய்த்து, “ஏதாச்சும் பேசு” என்றான். அவளுமே ஊர்க்கதைகளைச் சொல்லிக் கொண்டிருந்தாள்.

எதுவுமே அடுத்த கட்டத்திற்கு முன்னேறவில்லை என்றாலும் அவள் பேசிக் கொண்டிருப்பது அவனுக்குப் பிடித்திருந்தது. மெதுவாக அவனது கால்சட்டையை மேயத் துவங்கிய போதும் கிளர்ச்சியடையாததைக் கவனித்தாள் லோகிதா. அவளது உதட்டை இறுக்கக் கையால் கவ்வி, “ஒதட்டை சுழிச்சு வெட்கப்பட மாட்டீயா” என்றான் ராகவன்.

நீண்ட நேரமாகியும் எதுவும் நடக்காததால் எழுந்து அமர்ந்த அவள், “அண்ணே நீங்க இல்லாத ஒண்ணை காத்தில தேடிக்கிட்டு இருக்கீங்க. இதுல சிக்கிக்காதீங்க. கிளம்பிடுங்க. நீங்க இதுக்கு ஒட்டலை. இதுக்கு மேலன்னா கண்டவங்ககிட்டயும் அசிங்கப்படுவீங்க” என்றாள் லோகிதா. எழுந்தமர்ந்த அவனுக்குமே அவள் சொல்வதில் உள்ள சூட்சுமங்கள் மெதுவாகப் புரிபடத் துவங்கின.

லோகிதா போனபிறகு ரேஸ்மா என்று தன்னை அறிமுகப்படுத்திக் கொண்டவளிடமும் இதையே செய்து பார்த்தான் ராகவன். சுவற்றில் அடித்த பந்தைப் போல அந்தக் கிளர்ச்சி அவனிடமே திரும்ப வந்து மோதிப் பதுங்கிக் கொண்டது. எழுந்த அவள், “உனக்கு ஏதோ பிரச்சினை போல இருக்கு. டாக்டர்கிட்ட போனா சரி ஆயிடும்” என்றபோது சுருக்கென்று இருந்தது ராகவனுக்கு.

அதற்கடுத்து அவன் பெண்கள் பக்கம் போகாமல் இருந்தாலும், தேடுவதை அவனால் நிகழ்த்தாமல் இருக்க முடியவில்லை. “வந்து தொலைச்சிட்டு போயிடலாம். எதுக்கு இப்படி அறுத்து திங்கற மாதிரி வெறிச்சுப் பார்த்துக்கிட்டு திரியறான்னு தெரியலை” என ஒருத்தி சொன்னதாக வந்து மாதேஸ் சொல்லிவிட்டு, “ராகவா நாம ஸ்வீட்டு கடை போட்டாலும் அதில இருந்து எடுத்து சாப்பிட முடியாத அளவுக்கு திகட்டல் வந்திரும்” என்றான்.

அவன் எப்படிக் கூர்மையாக அறிந்தான் அதை என ராகவனுக்குள் வழக்கமான திடுக்கிடல் வந்தது. “இல்லைடா சும்மா சதைதானே அது?

ஒவ்வொண்ணுக்கும் அப்படி என்ன வித்தியாசம் இருக்குன்னு உத்துப் பாத்தேன்" என்றான் மாதேஸிடம் ஒரு தத்துவவாதியைப் போல. ஒன்றும் சொல்லாமல் எழுந்து போனான் மாதேஸ்.

ஆனால் ராகவனுக்கு அதற்குப் பிறகு மாதேஸை நிமிர்ந்து பார்க்க முடியவில்லை. எல்லோரிடம் இருந்துமே நாணல்புல் அளவிற்கு விலகிப் போனான் ராகவன். இரவுகளில் தூக்கமின்மை நோய் அவனைப் பசலையைப் போலப் பற்றியது. அந்த நேரங்களில் ராஜலட்சுமியை நினைத்துக் கொள்வான். அவள் கடைசியாய் கிறங்கிச் சிரித்த காட்சி என்றும் கலையாத காட்சியாக அவனுள் தங்கி இருந்தது. எல்லா பழங்களுமே ஒருநாள் முற்றிப் பழுக்கத்தானே செய்யும்? ராகவன் கண்களுக்குக் கீழே கருப்புவளையம் விழுந்து ஏதோ யோசனையின் வால் பிடித்து அலைகிறவனாகவே மற்றவர்களுக்குத் தட்டுப்படத் துவங்கினான். கருமை ஒளிவட்டமாய் அவனது முகத்திற்குப் பின் நின்றது.

"எந்நேரமும் இப்பிடி மூஞ்சியை தூக்கி வச்சுக்கிட்டே இருந்தா தொழில் உருப்படுமா? வர்றவங்க போறவங்ககிட்ட நாலு வார்த்தை சிரிச்சு பேசணும்" என்றான் மாதேஸ் எரிச்சலாக. அப்போது இன்னொரு பெண் கூர்மையாக விக்கியிடம் ஒன்றைச் சொன்னாள். கண்களை விரித்து உதட்டைக் கடித்து மடித்து அதைக் கேட்டான் விக்கி.

"என்னதான் இருந்தாலும் இது பூக்கிற தொழிலு. இங்க பூக்காத ஆளை வச்சுக்கிட்டு மாரடிக்க கூடாது. நம்ம உற்சாகம்தான் வர்றவங்களையும் தொத்திக்கும். அந்த ஆளால மத்தவங்க முன்னாடி எங்களை செல்லம் கொஞ்சி பேசக்கூட முடியலை. அவரு வாடி செல்லம்னு சொன்னாதானே வர்றவனும் வாடி ராசாத்திம்பான். இவரே வெறுப்போட பார்த்தா வர்றவனுக்கும் உள்ள வந்தா எழுச்சி இல்லாமத்தான் போகும்" என்று அவள் சொன்னதை எல்லோரும் அப்போது கடைசி விதியான, கவரை போலக் கெட்டியாகப் பிடித்துக் கொண்டார்கள்.

ராகவனின் இருப்பு சங்கடமாக அங்கே உணரப்பட்டது. மாதேஸ் வழியாகச் சொல்லி அவனை

வெட்டிவிடலாம் எனத் திட்டமிட்டு சமயத்திற்காகக் காத்திருந்தனர். அதை ராகவனே வலியப் போய் வழங்கினான். குடித்துவிட்டு சித்தம் கலங்கியவனைப் போல ஹைதரபாத்காரியின் அறைக்குள் நுழைந்து விட்டான். அவள்மீது விழுந்து புரண்டு பைத்தியம் போலப் பிதற்றும் போது விக்கி வந்து, ராகவனை அடித்து வெளியே துரத்தினான்.

குடிபோதை தெளிந்தபிறகு நிதானம் தட்டிப் பார்த்தது ராகவனை. செய்தது தவறுதான் என உடன் இருந்த மாதேஸிடம் ஒத்துக் கொண்டான். “ராகவா உன்னை எதுவோ வேற பக்கம் இழுக்குது. இனிமே நீங்க இங்க இருந்தா செட் ஆக மாட்ட. ஒழுங்கா கிளம்பி வீட்டோட போயிரு. ப்ரெண்ட்ஸ்கிட்ட அசிங்கப்படாத” என்றான். அசிங்கம் என்ற வார்த்தையைக் கேட்டவுடன் எழுந்து நடந்தான் ராகவன். அவனைக் காப்பாற்றிக் கொள்ள வங்கிக் கணக்கில் நல்ல பணம் இருப்பதை மாதேஸும் அறிவான் என்பதால், விரட்டித் தடுக்கவில்லை. என்றாவது ஒருநாள் போட்டியாளராக ராகவனைக் களத்தில் சந்திப்போம் எனத்தான் அப்போது நினைத்தான் மாதேஸ். வழமையாக அதுதான் நடக்கும் அத்தொழிலில்.

அங்கிருந்து கிளம்பிய ராகவனுக்கு உடனடியாக ராஜலட்சுமியைப் போய்ப் பார்க்க வேண்டும் எனத் தோன்றியது. அவளுமே இவனது மீள்வருகையை எதிர்பார்த்துக் காத்திருந்திருப்பாள் போல. மதியப் பொழுது ஆகையால், அவளது வீட்டிலுமே யாரும் இல்லை.

அமைதியாக கட்டிலில் அமர்ந்து இருந்த ராகவனின் பக்கத்தில், சேலையால் கையைத் துடைத்தபடி வந்து அமர்ந்தாள். அவளது தோள்பட்டை அவனது தோளில் இடிப்பதை உணர்ந்தான். அவனுக்குள் மெல்ல அது புறப்பட்டு வந்த போது, அழுகையும் சேர்ந்து வந்தது. அவனை அள்ளியெடுத்து மார்பில் போட்டுக் கொண்டாள் ராஜலட்சுமி. சிறுகுழந்தையைப் போல கேவிக் கேவி அழுதபடி, தனது பையில் இருந்து ஜிலேபியை எடுத்துக் கொடுத்தான் அவளுக்கு, நெஞ்சில் சாய்ந்து படுத்த வாக்கிலேயே.

அவளுக்குமே அதைப் பார்த்ததும் சிரிப்பு வந்து விட்டது. "சின்னப் புள்ளைகளுக்கு தின்னக் கொடுக்கிற மாதிரி கொண்டு வந்திருக்க. ஆமா நானும் சின்னப் பொண்ணுதான்" எனச் சொல்லியபடி அதைக் கடித்துத் தின்றபடி அவனைப் பார்த்து நாணிச் சிரித்தாள், குழந்தையைப் போல. அவளது கரங்கள் அசந்தவாக்கில் ராகவனின் இடுப்பை வருடிய போது, தலையை நிமிர்த்திப் பார்த்த ராகவன், அவளது உடல் தொடுகையில் இருந்து தன்னை விலக்கிக் கொண்டு, அவசர அவசரமாக எழுந்து நின்றான். அசந்து போகிற சமயம் என்ற அந்த ஒன்று கையைவிட்டு நழுவுகிறது என்பதை இருவருமே உணர்ந்தார்கள் அப்போது.

வீட்டை விட்டு அவசரமாக அவன் வெளியேறியதை அனுமதித்தாள் ராஜலட்சுமி. நதி தனக்குத் தோதான கடலை நோக்கிப் போய்த்தானே ஆகவேண்டும்? பிறகு ராகவனுக்கு அவன் அக்காவே பெண் பார்த்துக் கட்டி வைத்தாள். புதுசாய் தம்பதிகள் இருந்த, வாசலை மறித்து சாமியானா போட்டிருந்த கல்யாண வீட்டிற்கு ராஜலட்சுமியும் போயிருந்தாள். தட்டில் ஜிலேபியை தவிர எல்லா பண்டங்களும் இருக்கக் கண்டாள் அங்கே. அதைப் பற்றிச் சாடையாய்க் கேட்டதற்கு, "மாப்பிள்ளை ஜிலேபி மட்டும் இந்தப் பக்கம் வரவே கூடாதுன்னு கண்டிஷனா சொல்லிட்டார். ஏதோ அலர்ஜியாம்" என மாமனார்க்காரர் சத்தமாகச் சொன்னபோது, ராஜலட்சுமி நிமிர்ந்து புதுமாப்பிள்ளையின் முகத்தை, உதட்டை மடித்துக் கடித்துப் பின்விடுவித்துச் சிரித்துப் பார்த்தாள். ராகவன் சிரிப்பில் இருந்ததற்குப் பெயரும் நாணம்தான். நாணல் புல்லைப் போல வளைந்து நெளிந்தது அது.

சரவணன் சந்திரன்

விளம்பரம்

அப்போது நான் புதிய பணியில் சேர்ந்திருந்த சமயம். என்னுடைய அலுவலகத்தில் உடன்பணிபுரிகிறவர் வழியாக திருவல்லிக்கேணி மேன்சன் ஒன்றில் அறை எடுத்தேன். அதற்கு முன் நண்பர்களோடு இணைந்து ஒரு ஒண்டுக் குடித்தன அறையில் தங்கியிருந்தேன். ஊரில் விரிந்த தாழ்வாரம் கொண்ட வீட்டில் இருந்த எனக்கு அந்த அறைக்குள் மூச்சு முட்டியது. அழைத்துப் போன நண்பர் என்னுடைய மனநிலையைப் புரிந்து கொண்டார். "நல்லவேளை உதவியா வந்தீங்க. இல்லாட்டி இந்த பொந்துக்குள்ள மூச்சு முட்டி செத்திருப்பேன்" என்றேன் அவரிடம்.

"இப்ப போறதுமே பொந்துதான். ஆனா என்ன? உங்களுக்குன்னு ஒரு தனிப் பொந்து" என்றார் பதிலுக்கு. அவர் சொன்னது எனக்கு அப்போது விளங்கவில்லை. மேன்சன் என்று ஒரு கட்டிடத்திற்கு முன்பு நின்ற போதுதான், அதன் அமைப்பைப் புரிந்து கொண்டேன். ஊரில் அப்படியான கட்டுமானத்தைப் பார்த்ததே இல்லை. உள்ளே நுழைந்ததுமே இருளிற்குள் வரிசையாய்ப் பொந்துகள் தெரிந்தன. பிளாஸ்டிக் வாளியைக் கையில் பிடித்தபடி இடுப்பில் வெறும் துண்டைக் கட்டியபடி, நிறைய எலிகள் உலவிக் கொண்டிருந்தன. எனக்கான பொந்தில் ஒரு கட்டில், மேலே ஒரு மின்விசிறி. ஒரு ஆள் நடந்து போகும் அளவிற்கு குறுகலான சந்து. அதைத்தான் அறை என்றார்கள். பதிமூன்றாம் எண் கொண்ட அறையை எனக்காக ஒதுக்கினார்கள். "பதிமூணாம் நம்பர். பேய் வீடு. அப்படிங்கற பயம் ஏதாச்சும் இருக்கா உங்களுக்கு" என்றார் நண்பர்.

"ஏன் எப்ப பார்த்தாலும் நமக்குத் தெரியாத ஒண்ணு நம்மளை அச்சப்படுத்த வருதுன்னே நினைக்கிறோம். அப்படியே வந்தா என்ன? உக்காந்து பேசுவேன். துணைக்கு இருந்துட்டு போகட்டும்" என்றேன் வரவேற்பறை மேசையில் இருந்தவரைப் பார்த்து.

“நமக்கு மேல ஏதாச்சும் பேய் உண்டுமா?” என்றார் அங்கிருந்த வயதானவர். அவரைத்தான் மேன்சன் பொறுப்பாளராகப் போட்டிருந்தார்கள். ஊர் அறந்தாங்கிப் பக்கத்தில் என்று சொன்னார். அவர் அதற்கு மேலும் பேசுவதற்கு விருப்பமாகத்தான் இருந்தார். பொறுத்துப் பேசிக் கொள்ளலாம் என நானும் நண்பரும் ஆந்திரா மெஸ்ஸில் போய் சாப்பிடலாம் எனத் திட்டமிட்டவுடன், விக்ரமை தொலைபேசியில் அழைத்தார் அவர்.

“என்னோட க்ளோஸ் ப்ரெண்டு. சின்னப் பையந்தான். ஆனா முக்கியமான வழீல பழக்கம் ஆனவன். அவனுக்கு இந்தப் பக்கத்தில இருக்க எல்லா மெஸ்ஸுலும் நல்ல பழக்கம். பிராமணாள்கள்ளயும் மோசமா சோத்துக்கே கஷ்டப்படுறவங்க இருக்காங்கங்கறத அவனைப் பார்த்துத்தான் தெரிஞ்சுகிட்டேன்” என்றார்.

எதிர்வெயிலில் கைக்குட்டை ஒன்றை எடுத்து முகத்தை மறைத்தவாறு, எலும்பும் தோலுமாய் நடந்து வந்த ஒரு இளைஞனைப் பார்த்து, “இதோ வந்திட்டான்” என்றார். அறிமுகப் படலங்களுக்குப் பின்பு மூவரும் விக்ரமின் யோசனைப்படி காசிவிநாயகா மெஸ்ஸிற்கு சாப்பிடப் போனோம். ஏதோ திருமண வீட்டு பந்தியில் காத்திருப்பதைப் போல ஆட்கள், கையில் இரண்டு மூன்று நிறங்களில் டோக்கன் வாங்கி நின்றது எனக்கு வியப்பாக இருந்தது.

ஹாஸ்டலில் பரிமாறுவதைப் போல, வரிசையாய் அமரவைத்து இலைபோட்டு பரிமாறினார்கள். எலும்பும் தோலுமாய் இருக்கிறானே? என்ன சாப்பிட்டு விடப் போகிறான்? என்றுதான் ஆரம்பத்தில் நினைத்தேன். நாங்கள் ரசத்திற்குப் போன போதுதான் அவன் பருப்பை முடித்துவிட்டு சாம்பாருக்கு வந்தான். இது வேலைக்கு ஆகாது என அவனைப் பார்ப்பதை நிறுத்திவிட்டு என்னுடைய இலையில் கவனம் செலுத்தினேன்.

“இங்கதான் மேன்சன்ல இருக்கார். அடிக்கடி போய் பார்த்துக்கோ. ஏதாச்சும் உதவி கேட்டா செஞ்சு கொடு” என விக்ரமிடம் என்னை ஒப்படைத்துவிட்டுக்

கிளம்பிப் போனார் நண்பர். பிறகு நான் பலசமயங்களில் யோசித்து இருக்கிறேன், அவர் அவனைத்தான் என்னிடம் ஒப்படைத்துச் சென்றாரென. அறைக்குத் திரும்பும் போது அவனும் உடன்வந்தான்.

“இந்த மாதிரி ரூம்ல இருக்கேன்னு தெரிஞ்சா எங்க வீட்டில வேலைக்கே போகவேண்டாம். இங்க வந்து ஏதாச்சும் தொழிலப் பாருன்னு சொல்லிடுவாங்க” என்றேன். “பாஸ் இக்கரைக்கு அக்கரை பச்சை. எனக்கெல்லாம் இப்டீ ஒரு ரூமு கிடைச்சா ஹாயா படுத்துக்குவேன். எங்க வீட்டுக்கு வந்து பாருங்க” என்றான். சென்னையில் ஏன் எல்லோரும் தங்களது வசிப்பிடம் குறித்த குறைமனதுடனேயே இருக்கிறார்கள் என்கிற கேள்வி எனக்குள் வந்தது. ஊரில் குடிசையாகத்தான் இருக்கும் என்றாலும், காலாற நடந்து விட்டுவரக் கூடுதலாகத்துண்டு நிலமாவது அதையொட்டி இருக்கும்.

காங்கிரீட் காடு அது என்றுதான் ஆண்டாண்டு காலமாகச் சொல்லிக் கொண்டிருக்கிறார்கள். புதிதாய் நானென்ன கண்டுபிடித்து விட்டேன் என்று நினைத்துக் கொண்டிருந்தபோது, “கட்டாயமா ஒருநாள் நீங்க என்னோட வீட்டுக்கு வரணும். அதுக்குப் பிறகு சமாதானம் ஆயிடுவீங்க. எந்த பேய் வந்தாலும், தெரியாத அளவுக்கு அடிச்சு போட்ட மாதிரி நிம்மதியா தூங்குவீங்க” என்றான் விக்ரம்.

விக்ரம் அப்போது எம்.ஏ படிப்பை பாதியில் நிறுத்தியிருந்தான். என்ன காரணம் என்று அடுத்த தடவை வந்திருந்தபோது கேட்டேன். “சொந்தக்காரங்க ஸ்பான்ஸர்லதான் படிச்சேன். இப்ப திடீர்னு தரமுடியாதுன்னு நிறுத்திட்டாங்க. அம்மா அப்பா வயசானவங்க. நான் பிறந்தப்பயே ரெண்டு பேருக்கும் வயசு நாற்பத்தஞ்சை தாண்டிருச்சு. நான் பிறந்ததே எதிர்பாராத கணிக்கவே முடியாத விபரீதம்” என்றான். அந்தக் கதையை அப்படியே பாதியில் முறித்துக் கொண்டு கிளம்பி விட்டான்.

ஆரம்பத்தில் சோற்றுக்காக என் தலையில் நண்பர் அவனை கட்டிவிட்டுச் சென்றாரோ என்கிற எண்ணமே

இருந்தது. ஆனால் விக்ரம் ஒருபோதும் என்னிடம் அதைக் கோரி வந்து நின்றதில்லை என்பதை சில நாட்களிலேயே உணர்ந்தேன். நானாக அழைக்காமல் அவன் என்னைப் பார்க்க வந்ததே இல்லை. பட்டன் போன் ஒன்றை வைத்திருந்தான். அதை மாற்றித் தரவா எனக் கேட்ட போது, "பாஸ் அவரு பேச்சு தொணைக்குத்தான் அனுப்பி இருக்காரு. இதுக்கெல்லாம் இல்லை" என்றான் சுருக்கமாக.

நன்றாகக் கவனித்துப் பார்த்த வகையில், அவனைப் பற்றிய கதைகளை அவனாகவே சொன்னதில்லை. அறையில் பேச்சினிடையில் ஒரு அமைதி வந்து விட்டால், அதை மறுபடி குத்திக் கிழிக்கிறவன் நானாகத்தான் இருப்பேன். விக்ரம் அந்த அமைதியைக் குலைக்காமல் சத்தமில்லாமல் என்னுடைய முகத்தையே பார்த்து அமர்ந்து கொண்டிருப்பான, அடுத்து என்ன என்பதைப் போல. வலியப் போய் நானாக அடுத்த பேச்சைத் துவக்க வேண்டி இருக்கும்.

பொதுவாகவே அமைதியாக இருப்பவர்களை எங்களூர் பக்கத்தில் எல்லாம் கல்லுளிமங்கன் என்று சொல்வார்கள். "குசு மாதிரி மெல்ல மெல்லமா சுத்திமுத்தி பாத்திட்டு பேச்சை விடறவனை மட்டும் நம்பக் கூடாது. சத்தமா பிரியிற காத்துல அடர்த்தி இருக்காது" என்று சொல்வார்கள். அதற்காக அதிகமும் பேசிவிடக் கூடாதுதான். எல்லா ஊருக்குப் போவதற்கும் நடுவில் ஒருபாதை இருக்குமே? அதுதான் சிறந்தது என்பது என்னுடைய நினைப்பு.

ஆனால் விக்ரம் நன்றாகப் பேசக் கூடியவன்தான் என்பதை பேச்சின் சரளத்தில் அறிந்தேன். ஏதோ புதிய தயக்கம் அவனுக்குள் இருக்கிறது என்பதை உணர்ந்தேன். அவன் குடிப்பானா என்கிற சந்தேகமும் இருந்தது. மெதுவாக அதைப் பற்றிச் சுற்றி வளைத்துக் கேட்ட போது, "பாஸ் இப்ப குடியெல்லாம் அன்றாட நடவடிக்கையில ஒண்ணா ஆயிருச்சு. நான் அப்படிக் குடிக்கிறது இல்லை. ஆனா உங்களை மாதிரி கிராமத்துக்காரங்க அதைப் பார்த்து எப்பவும் ஏன் பயந்துகிட்டே இருக்கீங்க? அதனாலதான் வாய்ப்பு கிடைச்சா மொடா குடியனா மாறிப் போயிடறாங்க சிலர். அது என்ன பாஸ்?

கொஞ்ச நேரத்துக்கு உடம்புக்குள்ள நடக்கிற கெமிக்கல் ரியாக்ஷன். அதுக்கு ஏன் இவ்ளோ முக்கியத்துவம் தர்றீங்க? அரைமணி நேரம் கழிச்சு ஒண்ணுக்கடிச்சா போயிடப் போகுது" என்றான் விளக்கமாக. அவன் அவ்வாறெல்லாம் பேசுவான் என்பதே அப்போதுதான் எனக்குத் தெரிந்தது.

இரண்டுபேருக்கும் சேர்த்து ஒல்டு மங்க் அரைப்பாட்டிலை வாங்கிக்கொண்டு வந்தேன். அறையில் கட்டிலுக்குக் கீழே கால்பரப்பி அமர்ந்து பாட்டிலை வைத்து விட்டு, இலையைப் பிரிக்கத் தயங்கி, "சிக்கனு இருக்குது" என்றேன். "ஏன் என்ன பிரச்சினை? நான் சாப்பிடுவேன். நல்ல புரோட்டின். ஆனா வீட்டுல இதுவரைக்கும் சொன்னதில்லை. எதுக்கு அவங்க நம்பிக்கையை இடிக்கணும்னு விட்டுட்டேன்" என்றான்.

விக்ரமின் தோழமையான அணுகுமுறையைக் கண்டு உற்சாகமாகி பொட்டலத்தைப் பிரித்தேன். ஆனால் அதிலிருந்து அவன் எடுக்காமல் இருந்ததை சுட்டிக்காட்டிய போது, "நான் சாப்பிடுவேன்னுதானே சொன்னேன். இப்ப சாப்பிடறேன்னு சொல்லலையே. இன்னைக்கு ஏகாதசி. எனக்கு பிரச்சினை இல்லை. ஆனா எங்க அப்பா அம்மாவுக்காக சாப்பிடலை" என்றான். அவன் என்னை ஏமாற்றுகிறானா என நினைத்து நிமிர்ந்து பார்த்தேன். சத்தியமாகச் சொல்கிறேன் என்பதைப் போல நெஞ்சில் கைவைத்து தலையை ஆட்டிச் சொன்னான். பிறகு என்ன நினைத்தானோ, அதிலிருந்து ஒரு நுனியளவு கோழிக்கறியை எடுத்து, நாக்கின் நுனியில் வைத்துவிட்டு அதைக் குப்பையில் போட்டான்.

"இப்ப உங்களுக்காகவும் இதைச் செய்றேன்" என்றான். "நிச்சயமா இது போங்காட்டம். ரெண்டு தரப்புக்குமே இதுல சமாதானம் இல்லை" என்றேன். "என்ன பண்றது பாஸ். இப்பிடி எதையாச்சும் பிடிச்சு தொங்காட்டி எனக்கும் தூக்கம் வரமாட்டேங்குது. எல்லாரும் ஒரே ரோட்டில போனா, எனக்கு குறுக்க மறுக்க சுத்தி நடக்கணும்னு தோணுது. கவனிச்சு பாத்து இருக்கீங்களா? பைத்தியங்க என்னைக்கும் நேர் ரோட்டில நடக்க மாட்டாங்க. அவங்க மூளைக்குள்ள வளைவு

நெளிவுதான் சிலந்தி வலைமாதிரி இருக்கும்" என்றான். அப்போது அவன் முதல் சுற்றை முடித்து இருந்தான்.

அடுத்த சுற்றை ஊற்றப் போகையில் தடுத்து விட்டு, "வேண்டாம் பாஸ். எப்பவும் ஒரு ரவுண்டுதான் அடிப்பேன். அதிலயே போதை ஆயிடமுடியும் என்னால. ஆனா முதல்லயே கொஞ்சம் டைட்டா ஊத்தி அடிச்சுக்குவேன். ரெண்டு அடிச்சாலும் மூணு அடிச்சாலும் அதான் இருக்கப் போகுதுன்னு தெரியும். அப்புறம் எதுக்குன்னு விட்டிருவேன். அப்புறம் என்னோட எகனாமிக் ஸ்டேட்டஸையும் பார்க்கணும்ல. பழகிட்டோம்னா காசுக்கு எங்க போறது?" என்றான்.

"பரவாயில்லை அடிங்க. வாங்கிக்கலாம்" என்றதற்கு, "வயித்தைக் கூட இன்னைக்கு கொஞ்சம் குறைச்சலா கொடுத்து நாளைக்கு அதிகமா கொடுத்து ஏமாத்தலாம். ஆனா போதை விஷயத்தில மனசை ஏமாத்த முடியாது. மூளை அந்த அளவை குறிச்சு வச்சுக்கும். இன்னைக்கு இப்டீ நாளைக்கு அப்டீன்னு மனசை போதை விஷயத்தில ஏமாத்த முடியாது. இப்படி இருந்துக்கறதுதான் பெட்டர்" என்றான்.

மூன்றாவது சுற்றில் நான் இருந்த போது அவனை நிமிர்ந்து பார்த்தேன். நான்காவது சுற்றில் இருப்பதைப் போல போதையுடன் இருந்தான் விக்ரம். "என்னைப் பத்தி கேட்கணும்னு உங்களுக்குள்ள ஓடிக்கிட்டு இருக்கு. அதுக்குத்தான் குடிக்க கூப்டீங்கன்னு தெரியும். நானே சொல்றேன்" என்று சொல்லிவிட்டு சட்டையைக் கழற்றி ஒரு ஓரமாக வைத்தான். கழுத்து எலும்புகள் துருத்திக் கொண்டு தெரிந்தன. மஞ்சள் பூத்திருந்த ஓட்டைகளுடன்கூடிய வெள்ளை பனியன் அணிந்து இருந்தான். அந்தக் காட்சியில் ஏதோ ஒன்று விடுபட்டு இருந்ததைப் போலவும் தோன்றியது.

அவனுடைய கழுத்து எலும்புகளை உற்றுப் பார்ப்பதைப் பார்த்துவிட்டு, "எங்கப்பாவும் அம்மாவும் என்னை மாதிரி ஒல்லியாத்தான் இருப்பாங்க. இது குடும்ப உடல்வாகு. ஆனா இப்ப எங்கப்பா அம்மா ரெண்டு பேரையும் வந்து பாருங்க. வறுமை ரெண்டு பேரையுமே

உருக்கிருச்சு. ரெண்டு பேரும் திடீர்னு சுருங்கி கிட்டே போறாங்க. எனக்கு அதைப் பார்க்கப் பார்க்க துயரமா இருக்கு" என்று சொல்லிவிட்டுப் போதையில் தலையை அப்படியும் இப்படியும் ஆட்டிக்கொண்டு இருந்தான்.

வாரெல் என்பதைப் போலவா அது? என நினைத்தேன். என்ன நினைத்தானோ அவனாகவே மடைவெள்ளம் மாதிரி அவனுடைய கதையை, சொல்லத் துவங்கினான். விக்ரமுடைய அப்பா ஒரு ஆடிட்டர் நிறுவனத்தில் கடைநிலை ஊழியராக இருந்தவர். "அவர் நெனைச்சா அவருக்கு இருந்த ஞாபக சக்திக்கு அரசாங்கத்தில பெரிய ஆபிசரா போயி உக்காந்திருக்கலாம். ஆனா அவருக்கு தோணவே இல்லைன்னு சொன்னார். நான் அழுத்தி அழுத்தி கேட்டப்ப, என்னால கூட்டத்தில போயி நிக்க முடியலை. ஒதுக்குப்புறமா வாழ்ந்துட்டு போயிடணும்னு தோணுச்சு அப்படின்னார். என்னால அதை இப்பவரை புரிஞ்சுக்கவே முடியலை" என்றான் விக்ரம்.

அவனுடைய அப்பா சொற்ப சம்பளத்திலேயே தன்னுடைய வாழ்வை முடித்துக் கொள்வது என வேண்டி விரும்பி இந்த வாழ்க்கையைத் தேர்ந்தெடுத்தாராம். விக்ரமின் அம்மாவும் அப்பாவும் திருமணம் செய்து கொண்டபோது, இருவருக்குமே வயது நாற்பது. அவனுடைய அம்மாவுமே வறுமைப்பட்ட குடும்பத்தில் பிறந்த மூத்த பெண். இருவருமே அந்தக் காலத்து எஸ்.எஸ். எல்.சி மட்டுமே படித்திருக்கிறார்கள்.

விக்ரமின் அம்மா பக்கத்து வீடுகளில் உள்ள குழந்தைகளுக்கு டியூசன் எடுப்பார், பாட்டு கற்றுக் கொடுப்பார். "உடல்வாகுன்னு சும்மா பொய் சொன்னேன். எங்கப்பா அம்மா ரெண்டு பேரோட சின்ன வயசு போட்டோ பாத்திருக்கேன். நல்லாத்தான் இருந்தாங்க. நான் பெறந்தப்பயே வறுமைதான் தாண்டவம் ஆடிக்கிட்டு இருந்துச்சு. என்கூட படிச்ச பசங்க எல்லாம் பார்த்தசாரதியை தூக்கிட்டு போற அளவுக்கு பலசாலிங்க. என்னால ஊதுபத்தியை கூட சின்ன வயசில இருந்து தூக்க முடியாது. எந்நேரமும் பசி இருந்துகிட்டே இருக்கும். அதுக்காக பிச்சை எடுத்தேன்னு

சொல்லலை. சாப்பாட்டுல ஒரு குறை இருந்துச்சு அவ்ளோதான்” என்றான்.

அவன் பிச்சையெடுக்கவில்லை என்று உபயோகப்படுத்திய வார்த்தை எனக்கு சங்கடத்தை தந்தது. “எல்லாரும் ஒருகாலத்தில பிச்சைதான் எடுத்தோம். எங்களையே எடுத்துக்கிட்டாலும் வசதி வாய்ப்பு எல்லாம் இப்பத்தான் வந்திருக்கு” என அவனை சமாதானப்படுத்தும் விதத்தில் சொன்னேன்.

“பிச்சைங்கறது தப்பான வார்த்தை ஒண்ணும் கிடையாது. காசு வாங்கறாங்க. அவ்ளோதான். ஆனா ஒண்ணு தெரியுமா இங்க நாங்க பிச்சை எடுக்கக் கூட போக முடியாது. அந்தா பாரு, ஐயரு பிச்சை எடுக்கிறாருன்னு வேடிக்கை பொருளாத்தான் பார்ப்பாங்க. நிம்மதியா பிச்சைகூட எடுக்க முடியலை. அதை செஞ்சிரக் கூடாதுன்னு ஒண்ணு தடுக்குது பாருங்க. அதைப் பிடிச்சுக்கிட்டுதான் பலபேர் இங்க எங்களை மாதிரி இருக்கறாங்க. அதை உதர்ற அன்னைக்கு நாங்களும் தெருவில இறங்கிடுவோம்” என்று அவன் சொன்னபோது கவனமாக உற்றுப் பார்த்தேன்.

அவனுக்கு இருப்பது ஆழமான பிரச்சினை எனப் புரிந்து கொண்டேன். அவன் சிந்திப்பதிலோ நடந்து கொள்வதிலோ எந்தப் பிசகும் இல்லை. ஆனால் அவன் தன்னை உச்சாணிக் கொம்பில் வைத்துக்கொண்டெல்லாம் ஒருத்தரிடம் இருந்து விலகிப் போவதில்லை. தன்னை ஏகத்துக்கும் கடைசி இடத்தில் வைத்துப் புழுங்கி ஒதுங்கி இருப்பது போலத் தெரிந்தது. அவனுக்குள் நுழைந்து ஆராய்ச்சிகள் செய்கிற மாதிரி அவனளவிற்குச் சிந்திக்கவில்லை என்றாலும், ஏதோ தோன்றியது அப்போது.

கல்லூரியின் இளங்கலை படிப்பு வரை அவனது அம்மா வழியில் சித்தி ஒருத்தர் அமெரிக்காவில் இருந்து பணம் அனுப்பி இவனைப் படிக்க வைத்திருக்கிறார். ஆனால் இப்போது அந்தம்மா அமெரிக்காவில் பக்கவாதம் வந்து படுக்கையில் படுத்துவிட்டதால், பண வரவு நின்று விட்டது. மீதிப் படிப்பை முடித்து விட்டு

வேலைக்குப் போகலாம் என அந்தரத்தில் தத்தளித்துக் கொண்டிருந்தான், என்னோடு பழக்கமான சமயத்தில்.

"ஏன் உங்கப்பாதான் விட்டிட்டாரு. உங்களுக்கு இருக்க நாலேட்ஜுக்கு நீங்க இப்ப சிவில் சர்வீஸ் படிக்கலாம்ல" என்றேன். "பாஸ் ஒரு விஷயத்தை புரிஞ்சுக்கோங்க. ஒரு நாயை சின்ன வயசில இருந்தே பசியைக் காட்டி அடிமையா வாழப் பழக்கிட்டு திடீர்னு அதை வேட்டை நாயா மாறுன்னு சொன்னா எப்டீ மாறும்? என் அடிப்படையே கூனிக் குறுகி இருக்கு பாஸ். தன்னிரக்கம்லாம் இல்லை. அதுக்கும் கூடுதலா. அதை எப்டீ உங்களுக்கு கன்வே பண்றதுன்னு எனக்குத் தெரியலை" என்றான்.

"சும்மா உங்களை ஏமாத்திக்கறீங்க. ஏன் நாங்கள்ளாம் இங்க வேலைக்குப் போகலை. வேலைக்கு போகாம இருக்கறதுக்கு ஒரு சாக்கு" என்றேன் போதையின் உச்சத்தில் தூண்டலாக.

"ஆமா அதுக்கும் வாய்ப்பு இருக்கு. எங்கப்பாம்மா ரெண்டு பேருமே தடங்கலா இருக்காங்கன்னுகூட எனக்கு தோணிருக்கு. ரெண்டு பேரும் சீக்கிரம் செத்துட்டா எனக்கு அடுத்த வழி கிடைச்சிரும். அது எனக்கு விருப்பமானதா, இல்லையாங்கறது வேற பிரச்சினை" என்று சொல்லிவிட்டு ஆழமாகக் காயம் பட்ட வெண்கொக்கினைப் போல தலையைக் குனிந்து கொண்டான்.

சங்கடமாக இருந்தது எனக்கு. "சாதாரணமா கேட்டேன். அதுக்காக அப்பா அம்மா சாகறதை பத்தி எல்லாம் பேசற. இல்லை பேசறீங்க" என்றேன். "சும்மா வா போன்னே கூப்டுங்க. உங்களைவிட சின்னப் பையன்தானே? உண்மை முகத்தில அறையத்தான் செய்யும். அதோட கையால அடிவாங்காம யாராலயும் தப்பிச்சு ஓட முடியாது. ரெண்டு பேர் மட்டும்தான் இந்த உலகத்தில எனக்குன்னு இருக்காங்க. ஆனா ரெண்டு பேருமே துயரம். இனிமே கோடி கோடியா நான் சம்பாதிச்சாகூட அவங்களை என்னால புஷ்டியா மாத்த முடியாது. ஏற்கனவே புழு கடிச்சு தின்னு முடிச்ச பழமா

கடைசி ஸ்டேஜ்ல இருக்காங்க. நீங்களே வந்து பாருங்க" எனச் சொல்லிவிட்டு எழுந்து நின்று சட்டையைப் போட்டான்.

"தண்ணியடிச்சிட்டு ஒருநாளும் வேற வீட்டுக்கு நாங்க போக மாட்டோம். இது எங்களோட கஸ்டம்ஸ். அதை புரிஞ்சுக்கணும் விக்ரம்" என்றேன் அவனை அமரவைக்கும் நோக்கில். "வேண்டாம்னு சொன்னாலே விட்டிருவேன். அதுக்காக எதுக்கு இதெல்லாம் சொல்றீங்க" என்று சொல்லிவிட்டு மறுபடியும் சட்டையைக் கழற்றிப் போட்டுவிட்டு அமர்ந்தான்.

"இன்னைக்கு போதும். வேற என்னைக்காச்சும் மீதியை சொல்றேன். இன்னைக்கு வண்டு குடைஞ்ச பழம்ங்கறதுலயே மனசு நின்னிருச்சு" என்று சொல்லிவிட்டு, தரையில் கிடந்த விளக்கமாறைத் தள்ளிவிட்டு அப்படியே சாய்ந்து படுத்தான். நந்தினியில் வாங்கிய உயர்தர சைவச் சாப்பாடு ஒன்று அவனருகே அதுபாட்டிற்குப் பிரிக்காமலேயே கிடந்தது. அது அவன் பிரச்சினை எனக் கட்டிலில் ஏறிப் படுத்து விட்டேன்.

மாலை உறக்கம் கலைந்து எழுந்தபின், அவனை அங்கே காணவில்லை, கூடவே சைவச் சாப்பாட்டு பார்சலையும். சாப்பிட்டு முடித்து தூக்கிப் போட்டிருப்பானோ என நினைத்து அறை வாசலில் இருந்த குப்பைத்தொட்டியில் பார்த்தபோது, அதற்கான தடயமே இல்லை. வீட்டிற்கு எடுத்துப் போயிருப்பானோ? யோசிக்கவே சங்கடமாக இருந்தது எனக்கு.

இரண்டுநாள் கழித்து அவனே எனக்குத் தொலைபேசி செய்து, "பாஸ் இன்னைக்கு நைட் வர்றேன். பேசிக்கிட்டு இருக்கணும்னு தோணுச்சு" என்றான். அவனே அழைத்திருப்பதால், அப்படி என்ன பேசப் போகிறான் என்கிற ஆர்வம் எனக்குள் எட்டிப் பார்த்தது. மாலையில் பழைய மாதிரியே ஓல்ட் மங்க் வாங்கிக் கொண்டு அறைக்குப் போனேன்.

எனக்கு முன்னமே மேன்சனில் வந்தமர்ந்து, தொலைக்காட்சியில் கிரிக்கெட் போட்டியை பார்த்துக் கொண்டிருந்தான். அவன் ஒவ்வொரு புள்ளி விபரமாகச்

சொல்வதைப் பார்த்து, என்னுடைய மேன்சன் நண்பர்கள் அவனுடன் ஒட்டிக் கொண்டார்கள். நான் போவதற்கு முன்பே சிலரிடம் அவன் அறிமுகமும் ஆயிருந்தான். போனபோது, “நல்ல மூளைக்காரரு. எவ்ளோ விஷயத்தை கொட்டுறாரு. இவ்ளோ ஞாபக சக்தி இருக்கற ஆளை நான் பார்த்ததே இல்லை. அநியாயத்துக்கு நல்லா இங்கலீஸ் பேசறாரு. பார்ரீன்காரரு ஒருத்தர் வழி தெரியாம வந்து நின்னப்ப அருவி மாதிரி கொட்டினாரு” என்றான் அருப்புக்கோட்டைக்காரன்.

“எல்லார்ட்டயும் ப்ரெண்ட்ஸ் ஆகியாச்சு போல” எனப் படியில் ஏறும்போது விக்ரமிடம் கேட்டேன். “பாஸ் அதெல்லாம் உங்க லிங்கை உதற மாட்டேன். எது வந்தாலும் உங்கட்ட சொல்லாம செய்ய மாட்டேன். அவரோட தீஸிசுக்கு வொர்க் பண்ணித் தர முடியுமா, பணம் தரேன்னு கேட்டாரு. நீங்க சொன்னா பண்ணித் தர்றேன்னு சொன்னேன்” என்றான்.

அங்கே திருவல்லிக்கேணியில் அதுவொரு வியாபாரமாகவே நடந்து கொண்டிருந்தது. பக்கத்—திலிருந்த பல்கலைக்கழகத்தில் ஆய்வுப் படிப்புப் படிப்பவர்கள் வெளியே கொடுத்து தீஸிஸ் எழுதி வாங்கிக் கொள்வார்கள். அதற்குப் பணம் கொடுத்து விடுவார்கள். ஆய்வை வழிநடத்தும் பேராசிரியர்கள் சிலரே அப்படியான ஆட்களைக் காட்டி விடுவார்கள். அதில் அவர்களுக்குமே கமிஷன் போய்விடும் என்றும் கேள்விப்பட்டிருந்தேன். விக்ரம் அந்தக் கூட்டத்தில் ஒருத்தனோ என்று நினைத்துக் கொண்டே கதவைத் திறந்து அறைக்குள் போனேன்.

“ஏன் பணம் வருதுன்னா பண்றதுதானே? என்னோட அனுமதி எதுக்கு?” என்றேன். “அதெல்லாம் உயிர் போனாலும் செஞ்சு தர மாட்டேன். சரஸ்வதியை விக்க மாட்டேன். சின்ன வயசில இருந்து எனக்கு பிடிச்ச ஒரே சாமி அதுதான். லட்சுமியை பொறுத்தவரை அது நமக்கு இல்லைன்னு ஆயிடுச்சு. எங்கம்மாட்ட ஒருநாள் இதைச் சொன்னப்ப செருப்பை கழட்டி அடிக்க வந்திருச்சு” என்று சொல்லிவிட்டு குனிந்து சிரித்தான்.

அவன் அப்படிச் சிரித்ததை முதன்முறையாகப் பார்த்தேன். “சொல்லு சொல்லு சொல்லு” என நாடகத்தனமாக நானும் சிரித்துக்கொண்டே கேட்டேன். “அதாவது லட்சுமி எனக்கு கோவிச்சுக்கிட்டு போன பொண்டாட்டி மாதிரி. ஆனா சரஸ்வதி எனக்கு வந்துசேர்ந்த வைப்பாட்டி மாதிரி. நான் சொல்றதையெல்லாம் கேட்பான்னு சொன்னேன்” என்று சொல்லிவிட்டு மீண்டும் சிரித்தான்.

“இப்படி உதாரணம் சொல்றதுக்கு வெளக்குமாத்துல சாத்துனாலும் தகும். நாங்கள்ளாம் நோட்டு புக்கை மிதி—ச்சாலே கண்ல தொட்டுக் கும்பிட்டுக்குவோம்” என்றேன். “தெரியுது. ஆனா எனக்கு அப்டீத்தான் தோணுச்சு. ஆனா வெறும் சரஸ்வதி மட்டும் வீட்டுக்குள்ள நடமாடறதும் தரித்திரியம்தான். ஏன் இங்க ஒருத்தர் யானைட்ட மிதி வாங்குனாரே. அவர் கணக்கும் அதுதானே ?” என்றான் விக்ரம். அவன் யாரைச் சொல்கிறான் என நீண்ட நேரமாக யோசித்துவிட்டு, “அட பாரதியை சொல்றீயா” என்றேன். ஆமாம் என்று தலையாட்டினான்.

“விக்ரம் அதுக்காக நீயும் அவரும் ஒண்ணா” என்றேன் உண்மையான எள்ளலுடன். “ஆமா முப்புரிநூலை கழட்டி எறிஞ்சதுல நானும் அவரும் ஒண்ணுதான்” என்றான். அப்போதுதான் அவனது நெஞ்சைக் கவனித்தேன். கூடவே, “ஏன் உங்க பேச்சு வழக்கெல்லாம் நார்மலா இருக்கு. கேட்கணும்னு நெனைச்சிருந்தேன்” என என்னுடைய இன்னொரு சந்தேகத்தையும் கேட்டேன்.

“வேண்டாம்னு பயந்துகிட்டு என்னோட அடையாளத்தையே அழிச்சுக்க விரும்பினேன். எங்கப்பாம்மா மாதிரி எனக்கு மட்டும் அது தொயரமாத்தான் இருந்ததா உணர்ந்தேன். காலேஜ்ல பசங்களோட சேர்ந்து பொதுவான மொழியை வலுக்கட்டாயமா பேசி பழகிட்டேன். அப்புறம் இதுவே இயல்பாவும் மாறிடுச்சு” என்றான். முன்பைப் போலவே ஒரு சுற்று மட்டுமே அருந்தினான். இந்த முறை அவனாகவே பேசட்டும் எனக் காத்திருந்தேன். அவனுமே அதை உணர்ந்து தனக்குள் திரட்டிக் கொண்டிருப்பதைப் போல அமர்ந்திருந்தான்.

“பாஸ் ஒருநாள் எங்க வீட்டுக்கு வாங்க. எனக்கு யோசனை சொல்லுங்க. வேலைக்கு போகலாம்னு தோணுது. வாய்ப்பு ஏற்படுத்தி தாங்க. உங்க பேரைக் காப்பாத்துவேன். வேற எதுவும் பேசற மனநிலைல இப்ப இல்லை. வீட்டுக்கு எனக்காக வர்றீங்களா? குடிச்சாத்தான் யாரையாச்சும் வீட்டுக்கு தைரியமா கூப்ட தோணுது. அவங்க மண்டைக்குள்ளல்லாம் எங்களைப் பத்தி வேற ஒண்ணு இருக்கு” என்றான்.

மறுப்பு சொல்லாமல் சட்டையை எடுத்துப் போட்டுக்கொண்டு அவனோடு கிளம்பினேன். கோவிலுக்குப் பின்புறம் இருந்த சந்தின் வழியாக அழைத்துப் போய், மாடிப் படிக்கட்டுகளின் வழியாக ஏற்றி, ஒரு வீட்டிற்கு அழைத்துப் போனான்.

சத்தியமாக அதை வீடு என்று சொல்லவே முடியாது. ஒளியே இல்லாமல் இருட்டான எலிப் பொந்தைப் போலவே இருந்தது. “அன்னைக்கே நான் சொன்னேன்ல. பாத்து பத்திரமா உள்ள வாங்க” என்று சொல்லி முன்னே போன அவன் அறைக்குள் யாரிடமோ பேசிய சத்தம் கேட்டது.

வீட்டின் வாசலைக் கடந்து நின்று கொண்டிருந்த போது, அந்தக் குறுகலான அறையில் இருந்து தவழ்ந்து வந்தார் அவனுடைய அப்பா. கைக்கு அடக்கமான கவட்டையைப் போல முக்கோணமாகச் சுருங்கி ஊர்ந்து வந்தாரவர். “அவரால எந்திச்சு நிக்க முடியாது. காது கொஞ்சமா கேட்கும். நல்லா பேசுவார். ஆனா உங்கட்ட சத்தியமா ஒரு வார்த்தைகூட பேச மாட்டார்” என்றான். அவனுடைய அப்பாவையே கூர்ந்து பார்த்தேன். அவருடைய கைகள் புடலைங்காய்க்கும் கீழாகச் சுருங்கி இருந்தன. கைகால்களை விட கொஞ்சம் பெரிதான உடல் மீது தலையை ஒட்டி வைத்த மாதிரி இருந்தது. நின்றால் அவர் உயரமாகவே இருப்பார். ஆனால் குனிந்து குனிந்து அவர் ஒரு புளியோதரைப் பொட்டலத்தைப் போலவே, அவன் ஏற்கனவே என்னிடம் சொல்லி இருந்த மாதிரிச் சுருங்கி இருந்தார்.

நான் குனிந்து அமர்ந்து அவரோடு பேச்சுக் கொடுக்கப் போகையில், “வேண்டாம் பாஸ் கடுமையா

காயப்படுத்திருவாரு. யார்ட்ட கொட்டன்னு காத்துக்கிட்டு இருக்காரு. நீங்க வெறுத்திருவீங்க என்னை. அன்னைக்கு நல்ல சாப்பாடுன்னு கொண்டு வந்தப்பயே அதை பார்வையால கூட தொட்டுப் பார்க்கலை. இப்பவும் வீம்பு" என்றான்.

உண்மையாகவே நான் பயந்து விலகி விட்டேன். நாங்கள் இருவரும் தூரத்தில் இருந்த நாற்காலியில் அமர்ந்தபோது குறுகுறுவென எங்களையே பார்த்துக் கொண்டிருந்தார். "இங்க இருந்து பேசுனா அவருக்கு கேட்காது. தைரியமா பேசுங்க" என்றான். அப்போது டியூசன் முடித்து விட்டு அவனுடைய அம்மாவும் படியேறி வந்தார். அவரைப் போலவே அந்த அம்மாவும் சீக்கிரமே இன்னும் அதிகமாக சுருங்கிப் போய்விடுவார் என்று தெரிந்தது.

உடலில் எலும்பைத் தவிர சதையென்று சொல்லிக் கொள்ள எதுவுமே இல்லை. இருக்கிற சதையும் வெண்மையாய் அதனுடன் மஞ்சள்பாவி, கண்ணாடியை மீறி கண்ணில் ஒளி மங்கத் துவங்கி இருப்பது தெரிந்தது. பசி வந்தால் காதடைக்கும் என்பார்கள். அங்கே இரு உடல்கள் பஞ்சின் கனத்திற்கு மாறி இருந்ததைக் கண்ணால் பார்த்தேன். அந்த நிமிடத்தில் விக்ரமின் மீது எனக்குப் பரிவு ஏற்பட்டது. "அவங்க டியூசன் எடுக்கற வீட்டுக்காரங்க தூரத்து சொந்தம்தான். தானமா கொடுக்க முடியாதுங்கறதால சும்மா வேலைன்னு சொல்லிக் கொடுத்துட்டு இருக்காங்க. அதையும் எங்கம்மா நம்புது. இல்லாட்டி நம்புன மாதிரி நடிக்குதான்னு தெரியலை" என்றான். அவரைப் பற்றித்தான் பேசுகிறோமென அறிந்து, அவனது அம்மா ஆமாமாம் என்கிற மாதிரி அங்கே இருந்தே மையமாகத் தலையை ஆட்டினார். அதற்கு மேல் அங்கே என்னை நிற்கவிடவே இல்லை அவன்.

கிளம்புவதற்கு முன்பு அவனுடைய அப்பா இருந்த இடத்திற்குப் பக்கத்தில் போய் நின்று, அறைக்குள் எட்டிப் பார்த்தேன். சுவற்றில் ஹிந்து பேப்பரில் புகைப்படத்தோடு வந்த செய்தியொன்றைக் கத்தரித்துச் சட்டகம் போட்டு மாட்டியிருந்தார்கள். கீழே வரும்போது, "ஆமா அந்தக் காலத்தில ஏதோ செஸ் போட்டில ஜெயிச்சப்ப எடுத்த

படமாம். அதை மாதிரியே ஹிந்து பேப்பர்ல நானும் நியூஸா வரணும்னு சின்ன வயசில இருந்து நசநசன்னு சொல்லிக்கிட்டே இருப்பார். அதனாலேயே அதுமேல எனக்கு வெறுப்பு வந்திருச்சு. அதைப் படிக்கறதையே நிறுத்திட்டேன். ஆமா அப்ப ஜெயிச்சாரு. இப்ப குப்புற விழுந்து தோத்துட்டாருல்ல. பழைய கௌரவத்தை வச்சு அரை பாக்கெட் பால் வாங்க முடியுமா? இன்னுமே பழைய ஆளாவே இருந்து தொலைக்குறாரு. எங்கம்மாகூட பரவாயில்லை. இவர வச்சுக்கிட்டு என்னால முடியலை. ஆள்களை பார்த்தாதான் உங்களுக்கு என் நிலை தெரியும். அதுக்குத்தான் கூட்டு வந்தேன். பாருங்க பெத்தவங்களை விளம்பரமா காட்டுற மாதிரி வச்சிருச்சு நிலைமை" என்று சங்கடமான தொனியில் சொல்லிக் கொண்டு கீழே வந்தான்.

"வீட்டுக்கு வீடு வாசல்படி. எங்க அப்பத்தா ஒண்ணு கடைசி வரைக்கும் ஊசியே போட மாட்டேன்னு அடம்பிடிச்சு செத்துச்சு என்ன பண்றது? ஆமா காந்தியை கூட அப்டீ சொல்வாங்க. கடைசி வரை அவரு ஊசி போட்டுக்கவே இல்லையாமே?" என்றேன், அதுவரை பேசிய ஆழத்திற்குச் சம்பந்தேமே இல்லாமல் அவனிடம்.

அதையெல்லாம் அவன் காதில் வாங்காமல் என்னுடைய அறையை நோக்கி நடந்து கொண்டிருந்தான். இடையில் தேநீர் குடிக்க நிற்கையில், "உண்மையைச் சொல்லணும்னா நீங்க சொன்ன பிறகுதான் நானுமே எங்கப்பா மாதிரி பிடிவாதமா இருக்கேன்னு தோணுச்சு. அவர் பிள்ளை எப்படி இருப்பேன்? அதான் கொஞ்சம் விசாலமா யோசிக்க தோணுச்சு. என்னால என்ன பண்ண முடியும்னு நீங்களே சொல்லுங்க" என்றான்.

திடீரென, "ஒரு விஷயம் சொல்ல மறந்திட்டேன். எங்கப்பா இந்த நிலைமைலகூட எங்கம்மாவ கீழ உக்காரச் சொல்லி அடிப்பாரு. அது உடம்பால நிச்சயமா வலிக்கவே வலிக்காது. அந்தளவுக்கு அவரோட உடல் பலகீனமா இருக்கு. நீங்கதான் பார்த்தீங்கள்ள. ஆனா எங்கம்மா உக்காந்து மனசால வாங்கும் அதை" என்றபோது எனக்கு விசித்திரமாக இருந்தது. என்ன மனிதர் அவர்?

மனதால்கூட அந்த அம்மாவை அடிக்க முடியாதே? அத்தனை பூஞ்சையாக, பரிதாபமாக இருக்கிறார் என நினைத்துக் கொண்டேன்.

“எங்கம்மா நடமாடற வரைக்கும் பிரச்சினை இல்லை. திடீர்னு அதுவும் இப்படி உக்காந்திருச்சுன்னா சோறு தண்ணி எல்லாம் நாந்தான் பாத்துக்கணும். என்னைத் தவிர இந்த உலகத்தில யாருமே இல்லை அவங்களுக்கு. பேசாம அவங்களையும் கொன்னுட்டு நானும் தற்கொலை பண்ணிக்கலாம்னு பலதடவை தோணியிருக்கு” என்று சொல்லிவிட்டு கண்கள் கலங்க என்னையே பார்த்தான்.

“விக்ரம் என்ன பேச்சு இது. நீ நினைச்சிருந்தா எப்பவோ இதுல இருந்து ஓடி இருக்கலாம். ஆனாலும் செய்யலை. உன் மேல எனக்கு அதுசம்பந்தமா நிறைய மதிப்பு இருக்கு. இப்படிப் பேசி அதை கெடுத்துக்காத. உனக்கு நல்ல வாய்ப்பா அமைச்சுத் தர்றேன். பொறுமையா இரு” என அவன் திரும்பவும் இதுமாதிரி பேசிவிடக் கூடாது என்கிற திட்டத்தில் சொன்னேன். அவனை அறைக்கு அழைத்துப் போக அன்றைக்குத் தோன்றவில்லை. “விக்ரம் எனக்கு கொஞ்சம் வேலை இருக்கு. நாம அடுத்து எப்பவாச்சும் மீட் பண்ணலாம். ஆனா கண்டிப்பா ஹெல்ப் பண்ணுவேன். பிராமிஸ். உன் நிலையை பாத்திட்டேன்ல” என்றேன். அவனுமே புரிந்துகொண்டு, எனக்கு முன்னமே போய் தேநீருக்கான காசைக் கொடுத்து விட்டு கோவிலின் வடக்குப் புற வாயிலை நோக்கி நடந்தான்.

விக்ரமை காட்டிவிட்ட நண்பர் அன்றைக்கு என்னை அழைத்திருந்தார். இருவரும் அவன் குறித்துப் பேசிக் கொண்டோம். “நல்ல பையன். என்ன பிரச்சினைன்னா இந்த மாதிரி ஆட்களோட இருந்தோம்னா நாமளும் டிப்ரஸ் ஆயிடுவோம். ஆனாலும் அவனை விட முடியலை. நீங்க ஏதாச்சும் பாத்து பண்ணி விடுங்க” என்றார்.

“எனக்கு முதல்லயே அது தெரிஞ்சுருச்சு. அதனால வெறுமனே கதை கேட்கற மாதிரி வெளியில இருந்துதான் பழகறேன். அவரோட அடிப்படை கதை தெரிஞ்சப்பறம் வேற இண்டரஸ்ட் எதுவும் வரலை. ஆனா பாவமாவும் இருக்கு. ஒரிஜினலா பழகுறாரு. ஏதாச்சும் செய்யணும்னு

எனக்கே தோணுது. என்ன இருந்தாலும் நம்ம கூட உக்காந்து கை நனைச்சிட்டாப்புலல்ல" என்றேன். எங்களை மாதிரி தெற்கத்திக்காரர்களுக்கு ஒரு பழக்கம் உண்டு. நம்பி வந்து வீட்டில் கை நனைத்துவிட்டால் எப்பாடுபட்டாலும் கேட்டதைச் செய்து கொடுத்து விடுவோம்.

என்னுடைய அலுவலகத்தில் விக்ரமிற்கு ஒருவேலையை ஏற்பாடு செய்தேன். அவனுக்கு வேலையை ஏற்பாடு செய்து தந்தபிறகே அழைக்க வேண்டுமென முன்பே நினைத்தும் இருந்தேன். வேலை கிடைத்து விட்டது என்பதைச் சொல்வதற்காக விக்ரமை அழைத்தபோது, எதிர்முனையில் முனகியபடி, கடுமையான காய்ச்சல் என்றான். மாலையில் அவனது வீட்டிற்கு என்னுடைய நண்பன் ஒருத்தனை அழைத்துக் கொண்டு போனேன்.

கட்டிலில் படுத்துக் கிடந்த விக்ரமை பார்த்தபோது, எனக்குத் தூக்கி வாரிப் போட்டது. பத்து நாட்கள் இடைவெளியில் ஒருமனிதனால் இவ்வாறு சுருங்க முடியுமா? விக்ரம் நெஞ்சில்கூடு விழுந்து பழைய கரித்துண்டைப் போல ஓரத்தில் சுருண்டு கிடந்தான். அதற்குப் பக்கத்தில் அவனது அப்பா ஒரு தம்ளரைப் போலக் குறுகி அமர்ந்திருந்தார். பெரிய பழமொன்றும் சின்னதொன்றும் வாடி வதங்கிக் கிடந்தன அங்கே. இரண்டையுமே இரு கைகளாலும் எளிதாக, கட்டைப் பைகளைத் தூக்குவதைப் போல என்னால் தூக்கி விடமுடியும் எனத் தோன்றியது.

என்னுடன் வந்த நண்பர் இயல்பிலேயே நெகிழ்ச்சியானவர் என்பதால், உடனே ஓடிப் போய் அவனைத் தூக்கி அமர வைத்து மருத்துவமனைக்குச் செல்ல ஆயத்தம் ஆனார். "டோண்ட் டச் ஹிம்" என அவருடைய அப்பா முனகிய போது எனக்குக் கோபம் வந்து விட்டது.

ஏற்கனவே அப்படி ஒரு செய்தியைப் படித்திருந்தேன். ராஜஸ்தான் பக்கத்தில் கடவுள் வந்து காப்பார் என்று சொல்லி ஒரு குடும்பம் சீக்கு வந்த தன் பிள்ளையை

வீட்டுக்குள்ளேயே வைத்திருந்தது. பிறகு எல்லோரும் செய்தி கேட்டுப் போய்ப் பார்த்த போது, அந்தப் பையனின் உடல் அழுகத் துவங்கி இருந்தது. அந்தக் கதை எனக்கு அப்போது நினைவிற்கு வந்ததால், அவனுடைய அப்பாவை ஒரு பொருட்டாகவே நினைக்காமல், அவனைத் தூக்கிக் கொண்டு இருவரும் மருத்துவமனைக்கு விரைந்தோம். போகையில் திரும்பிப் பார்த்தபோது, எதுவுமே விளங்கிக் கொள்ள முடியாத பாவனையில் குறுகுறுவெனப் பார்த்துக் கொண்டிருந்தார்.

என்னுடைய நண்பர் கீர்த்தி ஸ்கேனில்தான் வேலை பார்த்தார் என்பதால், தெரிந்த மருத்துவமனைக்கு அழைத்துப் போனார். அங்கே பல்வேறு கட்டப் பரிசோதனைகள் நடந்து கடைசியில் அவனுக்கு நுரையீரலில் நீர் கோர்த்திருக்கிறது என்றார்கள். அது ஒருவகையிலான பூஞ்சை தொற்று என விளக்குகையில், "உசுருக்கு ஒண்ணும் பிரச்சினை— யில்லையே" என்று கேட்டபோது, யாரும் உடனடியாகப் பதில் சொல்லவில்லை.

விக்ரமை பெரிய மருத்துவமனையில் சேர்த்தால் பிழைக்க வாய்ப்பிருக்கிறது என்றார்கள். என்னுடைய நண்பரும் அப்போது நெகிழ்வெல்லாம் அடங்கி யதார்த்தத்திற்கு வந்து சேர்ந்திருந்தார். இன்னொரு நண்பனை விக்ரமின் வீட்டிற்கு அனுப்பி அவனுடைய அம்மாவிடம் பேசிவிட்டு வரச் சொன்னோம்.

"அவங்க சித்தி ஒருத்தங்க இருக்காங்களாம். அவங்க பிள்ளைங்களே டாக்டர்ஸா இருக்காங்களாம். நாங்களே பாத்துக்குறோம். கொண்டு வந்து விட்டிருங்கன்னு அவங்க ரிலேஷன் ஒருத்தர் வந்து சத்தம் போடறாரு. பயங்கரமா ரூல்ஸ் பேசறாரு" என்றான் திரும்பி வந்து.

எல்லோரும் சேர்ந்து அதுதான் சரியென்று முடிவிற்கு வந்து விக்ரமை ஆட்டோவில் வைத்து அழைத்துக்கொண்டு வீட்டிற்குப் போனோம். பேசவே முடியாமல் சோர்ந்து துவண்டு போயிருந்தான். இடையில் விழிப்பு வந்த போது, "பாஸ் திரும்பி வந்திருவேன். அப்டீலாம் ஈசியா போகவிட்டிராது வாழ்க்கை" என்றான்.

வீட்டின் மேலே செல்ல விரும்பாமல், உடனிருந்தவர்களைப் போகச் சொன்னேன். பக்கத்து வீட்டில் இருந்த ஒருத்தரைப் பழக்கம் பிடித்து, ஏதாவது தகவல் என்றால் அழைக்கச் சொல்லி தொலைபேசி எண்களைக் கொடுத்து விட்டு வந்தோம்.

இரண்டுநாள் கழித்துவந்த தொலைபேசி அழைப்பில், “அவங்க எங்கயும் அந்தப் பையனை கூப்ட்டு போகலை. வீட்டுக்குள்ள வச்சே கொன்னுட்டாங்க. சித்தியும் வரலை. சித்தப்பாவும் வரலை” என எரிச்சலுடன் சொன்னது அந்தக் குரல்.

உடனடியாக நான் பதற்றத்திற்கு ஆட்பட்டு, என் உள்ளங்கைகள் வியர்த்தன. அலுவலகத்தில் விடுப்பு எடுத்துக் கொண்டு உடன் ஏற்கனவே அவனை அறிந்திருந்த மேன்சன் நண்பர்கள் மேலும் சிலரை அழைத்துக் கொண்டு ஓடினேன் அங்கே. வீட்டின் உள்ளே வெறும் பாயில் விக்ரமை கிடத்தி இருந்தார்கள். சொந்தம் என்று சொல்லி ஒரு பத்து பேருக்கு மேல் நின்றார்கள். ஆனால் ஒரு ஊதுபத்தியைக்கூடக் கொளுத்தி வைக்கவில்லை.

யாரும் எதுவும் செய்யாமல் வேடிக்கை பார்த்துக்கொண்டு மட்டுமே இருந்தார்கள். நாங்கள் நண்பர்களாகப் பேசிக் கையில் இருந்து ஒரு தொகையைக் கொடுத்து, அவனை வழியனுப்புகிற வேலைகளைத் துவங்கினோம். வந்தவர்களுக்கு கருப்புத் தேநீர் போட்டுக் கொடுக்கக் கூட அங்கே யாரும் முன்வரவில்லை. எதிர்வீட்டில் இருந்து பரிதாபப்பட்டு தயார்செய்து கொடுத்தார்கள். அதையேந்தி வந்த அந்த வீட்டுக்காரர், “இனிமே அவங்க ரெண்டு பேரும் என்ன ஆகப் போறாங்கன்னு தெரியலை. எங்ககூடல்லாம் அவங்களுக்கு பேச்சுவார்த்தையே கிடையாது. நாங்களும் போயி பேசினதில்லை. இருந்தாலும் மனுஷங்க நிலையை நினைச்சா ரெம்ப கஷ்டமா இருக்கு” என்றார்.

விக்ரமின் சொந்தக்காரர் என வந்து நின்ற மத்திய வயதுக்காரரின் கையில் பணத்தைக் கொடுத்தோம். அவர் பூஜை புனஸ்காரங்களை எல்லாம் கண்டிப்பாகச் செய்ய

வேண்டும் என்று குரல் உயர்த்திய போது, "அதெல்லாம் எங்களுக்குத் தெரியாது. பழக்கத்துக்கு வந்திருக்கோம். புண்ணியத்துக்கு தானம் கொடுக்கிற மாட்டை பல்லைப் பிடிச்சு பதம் பார்க்காதீங்க. கிளம்பிப் போய்க்கிட்டே இருப்போம்" என்றான் அருப்புக்கோட்டைக்காரன் சுருக்கென.

எல்லாம் நடந்து முடிந்து மேன்சனுக்கு வந்த பிறகும் எனக்கு நிலைகொள்ளவில்லை. விக்ரமே எதிரே அமர்ந்து என்னோடு குடித்துக் கொண்டிருப்பதைப் போலப் பிரமை உருவானது. கழிவறைக்குப் போனாலும் வாளியோடு பக்கத்தில் நின்றான். என்னுடைய அப்பாவிற்கு தொலைபேசி செய்த போது, "ஏதாச்சும் அவங்களுக்கு உதவியா பண்ணி விட்டிருப்பா. ஆத்மா சாந்தியடைஞ் சிரும். அப்புறம் அது கண்லயே தட்டுப்படாது" என்றார். இருந்தாலும் பயந்துபோய் நண்பர்களின் அறைக்குப் போனேன். நாளைச் சோற்றிற்கு அவனது பெற்றோர்களுக்கு வழி இருக்குமா எனக் கேள்வி எழுந்தது. ஏதாவது உடனே செய்ய வேண்டும் எனத் தோன்றி, நண்பர்களிடம் பேசி முப்பதாயிரம் ரூபாய் பணத்தை ஏற்பாடு செய்து மறுநாள் விக்ரமின் வீட்டிற்குப் போனபோது, அவனுடைய அம்மா இல்லை. ஏன், யாருமே இல்லை அங்கே.

கதவு திறந்தே கிடந்தது. தலையை உள்ளே நுழைத்து எட்டிப் பார்த்த போது, உள்ளே விழுந்த குறைந்த வெளிச்சத்தில், ஏதோ ஊர்வதைப் போல நிழலசைவு தெரிந்தது. அவனுடைய அப்பா அதுவென உணர்ந்தேன். அவரிடம் என்ன பேசுவது என்கிற குழப்பம் வந்தது. கையில் கொண்டு போன பணம் அடங்கிய கவரை அவர் முன்வைத்த போது, அவரது முகத்தைப் பார்த்தேன்.

கண்கள் சுருங்கி அதன் ஓரத்தில் நீர்த்தாரை தெரிந்தது, வற்றிப் போன ஊற்றோரத்தில் ஒட்டியிருக்கிற, காய்ந்து போகக் காத்திருக்கிற கடைசி நீர்த்தடம் போல. கையில் வைத்திருக்கிற பழைய துணியால் ஒரு கண்ணை அழுத்தித் தேய்த்துவிட்டு தலையை நிமிர்த்தாமல் அமைதியாய் அமர்ந்திருந்தார். அதற்குமேல் அங்கே நிற்கத் தோன்றவில்லை எனக்கு.

திரும்புகையில் அவருக்கு கேட்கிற சத்தத்தில், "முப்பதாயிரம் ரூபாய் பணம் இருக்கு இதுல. என்ட்ட விக்ரம் கொடுத்து வச்ச காசுதான் இது. விக்ரமோட அம்மாட்ட கொடுத்திருங்க. உங்கட்ட இதைத் தவிர காசு இல்லைன்னு தெரியும். கடைசியா உங்க பையன் வழீல வர்ற பணம். செலவுக்கு வச்சுக்கோங்க" என்று சொல்லி விட்டு, படியிறங்கி நடந்து வந்தேன். கோவிலில் ஏதோ உற்சவம்போல, கூட்டமாக இருந்தது.

இரண்டொருநாள் கழித்து வழக்கமான தேநீர்க்கடையில் நின்றிருந்த போது, சிவில் சர்வீஸ் தேர்வுக்கு படிக்கும் நண்பன் ஒருத்தன் கையில் இருந்த ஹிந்து பேப்பரை தற்செயலாக வாங்கி மேய்ந்தேன். விக்ரமின் புகைப்படத்தோடு இரங்கல் செய்தி முக்கியத்துவமான பக்கத்திலேயே மிகப் பெரியதாக அவனது தந்தை பெயரைப் போட்டு வந்திருந்தது. "பணம் கட்டி போடறதுதானே இது?" என்றேன் நண்பனிடம் உடனடியாக. ஆமாம் என்றான் அவன்.

இந்த விளம்பரத்திற்கு எவ்வளவு கட்டணம் ஆகும்? என நான் கேட்பதற்கு முன்பே, அவன் சொன்னான்.

"முப்பதாயிரம் ரூபாய்க்கு பக்கத்தில இருக்கலாம்"

அந்த விளம்பரப் புகைப்படத்தில் விக்ரம் புஷ்டியாகத் தட்டுப்பட்டான்.

யாதவப் பிரகாசர்

கால்பந்து மைதானத்திற்கு அருகில் இருந்த கேலரியின் உச்சிப் படிக்கட்டுகளில் அமர்ந்து, உடலை வளைக்கும் மென்பயிற்சிகள் செய்தபடி, தூரத்தில் ஹாக்கி மைதானத்தில் எங்களுடைய பயிற்சியாளர் அகஸ்டின், தனியாக மைதானத்தில் மட்டையால் பந்தை வலதுபுறம் தள்ளி மறுபடி இடதுபக்கம் வெட்டிச் சுண்டியிழுக்கிற பயிற்சியை மறுபடி மறுபடி செய்துகொண்டிருந்ததைப் பார்த்தேன். சாதாரணமானதுதானே அதுவென்று தோன்றலாம்.

ஆனால் அது அப்படியில்லை. வலதுபுறத்துக்குப் பந்தை தள்ளும்போது வலது காலும் அங்கே பறந்து, பிறகு காற்றிலேயே புறப்பட்ட இடத்திற்கு வந்து ஊன்றியவுடன் இடது காலும் சேர்ந்து துள்ளித் திரும்புகிற பயிற்சி. பறவையொன்று கிளையின் உச்சியில் ஒருகாலை ஊன்றி நின்று, இடதுபக்கம் பறக்கப் போவது போல முழுவுடலோடு எம்பி, வலதுபுறம் சுண்டிப் பறப்பது. பறவை ஆற அமரவா இதைச் செய்யும்? சிறகசைக்கிற நேரத்தில் அதைச் செய்து முடிக்கும். அப்படியான செய்கையை மைதானத்தில் ஒரு மனிதன் பந்தையும் மட்டையையும் வைத்து தூரத்தில் செய்து பார்த்துக்கொண்டிருந்தான். வேகமாக நம்மை நோக்கி ஓடிவரும் எதிராளியை ஏமாற்றிப் பந்தை கம்பத்திற்குள் தள்ளுகிற புதிய உத்தியது.

எங்களுடைய கோச் தன் மனதில் இப்படி ஏதாவது புதிய நுணுக்கங்கள் தோன்றும் சமயங்களில், எங்களை எல்லாம் துரத்தி விட்டுவிடுவார். தூரத்தில் நின்று நாங்கள் பார்ப்போம் என்பது அவருக்குத் தெரியும்தான். ஆனால் பயிற்சியில் மைதானத்திற்குள் கால் பாவி நிற்கையில்தான் நுணுக்கங்கள் வசமாகும்.

மந்திரவாதியை தூரத்தில் இருந்து பார்ப்பதற்கும், உடனமர்ந்து மனனம் செய்வதற்கும் வித்தியாசம் இருக்கிறது அல்லவா? மைதானம் என்கிற செவ்வக

வட்டத்திற்குள் போன பிறகுதான் முழுமையான கற்றல் என்பதே நிகழும். தண்ணீருக்குள் விழாமல் எப்படி வெளியே நின்று நீச்சல் கற்றுக்கொள்ள இயலும்?

வெளியில் ஆங்காங்கே கிடைத்த இடத்தில் அமர்ந்து அவரையே பார்த்துக் கொண்டிருப்போம். அந்த நேரத்தில் மைதானமும் அவரும் மட்டுமே தனித்து இருப்பார்கள். அவர் மறுபடி மறுபடி அந்த நுணுக்கங்களைச் செய்து காட்டி அந்த மைதானத்திடம் அனுமதி பெறுவதைப் போல இருக்கும் அந்தக் காட்சி. பிறகு அதில் மேலும் மேலும் நுணுக்கங்களைக் கூட்டி, அதை ஒரு சர்வதேச நுணுக்கமாக மாற்றி எங்களிடம் கைமாற்றுவார். முழுமையடையாத ஒன்றை அவர் ஒருபோதும் எங்களுக்கு கையளிப்பதில்லை. கிழிந்த தோசைகளைத் தன்னிடம் வைத்துக்கொண்டு, பூரணமான தோசையைப் பிள்ளைக்கு வழங்கும் அம்மாவைப் போல.

எத்தனையோ பேர் பிறகு பல ஆட்டங்களில் சலிக்க சலிக்கப் பலமுறை அந்த நுணுக்கத்தைச் செய்து காட்டுவார்கள். ஆனாலும் அவரிடமிருக்கும் அந்த நுணுக்கத்தின் கூர்மை மற்றவர்களுக்கு முழுவசமாக அமைந்து வருவதே இல்லை. அது ஒன்றைக் கண்டுபிடித்தவனின் நளினம். அது அசலானது. பிறகு நாங்கள் எல்லாம் அதைப் போலச் செய்கிறோம்.

அதைப் போல நுணுக்கம் ஒன்றைப் புதிதாகக் கண்டுபிடிக்க முடிகிறவன் பயிற்சியாளனாக மாறுகிறான். அதை ஆடிக்காட்டுகிறவன் விளையாட்டு வீரனாக இருக்கிறான். ஒரு வகையில் நாயைப் பழக்குவதைப் போலத்தான். அதன் முன் பல்வேறு மணங்களை, நுணுக்கங்களாகப் போட்டு, தனித்தனியாக அடையாளம் காணவைப்பது.

அடிப்படையில் மைதானத்தின் முக்கிய விதியே அடிபணிவதுதான். நாயைப் போல அடிபணிந்தால் மட்டுமே நுணுக்கமான மணங்கள் மைதானத்தில் தட்டுப்படும். அங்கே பயிற்சியாளனின் குரலே இறுதியானது. அதை மீறுகிறவர்களுக்கு அங்கே இடமே இல்லை.

எங்களுடைய பயிற்சியாளர் அவருடைய துறையில் புதிய நுணுக்கங்களை உருவாக்குவதற்குப் பெயர் பெற்றவர். அவர் கண்டுபிடித்த பெனால்டி கார்னர் யோசனையை இந்திய அணியில்கூடப் பயன்படுத்தினார்கள். "அகஸ்டின் கோச் கைப்பட்டு வர்ற பொருளை தயங்காம எடுத்துப் பயன்படுத்தலாம். அது சிந்தாம சிதறாம முழுமையா இருக்கும்" என்று இந்திய அணியின் முன்னாள் கேப்டன் பிரேம்சந்த் சொன்னதை நானே பக்கத்தில் நின்று கேட்டிருக்கிறேன்.

எங்களுடைய பயிற்சியாளருக்கு இந்தியாவின் பல பக்கங்களில் இருந்தும் அழைப்பு வந்தது. ஆனால் தனக்கு அந்த சிறிய நகரமே போதும் என ஒதுங்கிக்கொண்டார். எங்களைப் போன்ற ஆட்களை அடையாளம் கண்டு பயிற்சியளித்து இந்திய அணிக்குத் தள்ளிவிடுவதையே அவருடைய கடமையாகக் கருதினார். அதை ஒரு வேள்வியைப் போல மேற்கொண்டார் என்பதால், துறையில் அவரைப் பணிமாற்றல் செய்து தொந்தரவு செய்ய மாட்டார்கள்.

எப்படியாவது மிகச்சிறந்த வைரத்தைக் கண்டறிந்து அதைப் பட்டை தீட்டி இந்திய அணிக்கு அர்ப்பணித்துவிடுவார். அவர் பட்டை தீட்டி பார்வைக்கு அனுப்பிய எதுவுமே இதுவரை உச்சம் தொடாமல் திரும்பியதில்லை. அவர் மிகச் சரியாக ஒரு இந்திய வீரனைக் கணிப்பார் என்று தங்கராஜ் வார்டன் சொல்லுவார். நாயின் மூக்கைக் கொண்டே அதன் வீறாப்பைச் சொல்லிவிடுவதைப் போல.

அவர், சிலரை மனதைக் காயப்படுத்துகிற மாதிரி வெளியே அனுப்புவதையும் பார்த்திருக்கிறேன். அப்படியான சமயங்களில் மட்டும் அன்பான வார்த்தைகள் அவரது வாயில் இருந்து கூடுதலாக வரும். "நல்ல பையனா நான் சொல்றதைக் கேளு. உனக்கு அந்த நுணுக்கம் இதுல வரலை. உன்னோட கால் ஒரு நூல் அளவுக்கு அதிகமாவே பிளந்து ஸ்டெப் வைக்குது. நிச்சயமா உனக்கு புட்பால் நல்லா செட் ஆகும். உனக்குத்தான் அதுவும் நல்லா ஆடத் தெரியும்ல? கேமை மாத்துறோம்னு நெனைக்காத. சின்ன வயசுதானே?

கொஞ்சம் முயற்சி செஞ்சா அங்க உச்சம் தொட்டிருவ. ஆனா இங்க இருந்தீன்னா பத்தோட பதினொண்ணா மட்டும்தான் கிடப்ப. இந்தியன் டீம்ல இடம் கிடைக்குது கிடைக்கலைங்கறது எல்லாம் தனி. ஆனா நீ உன்னளவுல இண்டர்நேஷனல் மெட்டீரியலா இருக்கியாங்கறதுதான் முக்கியம்" என்றார் அவனிடம்.

அவர் சொன்ன மாதிரியே அடுத்த ஒரு வருடத்தில் இந்திய கால்பந்து சப்—ஜூனியர் அணியில் அவன் இடம்பெற்றான். "பாத்தீயா?" என்பதைப் போல அவனைக் காட்டி எங்களிடம் உதடு பிரியாமல் சிரித்தார். அவர் கிராமங்களில் செய்வதைப் போல பல்லைப் பிடித்து மாடுகளைப் பதம் பார்த்துக்கொண்டே இருப்பார். கையில் ஹாக்கி மட்டையுடன் மைதானத்தில் நின்று எங்கள் எல்லோரையும் ஒரே பார்வையில் எடை போடுவார். அப்போது அந்த ஒட்டுமொத்தமும் அவரது பார்வைச் சட்டகத்திற்குள் இருக்கும்.

எல்லா மாடுகளும் ஒன்று என்றாலும், ஒரு சில மாடுகள் மீது கூடுதல் நம்பிக்கையும் பிரியமும் இருக்குமே? அதைப் போலத்தான் என்மீது கொண்டிருந்தார். அவரது வீட்டின் சமையலறை வரைக்கும் போகிற அனுமதியைப் பெற்று இருந்தேன். அவர் என்ன அனுமதிப்பது? அவர் இல்லாவிட்டாலும் அவருடைய மனைவி என்னை விடவே மாட்டார். "அவரு கிடக்கறாரு. அங்கதான் கோச். வீட்டுல நான் சொல்றதுதான். நீ வாடா. சிக்கன் குழம்பு வச்சிருக்கேன்" என்று சொல்லும் அந்த அக்கா.

நான் வீட்டில் இப்படி அன்னியோன்யமாகப் புழங்குவதை ஒருநாள் பார்த்த பிறகு, மைதானத்தில் என்னுடன் பேசுவதை நிறுத்திக் கொண்டார். தொழில்முறையிலான பேச்சுகள் உண்டு. தனிப்பட்ட முறையிலான பேச்சுகளைத் திடீரென அந்த அக்கா வழியில் சொல்லத் தொடங்கினார். அது என்னுடைய குருவி மூளைக்கு நிஜமாகவே குழப்பமாகிப் போனது.

"ஒழுங்கா அவனை முடியை வெட்டச் சொல்லு. இல்லை மொட்டை அடிச்சு விட்டுருவேன் பார்த்துக்கோ" என்பதை என்னிடமே அவர் சொல்லி இருக்கலாமே?

எதற்காக அந்த அக்கா வழியாகச் சொல்கிறார்? இந்த மாதிரி சின்னச் சின்ன விஷயங்கள் பலவற்றை அவ்வாறே கடத்தினார், தாமதமாய் உருண்டு வரும் பந்தைப் போல. அவர் எனக்குத் தண்டனை அளிக்கிறாரோ என்றுகூடத் தோன்றியது. ஆமாம், எதற்காக தண்டனை?

அதேசமயம் என் ஆட்டத்தை நுணுக்கிச் செப்பனிடுவதில் அவர் கடமை மீறவில்லை என்பதையும் கவனித்தேன். பரிவுச் சொற்களையும் தனிப்பட்ட வழிகாட்டுதல்களையும் எதற்காக சமையலறைக்குள் இருந்து வீசுகிறார்? ஆனால் அதில் ஒரு கவனமும் இருந்தது. மைதானத்தையும் சமையலறையையும் அவர் தனித்தனியாக வகுந்தார். அவர் கொஞ்சம் விநோதமான குணத்துக்காரர் என்பதால், அந்த விளையாட்டில் நானுமே பங்கெடுத்து ஆடத் தொடங்கிவிட்டேன்.

அதற்கடுத்து மேலும் கூடுதலாக கவனித்துப் பார்த்தேன். மைதானத்தில் மேலும் மேலும் என்னை பாடாய்படுத்தி இழைக்கத் தொடங்கினார். கட்டையொன்றை இழைத்து இழைத்து மரச் சிற்பம் செய்வதைப் போல. நான் அப்போது லெப்ட் எக்ஸ் பொசிஷனில் ஆடிக்கொண்டிருந்தேன். மைதானம் ஒரு செவ்வகக் கட்டம். அதில் பாதி எதிராளிக்கு, மீதி நமக்கு. நம்முடையதில் முதல் வரிசையில் ஐந்து பேர், இரண்டாம் வரிசையில் மூன்று பேர், கடைசி வரிசையில் இரண்டு பேர், இறுதியாய் கோல் கீப்பர். இதுதான் பொதுவான இந்திய அணியின் மைதான வரிசை. இதில் ஒவ்வொரு பொசிஷனில் இருப்பவனுக்கும் ஒவ்வொரு கடமை உண்டு.

பந்தை முன்னோக்கிக் கொண்டுபோகிறவர்கள், அவர்களுக்குப் பந்தைக் கொடுப்பவர்கள், நம்முடைய கோல் கம்பத்தை நோக்கி வரும் எதிராளிகளைத் தடுப்பவர்கள், கடைசியாய் பந்தை தடுக்கும் கோல்கீப்பர் என்று செயல்பட வேண்டும். நூல் பிடித்த மாதிரி மைதானத்தில் அந்தந்தயிடத்தில் சுழன்றுகொண்டிருக்க வேண்டும். நொடிப் பொழுதுகளில் பந்தைக் கடத்தி முன்னேறுவதும் பின்னேறுவதுமாக ஒரு சக்கரம் இயங்கிக்கொண்டிருக்கும்.

இதில் லெப்ட் எக்ஸ் என்பது மைதானத்தில் இடதுபுறத்தில் ஆகக் கடைசியாக இருப்பது. இடதுபுறமாக தனித்தவொரு ரயில் என்ஜினைப் போல ஓடிக்கொண்டிருக்க வேண்டும். எப்போதாவதுதான் கோல் போஸ்ட்டை நோக்கி முன்னேறுகிற வாய்ப்பு இருக்கும். நகரத்தின் இதயப் பகுதியை நோக்கி ரயில் நகர முடியாது இல்லையா? பொதுவாக எதிராளிகளைக் குறுக்கே நெடுக்கே நீண்ட தூரம் ஓட வைத்து தாவா காட்டுவதற்காக எங்களைப் போன்றவர்களிடம் பந்தைப் போட்டுப் பயன்படுத்திக் கொள்வார்கள்.

மாறாக ரைட் எக்ஸ்ட்ரீம் என்பது மைதானத்தில் கௌரவமானது. வலது ஓரத்தில் இருப்பவனுக்கும் நடுவில் இருப்பவனுக்கும் நடுவில் இருக்கிற பொசிஷன் அது. மைதானத்தின் ஒரு புள்ளியாக நின்று ஒட்டுமொத்த மைதானத்தையும் கட்டுப்படுத்துகிற பொசிஷன். அகஸ்டின் கோச்சினுடைய பொசிஷனும் அதுதான்.

அந்த பொசிஷனில் ஆடுவதற்கு நிறைய நுணுக்கங்களை மட்டுமல்லாமல் நிதானத்தையும் கைக்கொள்வது அவசியம். அதில் ஆடுகிறவன் நினைத்தால் சக்கரத்தின் வேகத்தைக் குறைக்க முடியும். மேலும் தீவிரமாகச் சுழல வைக்கவும் முடியும். ஏனெனில் மைதானத்தின் அந்தப் புள்ளியில் நின்றால், ஒட்டுமொத்தச் சக்கரமும் சுழல்வதைக் கண்களைச் சுழற்றி நன்றாகப் பார்க்கவும் முடியும். அதுவொரு கேப்டனுக்கான இடம் போல.

திடீரென லெப்ட் எக்ஸ்ட்ரீமில் விளையாடுவது எனக்கு தன்னம்பிக்கை குறைவைக் கொடுக்கத் தொடங்கியது. புதிய நுணுக்கங்கள் என் மட்டையில் பட்டுத் தெறித்து விலகின. "உன்னோட வேலை சக்கரத்தோட சேர்ந்து சுத்தறதுதான். வெளியே நின்னு அதை வேடிக்கை பார்க்கறது இல்லை" என்றார் கடுமையாக.

"இல்லை, என்னால முடியலை. ரைட் எக்ஸ் ஆடினா எனக்கு நல்லா வரும்னு தோணுது. என் ஐசைட் பறந்து விரியத்தான் விரும்புது. ஒரு இடத்துக்குள்ள குறுக மாட்டேங்குது" என்றேன் கூர்மையாக

நெற்றிப்புருவத்தைச் சுருக்கி. அதைச் சொன்ன பிறகுதான் சொல்லி இருக்க வேண்டாமோ என்று தோன்றியது. பயிற்சியாளருக்கு எதிராக வீசிய என்னுடைய முதல் எதிர்ச்சொல் அது.

அதை அவர் விரும்பவே மாட்டார் என்பது எனக்கு நன்றாகப் புரிந்தது. என்னையே குறுகுறுவெனப் பார்த்துக்கொண்டிருந்தார். அவர் வாயில் இருந்து என்ன வரப் போகிறது என்கிற நடுக்கம்தான் எனக்கு இருந்தது. என்னுடைய ஆடும் இடத்தை மாற்றுவது குறித்த சிந்தனையெல்லாம் அப்போது வரவே இல்லை. மட்டையை நான் நடுங்கும் கரங்களால் பற்றி இருந்ததைப் பார்த்தார்.

மற்றவர்கள் தூரத்தில் வெவ்வேறு பயிற்சிகளைப் பந்தை மடக்கிக் கடத்திச் செய்தபடியிருந்தனர். “ஸ்டிக்கை கீழே போட்டுட்டு கிரவுண்டை சுத்தி நான் சொல்ற வரைக்கும் நிறுத்தாமல் ஓடு” என்றார். உடனடியாகவே அதை மறுப்பில்லாமல் செய்தேன். எல்லோரும் மைதானத்தைவிட்டுக் கிளம்பிப் போய்விட்ட பிறகும் நான் ஓடிக்கொண்டே இருந்தேன்.

தூரத்தில் கல்மேடையில் அமர்ந்து இருந்தார் அவர். எவ்வளவு நேரம்தான் அமர்ந்திருப்பீர்கள் என நானும் வீம்பிற்குப் பலத்தை இழந்துவிடக் கூடாது என, என்னூக்கத்தைத் திரட்டி ஓடினேன். கடைசியில் சோர்ந்து விழுந்து போகிற நிலை வந்தபோது ஓட்டத்தை நிறுத்தச் சொல்லிக் கை காட்டினார்.

நான் நிலத்தில் விழுந்து மூச்சிரைத்துக்கொண்டிருந்த போது என்னருகே வந்து நின்று, “இப்ப சொல்லு. இப்பவும் பொசிஷன் மாத்தணும்னு தோணுதா ? மைண்ட்க்குள்ள இப்ப எதுவுமே இருக்காது. அது இப்ப கரெக்டா சொல்லும்” என்றார். வேண்டுமென்றேதான் அதைச் செய்தார் என்று அந்தக் கணத்தில் தோன்றியது.

ஆனாலும் நுணுக்கமாக யோசித்து, “ஆமாம் கோச். ரைட் எக்ஸ்க்கு ஆன ஆள்தான் நான். அதுக்கு நான் மட்டும்தான் சரியான ஆள்” என்றேன் மூச்சிரைத்தபடி. எதுவுமே பேசாமல் மட்டையைத் தரையில் தட்டியபடி

இருளுக்குள் நடந்து போனார். வெறுப்பாக இருந்ததால் மைதானத்திலேயே அன்று இரவு எட்டு மணிவரை சாப்பிடக்கூடப் போகாமல் படுத்துக் கிடந்தேன்.

மறுநாள் ஏதாவது செய்வார் என எதிர்பார்த்து அவரது கண்களையே பார்த்தேன். ஆனால் அவர் வழக்கம் போல எங்களுக்கான பயிற்சிகளைத் தொடர்ந்தார். லெப்ட் எக்ஸ்க்கான பயிற்சிகள் சிலவற்றையுமே எனக்குத் தந்தார். இல்லை, அவர் என்னுடைய பொசிஷனை மாற்ற விரும்பவில்லை என்பது எனக்கு நன்றாகப் புரிந்துவிட்டது. நான் எனக்கு விதித்ததற்குத் தோதாக மறுபடியும் என்னைப் பழக்குவிக்கிற செயலில் கவனத்தோடு ஈடுபடத் தொடங்கினேன்.

"அகஸ்டினுக்கு தெரியாதது எதுவும் இல்லை. விளையாடறவனுக்கு அடிக்கடி திடீர் திடீர்னு அவன் மேல சந்தேகம் வரும். அதுல அசந்துடக் கூடாது. ஆனா ஒரு கோச்சுக்கு அது நல்லா தெரியும். ஒன்னை புரிஞ்சுக்கோ. வாழ்க்கையோ மைதானமோ நிதானமா வெளிய நின்னு பார்க்கிறவனுக்குத்தான் ஒட்டுமொத்த ஆட்டமும் தெரியும். அப்பத்தான் அவன் குருநாதன் ஆகுறான். உள்ள விளையாடறவன் வெறும் நட்டு போல்ட்டு. அந்தச் சக்கரத்தை தள்ளி நின்னு வேடிக்கை பார்க்கிறவந்தான் கோச். அவன் சொன்னா சரியா இருக்கும். நீ இந்த மாதிரி யோசிக்கிறதை நிறுத்திட்டு அவனோட பாதத்தில சரணடைஞ்சிரு. அவந்தான் எல்லாம் இங்கே" என்றார் மார்க்கர் என்னிடம்.

ஒருவகையில் மார்க்கர்களுமே பயிற்சியாளர்களைப் போலத்தான். மைதானத்தில் வெறுமனே சுண்ணாம்புக் கோடுகளைப் போடுகிற கீழ்மட்ட வேலையில் மட்டும் இருப்பவர்கள் அல்ல, அவர்கள். நல்ல மைதானப் பராமரிப்பாளரிடம் ஒரு கேப்டனே வந்து யோசனை கேட்பான். அப்படியான மார்க்கரே என்னுடைய நிலைக்கு எதிராகப் பேசியபோது நானுமே சமாதானம் அடையலாமா என யோசித்தேன்.

நடந்து போகையில், "ஆனாலும் மார்க்கர். என் கண்ணுல காட்சி பரவலா தெரியுது. மைதானம் முழுக்க

ஒரு செகண்ட்ல சுத்திட்டு வந்திருது. அதை ஒருபக்கமா ஒடுக்குறப்ப ஸ்ட்ரெஸ்ஸா இருக்கு. சின்ன மில்லி மீட்டர் வித்தியாசம் தெரியுது. இயல்பா இருக்கறதுல பறக்க விடலாம்" என்றேன் மெதுவான குரலில். ஆனால் சந்தேகத்தின் பலனையும் நான் சொன்னதற்குக் கொடுக்கிற பாவனையில் அதைச் சொன்னேன். மார்க்கர் நடப்பதை நிறுத்திவிட்டுத் திரும்பி நின்று என் கண்களையே உற்றுப் பார்த்தார்.

பிறகு அவருமே ஒன்றும் சொல்லாமல் கிளம்பிப் போய்விட்டார். என்னுடைய பயிற்சியாளர் கொடுத்த பொசிஷனில் மாட்டைப் போல மீண்டும் மீண்டும் நடை பழகினேன். நுகத்தடியை மாட்டிவிட்டால் அதுபாட்டிற்கு ஓடுமே அப்படி. ஆனால் அதை தனக்கு முடிந்தமட்டிற்கும் ரசித்து ஓடுவதைப் போல.

ஒருநாள் மைதானத்தின் நடுவில் அமர்ந்து என்னுடைய காலணி நூலைப் பிரித்துக் கட்டிக்கொண்டிருந்த போது வந்து நின்று, "வீட்டுக்கு எதுக்கு போக மாட்டேங்குற? அது வேற? இது வேற? மட்டன் எடுத்து குடுத்திட்டு வந்திருக்கேன். போ அங்க. என்னமோ ஏதோன்னு அவ கேட்டுக்கிட்டே இருக்கா" என்றார். அப்போது சிறுபுன்னகையுடன் அவர் அதைச் சொல்வதைப் போல இருந்தது. அவருக்கு எல்லாமே மைதானத்தைப் போல நூலளவுக் கணக்கில்தான். புன்னகை உதட்டைப் பிரிப்பதற்குள் மறுபடி இறுகிவிடுவார்.

ஒருவேளை நானும் பயிற்சியாளராக மாறுகிறபோது இப்படி ஆகிப் போய்விடுவேனோ என்றுகூடத் தோன்றியது. ஆனாலும் எதற்காக எனக்காக மட்டனெல்லாம் வாங்கிக்கொண்டு போய் கொடுத்துவிட்டு அதை வந்து சொல்ல வேண்டும்? மைதானத்திலும் வெளியிலும் அவர் சொல்லுக்கு மறுப்பு ஏது?

போனதுமே அந்த அக்கா, "என் கண்ணைப் பார்த்து உண்மையைச் சொல்லு. உனக்கும் அவருக்கும் அப்படி என்ன மனசு விலக்கம்?" என்றபோது, நான் சுருக்கமாக பொசிஷன் மாற்றும் விஷயத்தைச் சொல்லிவிட்டு,

"அவரை எதுத்து பேசலை. சில நேரங்கள்ள நமக்கு ஒன்னு அடியாழத்தில தோணும்ல? தோணிச்சு, அதான் சொல்லிட்டேன். ஆனா நான் நினைக்கறதுங்கறது சரிங்கற மாதிரித்தான் இப்பவும் எனக்கு தோணுது. அந்த பொசிஷன்ல என்னை வச்சு யோசிக்கறப்ப அது என்னோட இடம்னு இயல்பா தோணுது" என்றேன் பதிலுக்கு.

அந்த அக்காவிற்கு நான் சொல்வது ஓரளவிற்குத்தான் புரிந்தது. "ஒருநாள் அவரோட சட்டையை எடுத்துப் போட்டுப் பாரு. செட் ஆனா போட்டுக்கோ. செட் ஆகலைன்னா விட்டிரு. இப்ப இருக்க சட்டைக்கே திரும்பிரு. ஆனா ஒன்னு எனக்கு அவர் மேல நம்பிக்கை இருக்கு. உன்னை மாதிரி எத்தனை ஆளை இந்த வீட்டில பாத்திருக்கேன்" என்று சொன்ன அக்காவை நிமிர்ந்து பார்த்தேன்.

எங்கேயோ வெளியே போய்விட்டுத் தாமதமாகத்தான் அகஸ்டின் கோச் வீட்டுக்கு வந்தார். சாப்பிடத் தட்டில் கைவைத்த போது, பக்கத்தில் நின்ற அக்கா, "ஒரு தடவை அவனுக்கு சான்ஸ் கொடுத்துத்தான் பாருங்களேன்" என்றாள். அவர் அமர்ந்த வாக்கிலேயே திரும்பிப் பார்த்து, "கிரவுண்ட் நடுவில உக்காந்து தலைவாழை இலைபோட்டு சாப்பிடுவீயா" என்றார் என்னிடம்.

"சத்தியமா அக்காட்ட ரெகமண்டேஷன் போகலை. விஷயத்தை சொன்னேன். அவங்களா சொல்றாங்க" என்றேன் அவசர அவசரமாக. "அப்ப விஷயம்னு ஒன்ன மண்டையில இன்னமும் வச்சிருக்க அப்படித்தானே?" என்றார். என்ன பதில் சொல்வது எனத் தெரியாமல் திக்கிக்கொண்டிருந்த போது அந்த அக்கா, "சிவனே சிவனேன்னு உக்காந்து பாடம் கேட்டிருக்கார். உங்களுக்கு அப்படி என்ன கர்வம்?" என்று சட்டெனக் கேட்டுவிட்டாள். அவருமே மட்டையால் அடித்த பந்தைப் போல சாப்பிடாமலேயே எழுந்து விருட்டென அறைக்குள் பாய்ந்தார்.

மைதானத்தில் மறுநாள் அவரது கண்களைச் சந்திக்கவே எனக்கு அச்சமாக இருந்தது. ஆனால் அவர்

இரண்டாக வகுந்த கோட்டில் உறுதியாக நின்றார். முந்தைய தினம் நடந்ததை முகத்தில் காட்டிக்கொள்ளவே இல்லை. “தண்ணியையும் பாலையும் பிரிக்கிற அன்னப்பறவை மாதிரி இருக்கறதுதான் மனுஷனுக்கும் அழகு” என்றார் என்னிடம் போகிற போக்கில்.

வழக்கம்போல, எங்களைவிடப் பெரிய அணியொன்றுடன் போட்டி ஏற்பாடு செய்யப்பட்டது. பொதுவாக இதுமாதிரியான சமயங்களில் எங்களுடைய பயிற்சியாளரும் அவரது ரைட் எக்ஸ் பொசிஷனில் எங்களோடு இணைந்து ஆடுவார். அந்த மாதிரியான சமயத்தில் அந்த தடத்தில் ஆடுகிறவனுக்கு ஓய்வு அளிக்கப்பட்டுவிடும். இந்த மாதிரி வெளியில் இருந்து வரும் அணிகளுடனான போட்டிகள் எங்களுடைய அகஸ்டின் கோச்சிற்கு கௌரவப் பிரச்சினையாக ஆகிவிடும். ”அவங்க உங்களோட ஆட வரலை. என்னோட ஆட வந்திருக்காங்க. என்னை அசத்திக் காட்ட வந்திருக்காங்க” என்று சொல்லி, அந்தப் போட்டியை ஒருபோதும் தோற்றுவிடக் கூடாது என நினைப்பார். எனவே அந்த பொசிஷனில் நின்று ஆட்டத்தைக் கட்டுப்படுத்தும் பொறுப்பை அவர் எடுத்துக்கொள்வார். பயிற்சியை விடுத்து துரோணாச்சாரியார் வில்லைக் கையிலேந்துவார்.

வருகிறவர்களுமே அகஸ்டின் கோச் சொன்னது மாதிரி, அவர் விளையாடுவதைப் பார்ப்பதற்காகவே வருவார்கள். ı ந்தை விட்டுவிட்டு அவர் கடத்திக்கொண்டு போவதையே சிலர் வேடிக்கை பார்ப்பார்கள். அந்தச் சமயங்களில் எதிரணி கேப்டன், “எழவெடுத்தவனே எதுக்கு அவரு குண்டிக்கு பின்னாடியே பார்க்கிற? போய் தடு சீக்கிரம். நண்டு வளைக்குள்ள போற மாதிரி கோல் போஸ்ட்டுக்குள்ள அவரு சரசரன்னு புகுந்திருவாரு” என்பான். இதே உதாரணத்தை சிலர் பாம்பு மாதிரி என்று மாற்றிக் கூடச் சொல்லி இருக்கிறார்கள்.

அவருடைய ஆட்டத்தில் இருந்து புதிய நுணுக்கங்களைக் கற்றுக்கொண்டு போவார்கள், வெளியில் இருந்து வருகிறவர்கள். அன்றைக்கு எல்லோரும் போட்டிக்கான முன்னேற்பாடுகளைச்

செய்துகொண்டிருந்த போது, அவரை எதிர்பார்த்துக் காத்திருந்தோம். விளையாட்டுக்கான உபகரணங்களை முறையாக அணிந்து கேலரிக்கு கீழே இருந்து மேலே ஏறுகிற பாதை வழியாகத் துள்ளிக்கொண்டு ஓடி வருவார் எப்போதும்.

ஆனால் அன்றைக்கு விளையாட்டுக்கல்லாத வழக்கமான உடையில் வந்தார். என்ன ஆச்சு அவருக்கு என எல்லோரும் நிமிர்ந்து பார்த்தோம். என் முன்னே வந்து நின்றவர், "இன்னைக்கு உனக்கு வாய்ப்பு தர்றேன். என் பொசிஷன்ல ஆடு. என் கௌரவப் பிரச்சினை இது. என் கழுத்தில கத்தியை வச்சு உனக்கு இந்த வாய்ப்பை தர்றேன். நீந்தி வர்றீயான்னு பார்க்கலாம்" என்றார். விளையாட்டு வீரனும் சீண்டப்படுகிற இடமுண்டு களத்தில்.

"அது என்னோட இடம். எப்படி அதை பயன்படுத்தணும்னு மனசால நிறைய ஒத்திகை பாத்திருக்கேன் கோச்" என்றேன் பணிவான குரலில்.

"மனசில ஒத்திகை பார்க்கிறது வேற அதுவாவே ஒத்திசைஞ்சு போறது வேற. அதுவாவே கரைஞ்சு போகணும். உன் நுணுக்கத்தையும் பார்க்க காத்திருக்கேன். கர்வமாம்ல?" என்றார். எழுந்து தயாரான போதுதான் அது எனக்குப் புரிய வந்தது. மைதானத்திற்கும் சமையலறைக்கும் நடுவிலான கோடு எப்போது அழிந்தது?

அந்த ஆட்டம் என் வாழ்நாளின் மிகச்சிறந்த ஆட்டமாக அமைந்தது. ஆட்டம் தொடங்கிய போதும் அவரையே நான் நினைத்துக் கொண்டிருந்தேன். அவர் அதற்கு முன் ஆடிக் காட்டிய நுணுக்கங்களை அவரைப் போலவே செய்து காட்டினேன். சில தடவை அவர் இருக்கும் திசையில் நல்ல நகர்வு ஒன்றைச் செய்துவிட்டுத் திரும்பிப் பார்த்தேன். இரண்டு கைகளையும் கட்டி அதில் ஒன்றால் கன்னத்தைச் சொறிந்தபடி மையமாகப் பார்த்துக் கொண்டிருந்தார்.

இடைவேளைக்கு முன்வரை பந்து எங்கள் தரப்பிலேயே இருந்தது. எதிர்தரப்பு எங்களைச் சுற்றி அடைத்துக்கொண்டு இருந்தார்கள். கட்டம் குறுகலாகி,

இரண்டு அணியினரும் சுருங்கி ஒரு இடத்தில் குறுகி இருந்ததால், இரு அணியினராலுமே கோல் கம்பத்தை நோக்கிப் பந்தைக் கடத்த முடியவில்லை.

இரண்டாவது பாதி ஆட்டத்தில் தலையைக் குனிந்து பந்தைக் கடத்தியோடியபோது, பரந்த மைதானம் சுருங்கி நெருக்கியடித்து இருந்ததை என்னுடைய கண்கள் உள்வாங்கின. உடனடியாக மைதானத்திற்குத் தேவைப்படுவது ஒரு விசாலம் என்பதை நிதானமாக அச்சமயத்தில் உணர்ந்தேன். ஆட்டத்தின் வேகத்தைக் குறைத்து, பந்தை நாலாபுறமும் விசிறியடித்து, ஆட்டத்தை என் கைகளுக்குள் கொண்டுவந்தேன். எதிரணியினர் இங்குமங்குமாய் பிரிந்து சிதறிய பிறகு எதிர்பார்த்த விசாலம் அமைந்து கோல் கம்பம் மட்டும் தனியாகத் தெரிந்தது. என்னையறியாமல் அதை நோக்கி முன்னேறினேன்.

பறவையைப் போலச் சுழற்றிப் பார்க்கிற கண்களின் அமைப்பு அந்த செயலைச் செய்வதற்கு அமைந்து வந்தது. அந்த நேரத்தில்தான் புதிய நுணுக்கம் ஒன்றை மைதானத்தில் என்னை மீறிச் செய்துகாட்டி அந்த கோலைப் போட்டேன். அது நிகழ்ந்த பிறகுதான் என்ன செய்தேன் என்பதே உறைத்தது. அந்தப் போட்டியில் நாங்கள் வெற்றி பெற்றோம்.

வெற்றிக் களிப்பில் வெளியே வந்து அவரது கண்களைச் சந்திக்க அலைமோதினேன். ஆனால் அவர் எங்களுடைய அணிப்பக்கமே வராமல் வந்திருந்த அணியினரோடு பேசியபடியே மைதானத்தைவிட்டு வெளியே போனார். வழக்கமாக அப்படிச் செய்கிறவர்தான். மிகச் சிறப்பான ஆட்டங்களின் போது மட்டுமே எங்களிடம் வந்து பாராட்டுகிற மாதிரி சில சொற்களைச் சொல்லுவார். அப்படிச் சொல்லாமல் போனால், நூறு ஆட்டங்களில் அதுவும் ஒன்று என்று அர்த்தம்.

அப்படியானால் நான் ஆடியது மிகச் சிறந்த ஆட்டம் இல்லையா? ஏமாற்றமாக இருந்தது எனக்கு. அன்றைக்கு இரவில் நெடுநேரம் தூங்காமல் அதையே எண்ணிக் குமைந்தேன். அகஸ்டின் கோச் அடுத்த இரண்டு நாட்கள்

மைதானத்திற்கு வரவே இல்லை. எனக்கு உடனடியாக கிளம்பிப்போய் அவரிடம், “என்னதான் பிரச்சினை உங்களுக்கு?” என உரிமையாகக் கேட்க வேண்டும் போலத் தோன்றியது.

மைதானத்தில் வாலிபால் பயிற்சியாளர்தான் எங்களுக்கான வழக்கமான உடற்பயிற்சிகளைக் கொடுத்தார். எங்களுடைய பயிற்சியாளர் சென்னையில் இருக்கிற தலைமையகத்திற்குப் போகிற சமயங்களில் இப்படி நடக்கும். ‘இப்போது அப்படி போயிருக்கிறாரா என்ன?’ என யோசித்தேன்.

குளிக்கக்கூடச் செய்யாமல் வேறு உடைகளை அணிந்து அவரது வீட்டிற்குக் கிளம்பிப் போனேன். அந்த அக்கா மட்டுமே வீட்டில் தனித்து இருந்தாள். “மெட்ராஸுக்கு போயிருக்காரா என்ன? மீட்டிங் இருந்தா முன்னமே ரிப்போர்ட்லாம் எழுதச் சொல்லி இருப்பாரே?” என்றேன்.

“அங்க போன மாதிரி தெரியலை. என்னாச்சுன்னு தெரியலை, ரெண்டு நாளா முகத்தை தொங்கப் போட்டு உக்காந்திருந்தாரு. என்னன்னு கேட்டேன். ஏதோ அவர் கணிப்பில தோத்திட்டேன்னு புலம்பிக்கிட்டு இருந்தாரு. சரிதான் உன் காரியம்னு நெனைச்சுக்கிட்டேன். பக்கத்தில போயி, ‘நம்ம பையந்தானே? புதுசா ஒன்னை செஞ்சு காட்டினா கத்துக்கறதுல என்ன தப்பு? உங்க கிட்ட கத்துக்கிட்டுதானே அந்த புது வித்தைய செஞ்சு காட்டுறான்? ஏதோ ஒரு வகையில நீங்களும் அதுல இருக்கீங்கள்ள?’ அப்படீன்னு சொன்னேன். ‘என்னைத் தேடாத. மனசு சரியில்லை. ரெண்டு மூணு நாள்ள வந்திர்றேன்’னு பேக்கை எடுத்துக்கிட்டு கிளம்பிப் போனார். இதுக்கு எல்லாமா கிளம்பிப் போவாங்க? கிறுக்குத்தனத்தோடவே வாழ்ந்து பழகிட்டேன். எங்க போவாரு? வந்துருவாரு” என்று சொல்லிவிட்டு அமைதியாக மூச்சு வாங்கினார்.

அதற்கு மேல் அந்தக்காவை எந்த துயரத்திற்குள்ளும் தள்ளிவிடாமல் வேறு விஷயங்களைச் சாதாரணமாகப் பேசிவிட்டுக் கிளம்பி வந்தேன். வரும் வழியில் அந்தக்கா சொல்வது சரிதானே என்கிற மாதிரி யோசித்துக்கொண்டு வந்தேன். இரவு முழுவதுமே உறக்கம் இல்லை எனக்கு.

மிகச் சாதாரணமாக அதை என்னால் கடக்க முயலவில்லை. என் மிகச் சிறந்த ஆட்டத்தைக் கண்முன் நானே பார்த்தேன். எதிரணியே பாராட்டுகிற வித்தைகளைச் செய்தேன். என் குருநாதர் அழைத்து ஒரு சொல்கூடச் சொல்லவில்லை என்பதில் எனக்கு ஆழமான காயம் உண்டானது. எதற்காக அவருக்கு அந்த ஆட்டம் ஒரு பொருட்டாகவே இல்லை? ஒருவேளை அவரை மீறியதால் இருக்குமோ? இதுமாதிரி எல்லாம் பயிற்சியில் இருந்த ஒருநாளும் யோசித்ததில்லை.

அன்றிரவு நான் நுணுக்கமாக அந்த ஆட்டத்தின் திசையையே மாற்றிய அந்த உடல்நகர்வை காட்சி காட்சியாய்க் கொண்டுவந்து பார்த்தேன். ஒருகணம் பறவை பறக்கிற மாதிரி உணர்வு கிடைத்தபோது தூங்கியும் விட்டேன். கனவா? நினைவா? என்றுகூட எனக்குத் தெரியவில்லை.

அதற்கடுத்த இரண்டு நாட்கள் கழித்து அகஸ்டின் கோச் வந்து கேலரியில் நிற்பதைப் பார்த்தோம். தாய் மாட்டைப் பார்த்த குட்டிகள் மாதிரி எங்களுடைய கண்கள் மலர்ந்து விரிந்தன. இதயமான அவர் வந்தால்தான் மற்ற பாகங்கள் இயங்கத் தொடங்கும் என்பதைப் போல ஒரு உணர்வு அவர் இல்லாத காலத்தில் இருந்தது. அதெல்லாம் வானிலையைப் போலச் சட்டென மாறிய உணர்வு எங்களது எல்லோருக்குள்ளுமே எழுந்தது. அதை ஒவ்வொருத்தன் கண்ணிலுமே பார்த்தேன்.

எங்களை நோக்கி அவர் நடந்து வந்தபோது, எல்லோரும் மரியாதை கொடுக்கும் விதத்தில் எழுந்து நின்றோம். அப்போது உடற்பயிற்சிகள் நடந்துகொண்டிருந்தன. வந்து நின்றவர், கையில் இருந்த ஹாக்கி மட்டையைத் தூக்கி என்னை நோக்கி எறிந்தார். அதைக் கவ்விப் பிடித்தேன்.

இடுப்பில் இரண்டு கைகளையும் ஊன்றிக் கால்களை அழுத்தமாக விரித்து நின்று, "அன்னைக்கு செகண்ட் ஹாஃப்ல ஒன்னு பண்ணுனீல்ல? அதை மறுபடி பண்ணிக் காட்டு. சரியா அமைஞ்சு வந்தா கத்துக்க தயாராவே இருக்கேன்" என்றார்.

இடப்புறம் பார்க்காமலேயே சிறகை மட்டும் அந்தப் பக்கம் பறப்பதைப் போலக் காட்டிவிட்டு, மொட்டைக் கிளை உச்சியில் இருந்து எழும்பி வலப்புறம் எக்கிப் பறந்தது அந்தப் பறவை. வேகமான சிறகசைப்பினால் மைதானத்தில் காற்றோடி மண்துகள்கள் பறந்தன. மைதானம் எனும் பெரும் வானம் விரிந்து கிடப்பதை அகஸ்டின் அப்போது பார்த்தார்.

(குறிப்பு: யாதவப் பிரகாசர் ராமானுஜருக்கு குருவாக இருந்தார். பின்னே மனத்தால் விலகிப் போனார். பின் தன் அம்மையின் சொல் கேட்டு கர்வம் நீங்கி தன் சீடனுக்கே சீடனானார்.)

மூக்குத்தி

காவல்துறையில் நடித்துக் காட்டுவது என்பது ஒரு சடங்கு. திருடர்கள் மாட்டிக் கொண்டபிறகு, எப்படித் திருடினார்கள் என்பதை சம்பந்தப்பட்ட இடத்துக்கே சென்று நடித்துக் காட்டச் சொல்லி அதைப் பதிவு செய்து கொள்வது சிவப்புநாடா நடைமுறை. குரங்கினைப் போலத் தவ்வி, அமர்ந்து, நடந்து ஒவ்வொரு பொருளையும் எப்படி எடுத்தோம் என துல்லியமாக மறுபோலச் செய்ய வேண்டும். பல நேரங்களில் சிரிப்பாணியாய் இருக்கும். பஞ்சு வைத்த ஊதாநிற உள்ளாடையை எடுத்து முகத்தில் அழுத்தி மணம் பார்த்தது எவ்வாறென ஒரு திருடன் செய்து காட்டிய போது, அந்த வயதிலும் கிளர்ச்சியாக இருந்தது நவநீதகிருஷ்ணனுக்கு. அந்த வீட்டில் உள்ள பெண்ணிற்கு அவன் வருவதை முன்கூட்டியே தகவலாக தெரிவித்தும், அப்படி உள்ளாடையை நடுவீட்டில் பப்பரப்பேவென போட்டிருந்ததில் அவருக்கு அதிருப்தியும் இருந்தது.

காவல்நிலைய ஆய்வாளராக சமீபத்தில்தான் பதவி உயர்வு பெற்று அங்கே வந்திருக்கிற நவநீத கிருஷ்ணனுக்கு அந்த சரகத்தில் இது ஏழாவது திருட்டு. ஆறு திருட்டையுமே ஏழெட்டு நாட்களுக்குள் கண்டுபிடித்து விட்டார். அவரது துறையில் திருட்டு விற்பன்னர் என்றே இவரைச் சொல்வார்கள். "என்னய்யா பெரிய என்கௌண்டர் ஸ்பெஷலிஸ்ட். ஒரு மனுஷனை நிக்க வச்சு சும்மா பொட்டுன்னு சுடறது எல்லாம் வீரமா? கைதேர்ந்த திருடனோட தடத்தை மோப்பம் பிடிச்சு போறது பெரிய வேலையில்லையா? மனுஷங்களோட போட்டி இல்லை. மோப்பம் போடறதுல விலங்குகளோட போட்டி" என்று தனக்குக் கீழே உள்ள காவலர்களிடம் சொல்வார் நவநீத கிருஷ்ணன்.

அதனால் திருட்டு வழக்கு என்றால் தன்னைக் கொழுத்த பூனையைப் போலவே உடனடியாகக் கருதிக் கொள்வார். வாய்ப்பிருந்தாலும் மற்றவர்களை அந்த வழக்கின் பக்கமே அண்ட விடமாட்டார். கடைசியாய்

குற்றவாளியை அவர் கற்பனையில் நிகழ்த்திப் பார்த்த தோற்றத்தில் எல்லாம் நடிக்க வைத்துப் பதிவு செய்த பிறகே ஓய்வார். கடைசியில் அந்த நாடகத்தைப் பார்த்த பிறகே அவருக்கு திருப்தி எழும். திருடனை இன்னொரு தடவை திருடச் செய்து பார்ப்பதில் அப்படியொரு ருசி அவருக்கு. அதற்குப் பின்னால் அவனுக்கு தண்டனை கிடைக்கிறதா? இல்லையா? என்பதெல்லாம் அவர் கவலையே இல்லை. குற்றத்தை நிரூபிக்கிற நீதிமன்ற வழக்கு ஆவணச் சடங்குகளில் அசிரத்தையை அதிகமும் காட்டுவார். அதனை முன்னிட்டு நாலைந்து மெமோக்களைகூட வாங்கி விட்டார். ஆனாலும் நவநீதகிருஷ்ணன் திருந்தியபாடில்லை என காவல்துறை வட்டாரத்தில் பேசிக் கொண்டனர்.

ஒவ்வொரு திருட்டையுமே கண்டுபிடித்த பிறகு வீட்டில் தனது மகளிடம் அந்த திருட்டை நடித்துக் காட்டுவதை வழக்கமாகவும் வைத்திருந்தார். அந்த ஏழாவது திருட்டு அவரது சரகத்தில் உள்ள பாழடையத் துவங்கி இருந்த ஒரு மாளிகையில் நடந்தது. அந்த சரகத்திலேயே அதுதான் பெரிய வீடு என அவர் பணியில் பொறுப்பேற்ற அன்றைக்கே சொன்னார்கள். ஏதோ ஒரு வாழ்ந்து கெட்ட வீட்டின் கதையாக இருந்ததால் பெரிதாக அதைப் பற்றி ஒன்றும் கேட்டுக் கொள்ளவில்லை அவர்.

பிறகொருநாள் வழக்கமான இரவு காவல் சோதனைக்குப் போன போது, வீட்டின் மாடியில் உள்ள கண்ணாடிக்கு உள்ளே ஒரு பெண்ணின் உருவத்தைப் பார்த்தார். வீட்டினுள்ளே தும்பைப் பூ மாதிரி வெள்ளை வெளிச்சம் இருந்தது. அதில் நாற்பது வயது மதிக்கத்தக்க பெண் சந்தன நிறச் சேலை அணிந்து நின்று சாலையை வேடிக்கை பார்க்கும் காட்சி தெரிந்தது. ஒளி செங்குத்தாக விழுந்ததால் அவளது முகம் தெளிவாகத் தெரியவில்லை. ஒரு பழங்கால ஓவியத்தைப் போல அந்தக் காட்சி இருந்தது அவருக்கு.

அப்புறம் இரண்டு மூன்று தடவை அந்தப் பெண் யாராக இருக்கும் என அவருக்குத் தோன்றவும் செய்திருக்கிறது. உயரதிகாரி என்பதால் வேறு யாரிடமும் இதுகுறித்து விசாரித்து விடக் கூடாது என்கிற எச்சரிக்கை

உணர்வும் இருந்தது. நவநீதகிருஷ்ணனின் எண்ணங்களின் ஊற்றில், ஏதோவொரு ஓரத்தில் அந்த ஓவியத்திற்கான இடமும் இருந்தது. "அய்யா பேய் பங்களாவில திருட்டு" என ஏதோ நகரில் குண்டு வைத்தால் ஆவதைப் போல அதிர்ச்சியுடன்தான் உதவி ஆய்வாளர் வந்து சொன்னார். கேட்ட அடுத்த சில நொடிகளிலேயே கிளம்பும் முனைப்பில் தொப்பியைக் கையில் தூக்கி விட்டார் நவநீதகிருஷ்ணன். திருட்டென்பதால் வந்த ஆர்வம் மட்டுமா அது?

அன்றைக்கும் அந்தப் பெண் சந்தன நிறச் சேலை— யில்தான் இருந்தாள். திருமணம் ஆகவில்லை என்று தயக்கமேயில்லாமல் சொன்னாள். அண்ணன் ஒருத்தனுக்கு உடல்நலம் சரியில்லை என்பதால், அவளுடைய அப்பா அமெரிக்கா சென்று இருப்பதாக அவள் சொன்னதைக் காவலர் ஒருத்தர் குறித்துக் கொண்டார். அந்தப் பெண்ணின் பெயரே வித்தியாசமாக இருந்தது, நாராயணி பாலசுப்பிரமணியன்.

அவள் முகத்தைக் குறுகுறுப்போடு உற்றுப் பார்த்தார் நவநீத கிருஷ்ணன். அவள் உடலை நெளித்து சங்கோஜப்படுவதைக் கண்டுவிட்டு, "மோப்ப நாயோட கண்ணு பழக்கதோஷத்தில உத்துப் பாத்திருச்சு. உங்க பொருளையே நீங்க எதுக்கு திருடப் போறீங்க?" என்றார். சொல்லிவிட்டுக் கண்ணை எடுத்த அவர், அவள் பக்கம் மீண்டும் திரும்பவே இல்லை. ஆனால் மனதில் அந்த ஓவியம் காட்சியாய்ப் பின் தொடர்ந்தது.

எல்லோரையும் அறைக்குள் நிறுத்திவிட்டு அவர் மட்டும் கொல்லைப்புறப் பக்கம் நடந்து சென்றார். வீட்டின் கடைசி மூலையில் இருந்த கதவைத் திறந்தால், வெளிப்புறத்தில் ஒரு தோட்டம் இருந்தது. வாழை, மா, பலா எனப் பழமரங்களுக்கு ஊடாகப் பூச்செடிகளும் இருந்தன. தூரத்தில் வாழை மரத்திற்குப் பக்கத்தில் இருந்த துவைக்கிற கல்லில் ஏதோ மின்னுவதைப் பார்த்தார். சூரியஒளி செங்குத்தாக அக்கல்லின் மீது படிந்திருந்தது. யோசனையோடு முன்னோக்கி நடந்து போன அவரது கண்களைக் கூசச் செய்யும் அளவிற்கு அது மின்னியது.

பக்கத்தில் போன போதே அது வழக்கமான அளவைவிட கொஞ்சம் பெரியதான மூக்குத்தி என்பது தெரிந்தது.

கையில் தூக்கிப் பார்த்த நவநீதகிருஷ்ணன் அதன் அழகில் சொக்கிப் போனார். உச்சியில் பச்சைக் கல்வைத்து பறவையின் இறக்கையைப் போல இருபக்கமும் விரிந்த சங்கின் வடிவத்தில் இருந்த மூக்குத்தி. அதைக் கையில் ஏந்திய அடுத்த கணம் அவருக்குள் யோசனைகள் எல்லாமும் அணைகட்டிய மாதிரி நின்றன. அனிச்சையாய் அதை தன் கால்சட்டைப் பைக்குள் போட்டார். திரும்பி வீட்டினுள் இருந்த மற்றவர்களை நோக்கிப் போனார். நடந்து போன போதுகூட மூக்குத்தியைப் பைக்குள் போட்டது குறித்த சிந்தனை அவருக்குள் இல்லை. நாய்க்கு மந்திரத்தினால் வாயைக் கட்டுவது போல ஏதோ நடந்து விட்டதோ? மற்றவர்களைப் பார்த்தபிறகே அந்தச் செய்கை அவருக்கு உறைத்தது. காப்பானே கள்ளனாகி நின்றானே என உள்ளுக்குள் நடுக்கம் பரவத் துவங்கியது நவநீதகிருஷ்ணனுக்கு. எது அப்படி செய்யத் தூண்டியது அவரை?

உள்ளங்கைகள் வியர்க்கத் துவங்கியதும் கைகள் இரண்டையும் கால்சட்டைப் பைகளுக்குள் நுழைத்து மிடுக்காக நடந்து கொள்வதைப் போலப் பாவனை செய்தார். கருப்புக் கண்ணாடியை எடுத்துப் போட்டுக் கொண்டார். அவரை யாராவது மோப்பம் பிடிக்கிறார்களா என நோட்டம் விடவும் துவங்கினார்.

ஆனால் எல்லோரது பார்வையுமே அறையின் மற்ற மூலைகளில்தான் இருந்தது. தான் செய்தது தவறு என்கிற சிந்தனை அவருக்குள் பெருகிக் கிளைவிடத் துவங்கிய போது, அவர் மற்றவர்களை அவசரப்படுத்திக் குரல் கொடுத்தார். தேவையே இல்லாமல் பெருஞ்சத்தத்தில் ஒருத்தனை வைய்யவும் செய்தார். அந்தப் பெண் இருந்த திசையில் அவரது முதுகை மட்டுமே காட்டிக் கொண்டிருந்தார். காவலர்களை அதிகாரக் குரலால் விரட்டி சோதனையிடச் சொல்லிவிட்டு அவரது ஜீப்பில் போய் ஏறி அமர்ந்தார். அங்கேயிருந்து அந்தக் கண்ணாடி சாளரம் தெரிந்தது. அதில் அந்தப் பெண் வந்து நிற்கிற காட்சி தெரிந்ததும் தலையைக் குனிந்து கொண்டார், பிறகு நிமிரவே இல்லை.

அந்த திருட்டில் ஏராளமான தங்க வைர நகைகள் காணாமல் போயிருந்தன. அவரது முன்னே இருந்த வழக்குக் கட்டில் அதன் விவரங்களும் இருந்தன. படிக்கிறபோது போடுகிற கண்ணாடியை எடுத்து மாட்டிக்கொண்டு, அந்தப் பட்டியலை வாசித்தார். மூக்குத்தி மட்டும் அந்தப் பட்டியலில் இல்லாமல் போயிருந்ததைக் கண்டதும் அவருக்கு ஆசுவாசமாக இருந்தது. ஆனாலும் இழந்தவர் அறியாமலும் குற்றம் நடந்து விட்டதல்லவா? அவராகவே இருந்தாலும் காவல்துறையைப் பொருத்தவரை, அது எந்நேரம் வேண்டுமானாலும் புழக்கமேயற்ற பாழுங்கிணற்றில் கிடந்தாலும், கிளம்பக் கூடிய பூதம்தானே? அவ்வளவு நகைக் குவியல்களுக்கு மத்தியில் இதுவொரு சிறிய மூக்குத்திதானே? எனவொரு எண்ணம் அவரை சமாதானப்படுத்தவும் உதித்தது. இவ்வளவையும் கண்டுபிடித்துக் கொடுத்ததற்கு சன்மானமாகவே கொடுக்கலாம் அதை.

திருடனே இவ்வளவு சீக்கிரம் வந்து மாட்டிக் கொள்வான் என அவர் கனவில்கூட நினைக்கவில்லை. உண்மையைச் சொல்லப் போனால், இந்த குற்ற வழக்கு தீர்வதற்கு இன்னமும் காலத்தை எடுத்துக் கொண்டால் நன்றாக இருக்கும் என்றுதான் நினைத்தார். ஏனெனில் காலம் எந்த குற்றச் சம்பவத்தையும் அடித்து துவைத்துப் பழைய சட்டையைப் போலாக்கி விடுகிறது. குற்றச் சம்பவம் காலப்போக்கில் ஒரு பழங்குட்டையாக மாறத் துவங்கிவிடும், சாலையில் உறைந்த ரத்தம் சாலை நிறத்திற்கே மாறிவிடுவதைப் போல. பிறகு எவரும் அந்த பழங்குட்டையில் பழைய ஆர்வத்தோடு எட்டிப் பார்க்க விரும்புவதில்லை. கண்ணும் கண்ணும் வைத்த மாதிரி ஜோடிக்கிற வேலைகள் அவ்வாறான சமயங்களிலேயே குற்றச் சம்பவத்தின் மீது ஏற்றப்படும். அவரது தொழிலில் இது வழக்கமான நடைமுறை என்பதால், நவநீத கிருஷ்ணன் அதையே இந்த திருட்டு வழக்கிற்கும் தற்செயலாக நடைபெற வேண்டுமென எதிர்பார்த்தார்.

மாறாகத் திருடன் மிக எளிதாகவே மாட்டிக் கொண்டான். அதிலேயே அவருடைய ஆணவம்

சீண்டப்பட்டது. ஆனால் கையில் வேறொன்று இருந்ததால், இது முன்னேறி அதைப் பின்னுக்குத் தள்ளியது. திருடிய நகைகளில் ஒரு சிவப்புக்கல் பதித்த பட்டாம்பூச்சி நெக்லஸை கொண்டு போய் அவனுடைய கள்ளக் காதலிக்குக் கொடுத்திருக்கிறான். அவள் புருஷன் அதை ராவிக்கொண்டு போய் அடகுக் கடையில் நின்ற போது அங்கிருந்து தகவல் வந்து எல்லோரையும் கொத்தாக அடுத்த ஒருமணி நேரத்தில் தூக்கி விட்டுத்தான் இவரிடமே வந்து தகவலையே சொன்னார்கள்.

இரண்டு மோதிரங்களை மட்டும் வெளியூரில் விற்று விட்டதாகச் சொன்னான் திருடன். எவ்வளவோ அடித்தும் அதைத்தான் மாறிமாறிச் சொல்லிக் கொண்டிருந்தான். அவன் சொல்வதுதான் உண்மை என்பது நவநீத கிருஷ்ணனுக்குத் தெரியும். அடிவாங்கிச் சோர்ந்த விலங்குகளின் கண்களைக் கொண்டே உள்ளே ஓடுவதைக் கண்டு கொள்வார். இரண்டு கால்களுக்கு இடையில் கம்பைக் கோர்த்து இறுக்கி முறுக்குகையில் எப்பேர்பட்ட திருடனும் உண்மையைச் சொல்லி விடுவான். அப்போது சொல்வது எல்லாமே பெரும்பாலும் உண்மையாக மட்டுமே இருக்கும். “வேற எதையாச்சும் எடுத்தியா? அங்க இன்னும் லிஸ்ட்ல நிறைய இருக்கே?” என்றார் நவநீத கிருஷ்ணன்.

“எம்புள்ளை மேல சத்தியமா இதுதான் உண்மை எஜமான். ரெண்டு மோதிரத்தை மட்டும்தான் வித்து செலவழிச்சேன்” என்றான் அவன். காவலர்கள் போய், பறிமுதல் செய்யப்பட்ட பொருள்களின் பட்டியலை அவளிடம் காட்டியபோது, ஆமாம் என ஒத்துக் கொண்டதாகச் சொன்னார்கள். திருடனை வீட்டிற்கு அழைத்துப் போய் நடித்துக் காட்டச் சொல்லி விட்டால், நீதிமன்றத்தில் வழக்கை ஒப்படைத்து விடலாம் என்று இருந்த நிலையில்தான், அந்தச் சடங்கிற்கு போகலாமா? வேண்டாமா? என்கிற குழப்பம் வந்தது அவருக்கு. ஆனால் அந்த நாடகத்தின் தீவிர ரசிகனான அவரே போகாமல் இருந்தால் சந்தேகம் வந்துவிடும் என்றும் தோன்றியது. அவளே அந்த மூக்குத்தியைப் பற்றிப் பேசவில்லை, எதற்காகக் கிடந்து இப்படி உழல வேண்டும் என்கிற எண்ணமும் அப்போது உதித்தது அவருக்கு.

மொத்த நகைகளையும் எடுத்து வெல்வட் துணியில் கட்டிப் பக்குவம் செய்து எல்லோரும் அந்த மாளிகைக்குக் கிளம்பிப் போனார்கள். நகைகளை அவளிடம் காட்டிவிட்டு நீதிமன்றத்தில் ஒப்படைப்பதோடு பணி முடிந்து விடும். அவள் போய் அதை வாங்கிக் கொள்ள வேண்டும், அதுதான் சட்ட நடைமுறை. அந்த மாளிகை திருட்டு பற்றிய பேச்சுக்கள் காவல்துறையின் மேல்மட்டம் வரை ஓடின. ஏனெனில் அவ்வளவு தங்க, வைர நகைகளை அதற்கு முன் இவ்வளவு மொத்தமாகத் துறையில் இருந்தவர்களே பார்த்தது இல்லை. இந்தச் செய்தி அந்தச் சரகம் முழுக்கவே அந்நகைகளின் ஒளிச் சிதறல் போலப் பரவவும் செய்துவிட்டது. காவல்நிலையத்தை ஒட்டியிருக்கிற தேநீர்க்கடை— யில்கூட இதுவே பேச்சாகவும் இருந்தது என்பதை நவநீத கிருஷ்ணன் அறிவார். அவரது காவல்நிலையத்தில் உள்ளவர்களே தங்களுக்குத் தெரிந்தவர்களிடம் இதுபற்றிய தகவல்களைக் கண்காதுமூக்கு வைத்துப் பகிர்ந்தும் கொண்டிருந்தனர்.

நகைகளை ஒப்படைக்க அந்த மாளிகைக்குக் கிளம்பும் போதே ஒரு கூட்டமும் வண்டிகளில் பின் தொடர்ந்து வந்தது. "பின்னாடி வர்றவனுகள அடிச்சு தொரத்தி விடுங்க. இங்க என்ன சர்க்கஸா நடக்குது?" என்று சத்தம் போட்டார் நவநீத கிருஷ்ணன். "எல்லாம் அந்த பொம்பளை தரிசனத்துக்காக வர்றானுக. கல்யாணம் ஆகாத கொமரி" என்றார் வயதான ஏட்டு. சூரியனை உள்ளங்கையில் மறைக்க முடியாது என்பதை உணர்ந்தார் நவநீதம். வெளியே நடக்கும் நாடகத்தை அவர் பார்த்துக் கொண்டிருந்தாலும், அடியாழத்தில் அமர்ந்து அந்த மூக்குத்தி சுருக்சுருக்கென குத்திக் கொண்டிருந்தது. ஒருவேளை நெஞ்சுவலியின் அறிகுறியாக இருக்குமோ? யாரும் அறியாத சமயத்தில் அந்த வீட்டில் எங்கேயாவது அதை வைத்து விடலாம் என்று உள்ளுக்குள் வாலை ஆட்டிக் காத்துக் கொண்டிருந்தார்.

போய் இறங்கிய போது அவளது வீட்டிலுமே கூட்டமாக இருந்தது. தகவல் தெரிந்து பக்கத்து வீட்டுக்காரர்கள் நிறையப் பேர் வந்து ஏற்கனவே

குழுமியிருந்தனர். காவலர்கள் இறங்கிப் போய் கூட்டத்தை ஒழுங்கு செய்தார்கள். நவநீதம் தான் பேசும்போது வந்துவிடக்கூடிய படபடப்பை தவிர்ப்பதற்காக, தன்னை விட உயர்ந்த அதிகாரி ஒருத்தருக்கு இவரே தகவல் சொல்லி வரவைத்து உடன் வைத்துக் கொண்டார். "பரவாயில்லையேப்பா ரெகவரி காட்டுறதுக்கு பெரிய அதிகாரியை கூப்ட்டு போற அளவுக்கு என் மேல மரியாதை உனக்கு" என்றார் அவர்.

அந்தப் பெண் எப்போதும் பார்க்கிற தோற்றத்தில்தான் இருந்தாள். எந்நேரமும் வாடாமல் இருக்க வேண்டுமெனில் பிளாஸ்டிக் மலராகத்தான் இருக்க வேண்டும்? ஆனால் அது அசலென்கிற மணத்தைப் பரிபூரணமாகத் துப்புகையில் நம்பாமல் எப்படி இருக்க இயலும்? நவநீதம் அந்தப் பெண்ணின் சுகந்தம் தீண்டாத தொலைவில் நின்று கொண்டார். உயரதிகாரி தோரணையோடு பொருட்களைக் காட்டி அவளிடம் பேசிக் கொண்டிருந்தார். திருடன் தனது நடிப்பு சடங்கைச் செய்து காட்டத் துவங்கினான். அவன் படுக்கையறைக் கதவிற்கு அருகில் செல்லும் போது, "பெட்ரூம திறந்து பாத்தியாலே" என ரசமின்றிக் கேட்டார் அந்த அதிகாரி. அப்போது மட்டும் சடக்கென நவநீதம் திரும்பி அந்தப் பெண்ணின் முகத்தைப் பார்த்தார். குங்குமப்பூ நிறத்திற்கு அவளது கன்னம் சிவந்து அடங்கியது.

"அந்தச் சோலி மட்டும் எப்பவும் கிடையாது சார் நம்மட்ட. மூணு பொம்பளைப் புள்ளைய பெத்தவன் நான்" என்றான் திருடன். "ஆமா திருடிட்டு யோக்கிய மயிரு வேற. மூணும் பிராத்தலுக்குத்தான் போகும் பார்த்துக்க. பேச்சு எதிர்ப்பேச்சு" என்று சொல்லிவிட்டு அவனது பிடதியில் சத்தம் வர அடித்தார் அதிகாரி. "அடிக்காதீங்க" என்றாள் மெல்லிய குரலில். உடனடியாகவே அவர் ஓங்கின கையைத் தாழ்த்திக் கொண்டார். அதிகாரி கத்தரிப்பூநிற வெல்வெட் துணியைப் பிரித்து அவளிடம் காட்டிய போது, அவள் இரு கன்னங்களிலும் தன் உள்ளங்கைகளைப் பதித்துக் குனிந்து பார்த்தாள். பிறகு எடுத்துக் கொள்ளலாமா எனச் சைகையில் கேட்டாள். "ஆமா. அது உங்கதுதானே.

ஆனா திருப்பி குடுத்திடணும். நாங்க கோர்ட்ல ஒப்படைச்சுருவோம். அங்கேதான் நீங்க வாங்கிக்கணும்" என்றார் நவநீதத்தின் உயரதிகாரி.

வேறு ஒன்றும் சொல்லாமல் அந்தக் கொத்திலிருந்து உச்சியில் சிவப்பு நாடா கட்டப்பட்ட நெக்லஸ் மாதிரித் தோற்றமளித்த ஒரு நகையை மட்டும் எடுத்துக் கொண்டு பூஜையறைக்குள் நுழைந்தாள். ஏதோ மலைதேசத்துப் பழங்குடி மொழியைப் போலவொன்றில், அவள் பாடும் சத்தம் வெளியில் எல்லோருக்கும் கேட்டது. திடீரென பூஜையறையில் இருந்து பொருட்கள் சரிந்து விழுவதைப் போலச் சத்தம். என்னவென்று எல்லோரும் உள்ளே ஓடிய போது கொல்லைப் பக்கம் நழுவலாமா என நவநீதம் யோசித்தார். அந்த மூக்குத்தி இருந்த கால்சட்டைப் பைக்குள் அவரது கையை நுழைக்கப் போன நேரத்தில், அவளது குரல் பூஜையறையை நோக்கி உள்ளே இழுத்தது. ஒருகை அவரை குண்டுகட்டாகத் தூக்கிக் கொண்டுபோய் அந்த அறைக்குள் அடைத்ததைப் போல உணர்ந்தார்.

உள்ளே அவள் தலையை விரித்துப் போட்டுத் தரையில் கிடந்தாள். அவளது சந்தன நிறச் சேலை தரையில் பூவின் இதழ்களைப் போல படர்ந்து இருந்தது. சன்னதம் கொண்டவளைப் போல எழுந்து எல்லோரையும் வெறித்துப் பார்த்தாள். அதிகாரி நவநீதனைவிட அதிக கடவுள் பக்தி கொண்டவர் என்பதால் கொஞ்சம் பரவச நிலையில் தோன்றினார். வெறித்த பார்வையோடு எழுந்த அவள், அதிகாரியின் கையில் இருந்த மற்ற நகைகளையும் வாங்கி, ஏற்கனவே அவள் எடுத்துப் போயிருந்த அந்த நகையையும் வைத்து நடந்து போய் தூரத்தில் இருந்த திருடனின் காலடியில் வைத்தாள். அந்தக் காட்சியை எல்லோருமே உன்னிப்பாகப் பார்த்தனர்.

அவன் காலைத் தொட்டுக் கும்பிட்டு விட்டு நிமிர்ந்து பார்த்து, "இந்த எல்லா நகையையும் எடுத்துட்டு போ. உன் மூணு புள்ளைகளுக்கும் போட்டு அழகு பாரு. மூணு தேவிகளை மாதிரி வாழ்வாங்க. ஆனா அந்த மூக்குத்தியை மட்டும் தந்திரு. அதுலதான் என் உசுரே இருக்கு. அதில ரகசியம் ஒண்ணு இருக்கு" என்றாள். அந்தக் கணம் நவநீதத்தின் முகத்தில் ஏதோ ஒரு ஒளிக்கற்றை

வந்து மோதியதைப் போல இருந்தது. தலைசுற்றல் வந்து அடங்கியது. தனக்கு முன்னே நடக்கிற காட்சிகள் எல்லாம் மங்கலாகத் தெரிந்தன. அவர் பாடுபட்டுத் தன்நிலையை மீட்டு மறுபடி அந்தக் காட்சியைப் பார்த்தார்.

"மூக்குத்தியை மட்டும் குடுத்திடு" என அவள் மன்றாடும் தொனியில் திருடனைப் பார்த்துச் சொன்ன போது, "சத்தியமா எடுக்கலை தாயி. இது பொய்யின்னா மூணும் மூளியாகட்டும்" என்று சொல்லிவிட்டுக் கும்பிட்டான். அத்தனை நகைகளையும் காலடியில் கிடத்தி அந்த மூக்குத்தி வேண்டும் என்று சொன்னால், அது எப்படியாகப்பட்டது? என்கிற பேச்சு உடனடியாகவே அவ்வீட்டினுள் உருவாகி உருண்டு புரண்டு தெருவில் இறங்கி ஓடியது. குற்றம் இன்னமும் தீர்ந்து தன் கணக்கை முடித்துக் கொள்ளவில்லை என்பது உறுதியானது. மூக்குத்தியைக் காணவில்லை என்கிற செய்தி அங்கே நின்ற எல்லோருக்கும் தெரிந்து விட்டது. அதிலும் விலைமதிக்க முடியாதது என்கிற மதிப்பும் நாக்குகளால் கூட்டப்பட்டு விட்டது. "நீங்க கவலைப்படாதீங்க. அதையும் ஒரு புகாரா எழுதித் தாங்க. இவன் உடம்பில இன்னமும் உரிக்கிறதுக்கு தோலு இருக்கு" என்றார் அதிகாரி.

"தாயி தெய்வமா நின்னு என்னை நம்பணும். அடிதாங்க முடியலை என்னால" எனத் திருடன் கத்தியபோது அவன் மீது மேலும் சில அடிகள் விழுந்தன. அவனை இழுத்துக் கொண்டு, அவளது பார்வையில் இருந்து வெளியே போனார்கள். திரும்பி வருகையில் தீராத சிக்கல் ஒன்று ஜீப்பில் ஏறி அமர்ந்தது. அப்படியே யாருக்கும் தெரியாமல் எடுத்து கீழே போட்டுவிடலாமா என யோசித்தார் நவநீதன். அவரால் யோசிக்க முடிகிறதே ஒழிய, அதைச் செயல்படுத்த முடியவில்லை என்பதை உணர்ந்தார். திரும்பும் வழி முழுக்க அவர் ஆழமான சிந்தனையில் இருந்ததை, திருட்டு குறித்து யோசிக்கிறார் என உடன் இருந்தவர்கள் நினைத்துக் கொண்டார்கள்.

திருடனை சட்டையைத் துவைப்பதைப் போலப் பிழிகிற காட்சியைத் தூரத்தில் இருந்து பார்த்துக் கொண்டிருந்த நவநீதத்திற்கு நெஞ்சைப் பிடித்தாற் போல இருந்தது. அவருக்காக அவன் அடிவாங்கிக்

கொண்டிருக்கிறான் என்று தோன்றிய கணத்தில், அந்த எண்ணத்தை அடியோடு வெறுத்தார் அவர். எழுந்து போய் தூக்கி எறிந்து விடலாமா அதை எனத் தோன்றியது. எதுவோ மந்திரம் ஒன்றை வீசி வாயைக் கட்டிப் போட்டதைப் போல விநோதமான அமைதியிலிருந்தார். எல்லோரும் போன பிறகு அவரை மீறி எழுந்து போய் அவனிடம் நின்றார், "எஜமான் கொல்லையில அதை பார்த்தேன். அதைச் சொன்னா விட மாட்டாங்க. எடுக்கணும்தான் தோணுச்சு. உடனே வித்துடலாம்னும் தோணிச்சு. ஆனா அந்த ஒளி பக்கத்தில நெருங்க விடல என்னை" என்று சொல்லி மயங்கிச் சரிந்தான். நவநீதம் பெருங்குரலெடுத்துச் சத்தம் போட்டவுடன் மற்றவர்கள் ஓடிவந்தார்கள். அதற்கு மேல் அடித்தால் செத்துவிடுவான் என்கிற எச்சரிக்கை உணர்வு காவல்நிலைய வளாகத்தினுள் எழுந்தது. அவனை மறுநாள் அவசர அவசரமாக நீதிமன்றத்தில் ஒப்படைக்கப் போனபோது வழக்கின் அதிகாரி என்ற போதும் நவநீதம் போகவில்லை. வயிற்றுக் கடுப்பு என்று சொல்லிவிட்டார்.

போவதற்கு முன்பு திருடன் நின்று நவநீதத்தை உற்றுப் பார்த்துவிட்டுக் கும்பிடு போட்டது அவரது நெஞ்சைக் குடையத் துவங்கியது. அவனுக்குத் தெரிந்திருக்குமோ? என்கிற எண்ணமும் அவரது கால்சட்டையில் போய் ஒட்டிக் கொண்டது. நீதிமன்றத்தில் அவள் அழுது வீங்கிய முகத்துடன் வந்து பொருட்களைப் பெற்றுக் கொண்டதாகச் சொன்னார்கள். அந்த மூக்குத்தி பற்றிய கதைகளை எல்லோரும் காவல்நிலையத்தில் பேசிக் கொண்டதைக் கூர்ந்து கவனித்தார் நவநீதம். தொடர்ச்சியான பயிற்சிகள் வழியாக ரகசியத்தைக் காக்கிற தற்செயலான பழக்கம் எப்போதுமே காக்கிச் சட்டைக்கு உண்டு. அதை லகுவாக அப்போது பயன்படுத்தினார் நவநீதம். அவரது முகத்தில் இன்னொரு பாவனையாய் ரகசியம் காப்பதும் ஒட்டிக் கொண்டது.

பொருட்களைப் பெற்றுக்கொண்ட அவளை அவளது அண்ணன் குடும்பத்தினர் வந்து அமெரிக்காவிற்கு அழைத்துச் சென்று விட்டதாக நவநீதனுக்குச் செய்தி

சரவணன் சந்திரன்

வந்த அன்று மெல்லிய மகிழ்ச்சியை அவருள் உணர்ந்தார். ஆனால் திருடன் வணக்கம் வைத்து உற்றுப் பார்த்தது மட்டும் அவரது மனதில் இருந்து அகலாத ஓவியமாய் மாறி விட்டது. நாய் எடுத்து ஒளித்து வைக்கும் எலும்புத் துண்டைப் போல அதைக் கொஞ்ச காலத்திற்கு ஒளித்து வைத்து விடலாம் எனத் தோன்றியது அவருக்கு. அதன்படியே கொண்டு போய் வீட்டில் யாரும் தொடவே தயங்கும் அவரது பெட்டிக்குள் வைத்துப் பூட்டினார்.

ஆனால் மூக்குத்தி குறித்த கதைகளை அவரால் ஒளித்து வைக்க இயலவில்லை. நானூறு வருடப் பழமையானதாம் அந்த மூக்குத்தி. அந்தப் பெண்ணின் முன்னோர்களைக் கடந்து வழிவழியாய் வந்து அவளது கையில் சேர்ந்ததாம். "ஒரு வேண்டுதல் பலிச்சுச்சுன்னா அதை ஒரு இடத்தில ஒப்படைக்கணும்னு வச்சிருந்தோம். நானூறு வருஷமா ஒப்படைக்க முடியலை. விடவும் மாட்டேங்குது. இப்ப காணாம போயிருச்சு. மனசு காலத்துக்கும் ஆறாது" என்றாளாம். இதுமாதிரி இன்னும் நிறையக் கதைகளைச் சொன்னார்கள். எல்லா கதைகளில் இருந்தும் அவர் எல்லாவற்றையும் தின்று செரித்து முடித்த பூனை மாதிரி தப்பித்து ஓடவே விரும்பினார். ஒருகட்டத்தில் அவரது கால்சட்டை கனக்க கதைகள் நிரம்பியபடியே இருந்தன. பூட்ஸ் சத்தத்தோடு கலந்து கதைகளும் எட்டெடுத்து வைத்து அவருடனேயே நடந்து வந்தன.

"ஏம்ப்பா இந்த திருட்டு எப்படி நடந்துச்சுன்னு நடிச்சுக் காட்டலை" என்று வந்து நின்றாள் முழுகாமல் இருந்த அவளுடைய மகள். அவளிடம் அந்த மூக்குத்தியைக் காட்டினால் காறித் துப்பிவிடுவாள் என்பது அவருக்கு உடனடியாகவே உறைத்தது. பிறகெதற்காகச் செய்தார் அதை? மகள் இல்லாவிட்டால் என்ன? பேத்தியிடம் அதை தருகையில் காலம் அந்த சம்பவத்தைப் பழங்குட்டையாக மாற்றி இருக்குமே? அப்போது மகளே இருப்பாளா? அவரே இருப்பாரா? எவரும் இருப்பார்களா? என எண்ணங்கள் சுழன்றடித்தன அவருக்குள். மெதுவாக மகளிடம், "அந்தப் பொண்ணோட கண்ணு என்னமோ செய்யுது" என்றார். சொல்லிமுடித்த பிறகே அதைச் சொன்னார் என்பதையும் உணர்ந்தார்.

மூக்குத்தி வந்ததில் இருந்தே நவநீதத்தின் பழைய உற்சாகம் காணாமல் போயிருந்தது. மூக்குத்தியை எடுத்த போது மட்டுமே நிதானமாகப் பார்த்தார். ஆனால் அதற்கடுத்து அதை ஆசைதீர அவர் பார்க்கவே இல்லை. தன்னுடையது என்றால் அது உள்ளுக்குள் பொங்கிப் பூத்திருக்குமோ? பார்க்க வேண்டும் என்று தோன்றி, பெட்டியைத் திறந்து, பிறகு ஆர்வமே இல்லாமல் பலதடவை மூடி வைத்திருக்கிறார். அளவில் சிறியதான அந்த மூக்குத்தி, கோழி கழுத்தில் மாட்டிய முள்கோர்த்த சின்ன வெங்காயத்தைப் போலப் பெட்டிக்குள் கிடந்தது. கொக்கொக்கெனச் சத்தம் நவநீதத்தின் உள்ளுக்குள் கேட்டது. குடும்பத்தில் இருந்து எண்ணையைப் போல அவர் பிரிந்து மிதப்பதை மற்றவர்கள் சாதாரணமாகவே எடுத்துக் கொண்டார்கள். காவல்காரனுக்கு ஆயிரம் கவலை என்பதாக அவர்கள் அதை நினைத்துக் கொண்டார்கள்.

பேத்தியா? பேரனா? பேரனுக்கு எப்படி மூக்குத்தி போட? என்றெல்லாம் சிலசமயம் யோசிப்பார் நவநீதம். அந்த பண்டோரா பெட்டியைத் திறக்க எப்போது காலம் வழிவிடும் என ஆழமாகவும் சிந்தித்தார். மூக்குத்தி வந்த பிறகிலிருந்து அவர் அறைக்குள் யாரையும் அனுமதிப்பதில்லை. பெட்டியைப் பூட்டிச் சாவியை எடுத்துக்கொண்டு, “டிபார்ட்மெண்ட் ரகசியம் ஒண்ணு இருக்கு. அதை காக்குறது காவல்காரனோட கடமை. உயிர் போனாலும் அதை வெளியில சொல்லாம இருக்கறவந்தான் நல்ல காவல்காரன்” என்றார் மனைவியிடம். “கத்தை கத்தையா பேப்பரை சொருகி வச்சிருப்பீங்க. வேற என்ன தங்கமும் மரகதமுமா இருக்கப் போகுது” என்றாள் மனைவி.

தங்கம் மற்றும் வைரத்தோடு கலந்து உச்சியில் இருக்கும் அந்தப் பச்சைக் கல் மரகதமாக இருக்குமோ என அந்த நேரத்தில் தோன்றியது அவருக்கு. ஆனால் விலைமதிப்பு இல்லாதது என்பது மட்டும் அவரது காவல்துறை புத்திக்கு உறைத்தது. ஏதாவது கோவில் உண்டியலில் போட்டுவிடலாமா என்ற சிந்தனையும் அவ்வப்போது வந்து போனது.

மூக்குத்தி வந்த நாற்பத்தெட்டாவது நாள் அது நடந்தது. அன்றைக்கு பௌர்ணமி நிலவை மொட்டை மாடியில் நின்று கொண்டிருந்தபோது பார்த்தார் நவநீதம். ஓடிப் போய் அந்த மூக்குத்தியைப் பார்க்க வேண்டுமெனத் தோன்றியது அவருக்கு. படியில் இறங்கி ஓடி அவர் அறைக்குள் போவதை அவருடைய பெண் தூரத்தில் இருந்து பார்த்தாள். பெட்டியை கைநடுங்கத் திறந்த அவர், வெள்ளை வேட்டி ஒன்றை விலக்கினார். கண்ணை கூசச் செய்கிற ஒளியைக் கண்டதும் நெஞ்சைப் பிடித்துக் கொண்டு அப்படியே சாய்ந்தார் நவநீதம்.

அவர் மறுபடி விழித்துப் பார்த்த போது மருத்துவமனையில் அவரைச் சேர்த்து இருந்தார்கள் என்பதை அறிந்தார். அவரை வந்து பார்த்தவர்கள் என ஒரு பேப்பரில் பெயர்களை எழுதிக் காவலர்கள் கொடுத்தார்கள். அதில் திருடன் ஏகாம்பரத்தின் பெயரையும் பார்த்தார் நவநீதம். அதைச் சுட்டிக்காட்டி, “இவம் எதுக்கு வந்தான்” என சைகையில் கேட்டுவிட்டு நெஞ்சைப் பிடித்துக் கொண்டார். “அந்த மாளிகைக்குள்ள நுழைஞ்சதுல இருந்து எல்லாமும் துர்சகுனம் அப்படீன்னு சொன்னான். அந்தம்மா அடிக்கடி கனவில வர்றாளாம். அதுக்கு நாங்க என்னடா பண்றதுன்னு தலையில ரெண்டு போட்டு அனுப்பி வச்சேன்” என்றார் தலைமைக் காவலர். எதையோ சொல்ல வந்திருக்கிறான் போல, அவனைத் திரும்பப் பார்க்க முடியுமா என நவநீதம் யோசித்தார்.

மருத்துவமனையில் இருந்து வீட்டுக்குப் போனபின்னும் அவருக்கு திருடனின் நினைப்பாகவே இருந்தது. எதையும் வெளிக்காட்டிக் கொள்ளாமல் அழுத்தமாக இருந்ததை வீட்டினுள்ளும் உணரத் துவங்கினார்கள். அந்த அமாவாசை போய் அடுத்த பௌர்ணமி வந்த போது, இரவில் தூக்கத்தில் உடல் ஊர்வதைப் போலத் தோன்றியது நவநீதத்திற்கு. யாரோ பெண்ணுடல் அவரது உடலில் மேய்வதைப் போலவொரு உணர்வு. கண்ணை அவரால் விழித்துப் பார்க்க முடியவில்லை. கைகள் நெஞ்சை வருடி முகம் நோக்கி மேலேறுவதை உணர்ந்தார். ஒரு பெண் வாஞ்சையாக அவரது தலைமுடியைக் கோதி, வெப்ப மூச்சுக்காற்று படரக் குனிந்து அவரது காதினுள்

அந்த ரகசியத்தைச் சொன்னாள். அந்த ரகசியம் அவருக்கு நன்றாகச் சத்தமாகக் கேட்டது.

காவல்காரனின் ரகசியம் அது எனச் சத்தமாக அவர் சொன்ன போது விழித்துக் கொண்டார். அப்படிச் சொன்னது அவர்தான் என்பது விழித்தபிறகே அவருக்கு உறைத்தது. எழுந்து போய் பெட்டியைத் திறந்த அவர் அந்த மூக்குத்தியின் மீது கண்ணைப் பதிக்காமலேயே அப்படியே அந்த துணியோடு எடுத்துப் பையில் சொருகிக்கொண்டு, அதிகாலையில் நடை போவதற்காக தெருவில் இறங்கி நடந்தார். கடற்கரையில் பனி மூட்டமாகப் பெய்து கொண்டிருந்தது. கடல் நீரில் மிதப்பதைப் போலப் பறக்கிற உணர்வு கிடைத்தது அவருக்கு. அந்தப் பையைத் தூக்கி கடலில் விசிறிவிட்டு எதிரே நிமிர்ந்து பார்த்தார். உடலில் இருந்த கனமனைத்தும் இறங்கி விட்டதாகத் தோன்றியது அவருக்கு. கடலலை சத்தத்தை மீறி மூச்சுச் சத்தம் அவருக்கு நன்றாகக் கேட்டது, வலம்புரிச் சங்கிலிருந்து கசியும் சத்தத்தைப் போல.

திரும்பிப் பார்க்காமல் நடந்த நவநீதம் வீட்டில் வந்து திறந்து கிடந்த பெட்டியைப் பார்த்தபோது, அதிலிருந்து சுகந்தம் வீசியது. அதற்கடுத்து அடுக்கடுக்காக நடந்த சம்பவங்களினால் கொஞ்சம் ஆடித்தான் போனார், தர்க்கரீதியிலான ஆதாரங்களை மட்டுமே அடித்தூணாகக் கொண்டு செயல்படும் காவல்துறை அதிகாரியான நவநீதம் வடகிழக்கு மூலையில் இருந்த கடலில் கொண்டு போய் அந்த மூக்குத்தியைப் போட்டார். அது தெற்குமுனையான கன்னியாகுமரி கடற்கரையில் மூதாட்டி ஒருத்திக்குக் கிடைத்ததாகச் செய்தித்தாளில் வந்திருந்தது. அந்த செய்தியில் வந்திருந்த புகைப்படத்தை நன்றாக உற்றுப் பார்த்தார். நிச்சயமாக அது அந்த மூக்குத்திதான். அமெரிக்காவில் இருந்த அவளுக்கு அந்தப் புகைப்படத்தை அனுப்பினார்கள். அவளும் அதுதான் என்று உறுதி செய்தாள். ஆனால் அதைக் கண்டெடுத்த மூதாட்டி, "என்னோடது கிடைச்சிருச்சு. என்னோடது கிடைச்சிருச்சு" என்று சித்தம் கலங்கியவளைப் போல அரற்றியபடி, கோவிலில் கொண்டு போய் அதை ஒப்படைத்து விட்டாளாம். அதனால் மூக்குத்தி அங்கே

போய்ச் சேர்ந்ததில் தனக்குப் பிரச்சினை இல்லை என்று சொல்லிவிட்டு தொலைபேசியை வைக்கையில், "மனசு விட்டு சிரிச்சேன்னு நவநீதம் சார்ட்ட சொல்லுங்க" என்றாளாம். அன்றைக்கு கனவில் முகத்திற்கு அருகில் வந்து மலர்ந்து சிரித்தாள் அந்தப் பெண்.

அந்தச் சிரிப்பையே மெய்மறந்து பார்த்துக் கொண்டிருந்த போது, அவரை உலுக்கியெழுப்பி அவருக்கு பேத்தி பிறந்த செய்தியைச் சொன்னார்கள். துள்ளலுடன் எழுந்து மருத்துவமனைக்கு ஓடினார். பேத்தியைக் கையில் ஏந்திய போது உற்றுக் கவனித்தார். அவருக்கு மட்டுமே தெரிந்ததோ அது?

சின்னஞ்சிறிய மூக்கில் சங்கு வடிவத்தில் ஒரு மச்சம்.

முகம்

இடும்பன் மலை அடிவாரத்தில் அருவா பாண்டி, வினிதாவை சந்திப்பதற்காகக் காத்து நின்றிருந்த போதுதான், அவனை ஏழுபேர் சுற்றி வளைத்துக் கொண்டார்கள். அந்த முற்றுகை நடந்து சுமார் நான்கு வருடங்கள் இருக்கலாம். அது கருப்பு வெள்ளை காட்சியாகவே பலரது நினைவுகளில் இருந்து அகன்று விட்டது. ஆனால் அந்த சமயத்தில் ஊரே அதைப் பற்றித்தான் பேசியது.

“ஏழு பேரு சுத்தி வளச்சுட்டாங்க. இவன் அன்னைக்கு பார்த்து பொருளை கொண்டு போகலை. முடிந்த மட்டுக்கும் கீழே கிடந்த கட்டையொன்னை எடுத்து வீசிப் பாத்துருக்கான். அதெல்லாம் அருவா முன்னாடி நிக்க முடியுமா? காலுல மூணு வெட்டு. முகத்தைப் பிளக்கற மாதிரி வெட்டு விழறப்ப அவன் நல்ல நேரம் தலையைப் பின்னுக்கு இழுத்துக்கிட்டான். அதுனால தலைக்கு வந்தது தலைப்பாகையோட போச்சு. முகத்தில வலது பக்கத்தில கண்ணுக்கு கீழ ஆழமா ஒருகோடு. அந்த தழும்பு அவம் வாழ்க்கை வரைக்கும் தொடரும். அந்த தழும்பு இல்லாட்டி உசுரு போயிருக்கும்” என்றார் மருத்துவமனையில் நின்ற பெரியவர் ஒருத்தர்.

இந்தக் கதை அருவா பாண்டி படுத்திருந்த படுக்கையில் இருந்து கிளம்பி அவரை வந்து சேர்ந்திருந்தது. இந்த வெட்டுத் தழும்பிற்கு முன், அவனைப் பற்றிய அரிவாள் கதைகளும் ஏராளமாக ஊருக்குள் புழங்கின.

கொலை வழக்கு வாங்கவில்லையே தவிர, அடிவாரத்தில் நிறைய அடிதடிகளில் அருவா பாண்டியின் பெயர் காவல்நிலைய ஆவணங்களில் இருக்கிறது. அடிவாரத்தில் கடை எடுத்தவர்களுக்கு இடையே நிறைய தொழில் பிணக்குகள் வந்தபடியே இருக்கும். அதை தீர்க்க எந்நேரமும் காவல்நிலைய வாசலில் நின்று கொண்டிருக்க முடியாது. அது வியாபாரத்திற்குப் பிடித்த சீக்கு என்பதால், சண்டைகள், தீராப் பிணக்குகளில் உடனடி

தீர்வைக் கோரிக் குறுரௌடிகளைப் பேச்சுவார்த்தைக்குப் பயன்படுத்திக் கொள்வார்கள்.

அப்படி ஒரு ஆள்தான் அருவா பாண்டி. ஆள் பார்ப்பதற்கு அந்தக் காலத்து விஜயகாந்த் மாதிரி இருப்பான். கருகருவென இருந்தாலும், வட்டமான, வடிவான முகம் அவனுக்கு. அடிவாரத்தில் அவன் நடந்து போகையில் பெண்கள் திரும்பிப் பார்ப்பார்கள். ஆளும் கொஞ்சம் குள்ளம்தான், ஆனாலும் செக்கு செய்யும் வாகை மரக்கட்டையைப் போல நெஞ்சு பலம்கொண்டு விரிந்திருக்கும். சண்டை என்று வந்து விட்டால், அவன் எதிரே வரும் ஆட்களை ரெண்டாயிரம் கிலோ எடை—யிருக்கிற காட்டு மாடு முட்டுவதைப் போல மோதித் தூக்குவான் என எல்லோரும் சொல்வார்கள்.

சிவகங்கையில் இருந்து குடிவந்த குடும்பம், வளையல் பாசிக் கடையைப் போட்டது. அதில் இரண்டாவது பையன்தான் பாண்டி. ஆரம்பத்தில் அடக்க ஒடுக்கமாகத்தான் கடையில் ஒத்தாசையாக இருந்தான். ஆனால் சேர்க்கை யாரை விட்டது? பன்னெண்டு வயது இருக்கும் போதே பான்பராக் போடப் பழகிக் கொண்டான். அருவாவிற்கும் அவனுக்கும் ஒரு சம்பந்தமும் இல்லை. நியாயமாக அவனுக்குப் படங்களில் வைப்பதைப் போல, பான்பராக் பாண்டி என்றுதான் வைத்திருக்க வேண்டும்.

எவனோ கிளப்பி விட்ட வகையில் அருவா பாண்டி என்ற பெயரே நிலைத்து விட்டது. ஆனால் சும்மா சொல்லக் கூடாது. ஏழை எளியவர்களைப் பார்த்தால், “இந்தாண்ணே போயி ரொட்டி வாங்கி சாப்பிடு” எனக் கையில் இருப்பதைக் கொடுத்து விட்டே போவான். இந்த மாதிரி விஷயங்களில் அவன் தன்னை விஜயகாந்த் மாதிரியே பாவித்துக் கொண்டான். கஷ்டப்படுகிறவர்களைக் கண்டால், கட்டியணைத்துக் கண் கலங்குவான்.

இந்தக் காட்சியை பேருந்தில் போய்க் கொண்டிருந்த அந்த வினிதா பிள்ளை பார்த்திருக்குமோ என்னவோ? அவன்தான் வேண்டும் எனக் கெட்டியாகப் பிடித்துக் கொண்டது. அடிவாரத்தில் தோழிகள் வழியாக அவனைப்

பற்றி விசாரித்துக் கொண்டு அலைந்திருக்கிறது. இந்தச் செய்தி அருவா பாண்டியின் வட்டாரத்தை அதிர்ச்சியுறச் செய்து விட்டது. ஆமாம், அதிர்ச்சியுறத்தான்.

ஊரிலேயே பணக்கார வீட்டுப் பெண். அதுவும் வெளியூரில் மருத்துவப் படிப்பு படிக்கிறது. அடிவாரத்தில் போக்கிரித்தனம் பண்ணுகிற பாண்டியோடு காதல் என்று சொன்னால் நன்றாகவா இருக்கும்? அப்படித்தான் எல்லோரும் கூடிப் பேசிக் கொண்டார்கள். ஆனால் பாண்டியும் ஒற்றைக் காலில் நின்று அவளைத்தான் காதலிப்பேன் என முடிவு எடுத்து விட்டான். "ஏன் நானென்ன கொலைகாரனா? வியாபாரிகளுக்கு காவல்காரந்தானே? நாளைப் பின்னே அவங்க வியாபாரத்துக்கு சிக்கல் வந்தாலும் நாந்தானே போயி நிக்கணும்? எது வந்தாலும் பாத்துக்கலாம். தேடி வர்றதை வெறுங்கையோடு திருப்பி அனுப்பற பழக்கம் என் வம்சத்திலேயே இல்லை" என கண்கள் சிவக்க வசனம் பேசினான்.

வினிதாவின் தோழிகளுமே இதைக் கேட்டு அதிர்ச்சியாகி விட்டனர். "அவன்ட்ட அப்படி என்ன இருக்கு?" என்றாள் ஒருத்தி. பேருந்து சன்னலோரம் காற்று தலைமுடியைக் கோதிக் கலைத்த வேளையில் தோழியைத் திரும்பிப் பார்த்து, "கருணை" என்றாள் வினிதா. அவளொரு கவிதைக் கிறுக்கு என்பதால் தோழி அதற்கு மேல் பேசாமல், கொஞ்ச நாளில் அது, அதுபாட் டிற்கு இறங்கி விடும் என நினைத்து அப்படியே விட்டு விட்டாள்.

பாண்டியோடு அடிவாரத்தில் தலையில் துப்பட்டாவைப் போட்டு மூடிக் கொண்டு அலைவாள் வினிதா. பாண்டியின் கூட்டாளிகளுக்கு அவளைக் கண்டால், அவ்வளவு பிரியமாக இருக்கும். பணக்கார வீட்டு நாய்குட்டி குடிசைக்கு வந்தால், கையில் கிடைக்கிற பொட்டுக் கடலையைப் பாசமாகக் கொடுப்போமே, அப்படி? ஏதோ மகாலட்சுமியே படியேறி வீட்டுக்குள் வந்தமாதிரி கையெடுத்துக் கும்பிடுவார்கள். அவளது வருகையை அடிவாரப் போக்கிரி சமூகத்திற்குக் கிடைத்த அங்கீகாரமாகக் கருதினார்கள்.

பாண்டி அவளை மலைக்குக் கீழே நிறுத்தி, கண்களைக் கூர்ந்து பார்த்து, "சும்மா வெளாட்டுக் காரியம் இல்லை இது. இதயத்தில ஆணியில கீறி எழுதறது. ஒருநாளும் நான் மாற மாட்டேன். எந்நாளும் என் கூட இருப்பீயா? மலைமேல இருக்க அந்த சாமி சாட்சி" என்றான். கண்கள் கலங்க அவனது கைகளை இறுகப்பற்றிக் கொண்டாள். என்ன சொல்வது என்று தெரியாமல் பாண்டியும் கண்கலங்கினான். சற்றே விசும்பவும் செய்தான். பின் தன்னை தேற்றிக் கொண்டு, "என்ட்ட எது உனக்கு ரெம்ப பிடிச்சது" என்றான். அவனது தோளில் சாய்ந்து கண்களை உயர்த்திப் பார்த்து, "உன்னோட முகம்" என்றாள். பாண்டிக்கு அந்தச் சூழல், அன்று மலர்ந்த மல்லிகையைப் போலப் புதிதாகவும் பரவசமாகவும் இருந்தது. ஒருநாளும் அம்மலர்ச்சியைத் தவறவிடலாகாது என தீர்மானம் எடுத்தான்.

அதற்கடுத்து நடந்தது எல்லாமே வழக்கமான பஞ்சாயத்துகள்தான். விஷயம் தெரிந்த பிறகு, பணக்கார வீடு என்றால், சும்மா இருப்பார்களா? பெரிய பெரிய ஆட்களை அழைத்துக் கொண்டு பேச்சுவார்த்தைக்கு வந்தார்கள். "தம்பிகளா நல்லா யோசிச்சு பாருங்க. உங்களுக்கே சிரிப்பு வரலீயா? உச்சியும் அடிவாரமும் ஒண்ணா? கட்டிப் போட்டிருக்க நாய் எலும்புத் துண்ட கண்டு தெருவுக்கு வந்துருச்சு. ஒருநாள் குண்டி காஞ் சிருச்சுன்னா மறுபடியும் வீட்டுக்கு ஓடிப் போயிரும். பழைய மாதிரி ரசத்தையும் சோத்தையும் திங்க பழகிக்கும். அடிமட்டத்தில இருந்து அடிபட்டு வந்தவங்க உங்களுக்கு அது தெரியாதா?" என்றார் பாண்டிக்கு மிகவும் வேண்டப்பட்ட, பஞ்சாமிர்த கடை வைத்திருக்கிற முக்கியமானவர்.

"ஏன் குடிசையில நல்ல சோறு கிடைக்காதா? கூப்டு வாடா. என்ன வந்தாலும் பார்த்துக்கலாம்" என்றான் வடைக் கடை போட்டிருக்கும் பாண்டியின் அண்ணன். அவன் அதற்கு முன்வரை ஊரில் அப்புராணி எனப் பெயர் எடுத்தவன். அவனே சீறியதில், வந்தவர்கள் வாயடைத்துப் போனார்கள். கடைசியில் பெண்ணின் அப்பாவே நேரில் வந்தார். நாளைப் பின்னே மாமனார்

முகத்தைப் பார்க்க வேண்டியிருக்கும் என்பதால், பாண்டி பேசப் போக மறுத்து விட்டான். "காசு பணத்துக்கெல்லாம் நான் ஆசைப்படலை. நம்பி வந்திருக்க பொண்ணு. என்னைக்கும் கைவிட மாட்டேன். நானே படிக்க வச்சிருவேன்" என்று சொல்லி அனுப்பினான்.

வழக்கம் போலவே அது அவளது வீட்டிலும் நடந்தது. வீட்டிலிருந்து வெளியே போவதற்கு அனுமதிக்கவில்லை. கல்லூரிக்குக் கூட காரில்தான் கொண்டு போய் விட்டார்கள். ஆனால் வீட்டிற்குள் ஒரு புழுவைப் போலத் துடித்துக் கொண்டிருந்தாள் வினிதா. அம்மா இல்லாத பெண் என்பதால், ஏகப்பட்ட உணர்வு ஏற்ற இறக்கக் கோளாறுகள் வேறு அவளுக்கு. அதெல்லாம் அவளது தந்தைக்கும் தெரிந்ததுதான். வேறு யாரைக் காட்டினாலும் கட்டி வைத்திருப்பார். போயும் போயும் ஒரு ரௌடிப் பயலையா? அவரது உள்ளமுமே கொதித்தது.

எது அவளை அப்படிச் செய்ய வைத்தது என இரவுகளில் ஊஞ்சலில் ஆடிக் கொண்டே யோசிப்பார். அம்மா இல்லை என்பதைத் தவிர வேறு எதுசார்ந்தும் குறை வைத்தது இல்லையே? என நெஞ்சைத் தடவி கவலை கொள்வார். கடைசியில் ஒரு ஆணாகவும் அந்தக் கேள்வி வந்தது அவருக்குள். எதற்காக இந்தப் பெண்கள் எல்லாம் இந்த ரௌடிப் பயல்களையே விரட்டி விரட்டிக் காதலிக்கிறார்கள்? சினிமா கெடுத்து வைத்திருக்கிறதா? அல்லது இவர்களைப் பார்த்து சினிமா கெட்டு விட்டதா? இதுமாதிரி நாலைந்து கதைகளை வெவ்வேறு வீடுகளில் கேட்டு விட்டார். அவர் பொண்ணும் அதில் விதிவிலக்கு இல்லை என்று நினைத்துக் கொண்டார். கொஞ்சநாள் தாக்காட்டினால், யாரையாவது பெரிய தலையைச் சிபாரிசு பிடித்து அவனிடம் பேசி வெட்டி விட்டுவிடலாம் எனத் திட்டமிட்டுக் கொண்டிருந்த போதுதான் பாண்டியின் முகத்தில் வெட்டு விழுந்தது.

அந்த ஏழுபேர் யார்? அந்தக் கேள்வி அடிவாரத்தின் சந்து பொந்துகளில் எல்லாம் புகுந்து வெளியேறியது. நிச்சயம் பெண் வீட்டார்தான் ஆட்களை ஏற்பாடு செய்து சம்பவம் பண்ணியது என பாண்டி தரப்பு உறுதியாக நினைத்தது. ஆனால் பாண்டி அப்படி எண்ணவில்லை.

கொலை அளவிற்கெல்லாம் போகிற தைரியம் நிச்சயம் வினிதா குடும்பத்திற்குக் கிடையாது என வலியில் முனகிக் கொண்டே சொன்னான்.

விஷயத்தைக் கேள்விப்பட்டு அப்பாவின் முன் நின்று கொந்தளித்து ஆடி விட்டாள் வினிதா. கோபப்படுவாள்தான், ஆனால் பக்கத்தில் போனால் இழுத்துப் பிடித்துக் குரல்வளையைக் கடித்து விடுகிற நிலையில் இருப்பதை முதல்தடவையாகச் சந்தித்தார். அந்த சூட்டைத் தாங்கமுடியாத அவளுடைய அப்பா நடுங்கினார். அத்தைகளுட்பட எவர் தடுத்தும் கேளாமல், மருத்துவமனைக்கு பாண்டியைப் பார்க்கக் கிளம்பினாள். போவதற்கு முன்பு, "இப்ப நடிக்கிறீங்க. நீங்கதான் செஞ் சீங்கன்னு எனக்கு தெரியும். அவனோடவே போயிடறேன். கொல்லணும்னா என்னையும் சேர்த்து கொன்னுடுங்க" என்று சொல்லி விட்டுக் கிளம்பி விட்டாள்.

படுக்கையில் இருந்த பாண்டி கைக்கு அடக்கமான, பச்சை ப்ளாஸ்டிக் சட்டகம் போட்ட கைக்கண்ணாடியை வாங்கி முகத்தைப் பார்த்தான். நிறையக் கோடுகளை நிறைய பேருக்கு போட்டவன் என்பதால், தன்னுடைய முகத்தில் விழுந்த கோட்டின் ஆழத்தை எடை போட்டான். வலது கண்ணிற்குக் கீழே இருந்து கழுத்து நுனி வரை அரிவாளின் நுனி அரை அங்குலத்துக்கு இழுத்துக் கொண்டு போயிருக்கிறது.

தையல் போட்டது அவனுக்கு நன்றாகத் தெரியும். நிச்சயம் அந்த தழும்பு, வலது பக்கத்தில் நரம்பு இழுத்துக் கொண்டது போல அரை கன்னத்தை மறைத்து முகம் காட்டும் எனப் பாண்டிக்குத் தெரியும். நன்றாக விளைந்த தென்னங்காயில் குறுக்காக சொறி விழுந்த பட்டைக்கோடு ஒன்று இருப்பதைப் போல. சந்தையில் அவற்றை அடிவாங்கிய காய் என்பார்கள். அதைப் போலத்தானே அவனும் வாங்கி இருக்கிறான்? வாழ்நாள் முழுக்க இனி அந்த தழும்பு அவனை விடாமல் துரத்தும். அவனுக்கு அவனுடைய முகத்தைப் பார்க்கவே வெறுப்பாக இருந்தது. யார் செய்திருப்பார்கள் அதை என்கிற துப்பு அவனுக்கும் துலங்காமலே போனது.

மருத்துவமனையில் வினிதா வந்து நின்ற போது எல்லோரும் கூடி அழுதார்கள். ஆனால் அவள் கண்ணில் இருந்து துளிக் கண்ணீர் வரவில்லை. நேரே போய் அவனது கட்டிலில் போய் அமர்ந்ததும் எல்லோரையும் வெளியே போகச் சொன்னான் பாண்டி.

அவளது கையைப் பிடித்துக் கொண்டு, "நல்லா இருப்ப. நான் சொல்றதைக் கேளு. காலம் பூரா நெஞ்சு அழுத்தத்தோட வாழற மாதிரி வச்சுராத என்னை. நீ பூ மாதிரி இருக்க. என்கூட வெளியிலகூட உன்னால நடந்து வர முடியாது. இந்த மூஞ்சியை அதுவும் இந்த வெட்டுத் தழும்போட பார்க்கறவங்க, நிச்சயமா குரங்கு கையில பூமாலைன்னுதான் சொல்வாங்க. முன்னால அடிக்கப் பாஞ்சிருவேன். இப்ப சரியாத்தானே சொல்றாங்கன்னு நினைக்கத் தோணுது. தயவுசெஞ்சு உன் வீட்டோடயே போயிரு" என்றான்.

"உன் பழைய முகம் என் நெஞ்சிலயே பதிஞ்சிருக்கு. நான் அதைத்தான் லவ் பண்ணேன். இனியும் அதைத்தான் லவ் பண்ணுவேன். இதுக்கு மேல உன்னை மாதிரி எல்லாம் எனக்கு பேசத் தெரியாது" என்றாள். அவளது முகத்தில் இருந்த தீர்மானம் பாண்டியை அசைத்துப் போட்டது.

அவன்மீது விழுந்த வெட்டு குறித்து அவனாகப் போய்த் தோண்ட வேண்டாம் என முடிவு எடுத்தான். அவளுமே அதை ஒரு கெட்ட நேரமாகக் கருதி விட்டொழிக்கச் சொன்னாள். சொல்லிவைத்த மாதிரி அந்த வெட்டிற்கு பிறகு பாண்டியைச் சுற்றி அபாயங்களே எழவில்லை. வினிதா படித்து முடிக்கிற வரையிலான கல்லூரிக் கட்டணத்தை வட்டிக்கு வாங்கி கட்டி முடித்தான். "நாளைப் பின்ன நம்ம சூழல் மாறினாலும் மாறிடும். இப்பயே முழுத் தொகையையும் கட்டிரணும். பீஸுக்கு பயம் இல்லைன்னு தோணிட்டா படிக்கிறவங்களால இன்னும் நல்லா தெம்பா படிக்க முடியும். முடிச்சிட்டா அவளும் சொந்தக்கால்ல நிப்பாள்ள" என அவளை மறுபடி அத்தனை ஆசை ஆசையாகப் படிக்க அனுப்பினான்.

சரவணன் சந்திரன்

“அண்ணி ஏதோ வரையுறீங்களே. தவளை மாதிரி தெரியுது? ஓ அதுதான் கல்லீரலா? எனக்கெல்லாம் அது கரைஞ்சே போயிருக்கும். நான் வரைஞ்சு தரவா?” என பாண்டியின் அடிப்பொடிகள் எந்நேரமும் அவளைச் சுற்றிக் கொண்டு நிற்பார்கள். ஏற்கனவே சொன்ன மாதிரிதான். பாசக்காரப் பயல்கள் மத்தியில் விலைகூடின பொமேரியன் நாய்க் குட்டியைப் போல. பாண்டியின் அம்மா அவளைத் தன் பேத்தியைப் பார்த்துக் கொள்வதைப் போலப் பார்த்துக் கொண்டாள்.

பாண்டியுமே படிப்பு முடிந்து அவள் வேலைக்குப் போன பிறகே திருமணம் என்பதில் உறுதியாக இருந்தான். அவன் அவளிடமிருந்து தள்ளி அலைவதைப் பார்த்த ஊர்க்காரர்களே, “சும்மா சொல்லக் கூடாதுப்பா. நல்ல ஒழுக்கமான பையன். நமக்குன்னு இருக்கற சீனிக்கட்டிதானேன்னு நெனைச்சு விழுந்து புரண்டு நக்கலை. நிதானமா இருக்கான்” என்று அவனுக்குப் புகழ்மாலை சூட்டினார்கள். அதையுமே ரசித்து ருசித்து அவளிடமிருந்து அநியாயத்திற்கு விலகலைக் கடைபிடித்தான்.

ஆனால் அவள்தான் கல்லூரிக்கெல்லாம் போய் படிக்கிற பெண்ணாயிற்றே? போடா இவனே எனச் சொல்லி இவனைத் தூக்கிக் கட்டிலில் போட்டு விட்டாள். “ஏன் குழந்தையை சுமந்துகிட்டு காலேஜுக்கு போகக் கூடாதா? வயித்துக்குள்ள இருந்துகிட்டு இப்பவே டாக்டருக்கு படிக்கட்டும் அது. என்ன ரெண்டு செமஸ்டர் பாடம் முடிஞ்சிருச்சு” என்றாள் அவனைக் கட்டிக்கொண்டு. படித்து முடித்த பிறகுதான் குழந்தை எனச் சத்தியம் வாங்கினான் பாண்டி.

ஒருநாள் சம்போகத்தின் கடைசியில் வியர்வை வழிய மல்லாக்கப் படுத்திருந்த பாண்டி, முத்தம் தருகையில், அவள் கண்மூடியிருந்ததை உணர்ந்துவிட்டு, “உண்மையைச் சொல்லு. ரெம்ப பக்கத்தில பாக்கிறப்ப என்னோட முகம் அகோரமா தெரியுதா? எதுக்காக பொறுத்துக்கற?” என்றான். அவள் எழுந்து அவன்மீது ஒருகாலைத் தூக்கிப் போட்டு, கையை தலைக்கு முட்டுக் கொடுத்து, “எத்தனை தடவை எந்தந்த மாதிரி கேட்டாலும்

இதையேதான் சொல்லுவேன். உன்னோட அந்த முகம் எனக்குள்ள நெறைஞ்சு கிடக்கு. அப்புறம் என்னைக்கும் என்மேல நீ கருணையாத்தான் இருப்பேன்னு எனக்குத் தெரியும். உன்னை மாதிரி எனக்கு நீளமா பேசத் தெரியாது" என்றாள் தீர்மானமாக.

அதற்கடுத்து அந்தக் கேள்வியை அவளிடம் பாண்டி கேட்கவே இல்லை. ஜோடி போட்டுக் கொண்டு அடிவாரத்தில் நடக்கும் போது, பாண்டிக்குக் கூச்சமாக இருக்கும். போகப் போகச் சரியாகி விடும் என்பதைப் போலவல்லாமல், சாகிற வரை தன்நிழலைப் போலத் தொட்டுத் தொடர்கிற கூச்சம் அது.

என்றைக்குமே அவனை எதிர்ப்படும் மனிதர்கள் விநோதமாகத்தான் உற்றுப் பார்க்கப் போகிறார்கள் என்பது அவனுக்கு ஆழமாகப் புரிந்தது. இந்த ஊரை விட்டு வேறு ஊருக்கு, இந்த கண்டத்தை விட்டு வேறு எந்தக் கண்டத்துக்குச் சென்றாலும், முகத்தில் மாட்டினுடைய எலும்புத்துண்டின் நீளத்திற்கு ஆழமான தழும்போடு இருக்கும் மனிதனை, இன்னொரு மனிதன் எப்படி எதிர்கொள்வான்?

ஒருமனிதனைப் பார்த்ததும் எழுகிற முதல் எண்ணத்தை, எதைக் கொண்டும் அழிக்க முடியாது. அதுவுமே கற்காலத்தில் செதுக்கிய ஒரு தழும்பைப் போலத்தான் என்பதை உணர்ந்தான் பாண்டி. ஆரம்பத்தில் அவள் சாதாரணமாகத்தான் இருந்தாள் எனப் பாண்டி நினைத்தான். ஆனால் அவளுக்கு உள்ளேயுமே இப்போதைய அவனது முகம் படும் பாடுகள் குறித்த சங்கடங்கள் இருந்தன. சங்கடம் என்று சொன்னால், அதைக் குறித்த எண்ணம் இருக்கிறது என்றுதானே அர்த்தம்? அவனுக்காக அந்த எண்ணத்தை ஆழமாகப் புதைத்துக் கொள்கிறாள் என்று தோன்றியது பாண்டிக்கு. அவளைக் காணக் காண அவனுக்குள் கருணை பொங்கி வழிந்தது. ஏசுநாதரின் கையில் இருக்கிற ஆட்டுக்குட்டியைப் போல மலங்க விழித்தாள் வினிதா.

தன் முகத்தை மற்றவர்களின் பார்வையில் இருந்து ஒளித்துக் கொள்ள ஆரம்பத்தில் படாதபாடு பட்டான்

பாண்டி. ஒருகட்டத்தில் அவனுக்கு நன்றாகத் தெரிந்து விட்டது. அதெல்லாம் ஒருநாளும் சிலேட்டில் எச்சில் தொட்டு அழிப்பதைப் போல, அத்தனை எளிதாக நடக்காது. இவர்களோடு கூடமாட அலைந்தால் மட்டுமே வாழ முடியும். அதனால் முகத்திற்கு மேலாகத் தொப்பி மாதிரி ஒன்றைப் போட்டுக் கொண்டால்தான் தப்பிக்க முடியும் என்று முடிவெடுத்தான்.

திடீரென தான தரும காரியங்களை அதிகமாகச் செய்யத் துவங்கினான். மாரியம்மன் கோவில் திருவிழாவின் போது அந்த தெருவிலேயே பெரிய அன்னதானத்தை மக்களைக் கூட்டிப் போட்டான். முதல் கரண்டி குழம்பை வினிதாவை வைத்துத்தான் ஊற்ற வைத்தான். ஆனாலும் சொன்னார்கள், "ஆளு பார்க்க கரடு முரடுதான். ஆனா உள்ளம் அவருக்கு சீனிக்கட்டி மாதிரி" என்றார்கள். இச்செயல்களால் விளைந்த நன்மை ஒன்று உண்டெனில், அது அகோரமாக என்று சொல்வதை விடுத்து கரடு முரடு என்று மாறிக் கொண்டதுதான்.

அந்தளவிற்கு அவர்கள் இறங்கி வந்ததிலேயே திருப்தி அடைந்து விட்டான் பாண்டி. வினிதாவுமே படிப்பை முடித்து வேலைக்குப் போகத் துவங்கினாள். ஆரம்பத்தில் வேண்டாம் என்று விரும்பியே ஒத்திப் போட்டார்கள் குழந்தையை. நினைத்த நேரத்தில் தேதி, நேரம் பார்த்து முயன்றும் குழந்தைப் பாக்கியம் கிட்டவில்லை. இனி கிட்டாது என்கிற எண்ணத்திற்குச் சுற்றி இருப்பவர்களும் வந்து சேர்ந்த பிறகுதான் தாம்பத்தியத்தில் நாட்கள் நொண்டியடிக்கத் துவங்கின. காதலியாக, இளம் மனைவியாக இருந்த போது வினிதா வேறு மாதிரியாக இருந்தாள். ஆனால் நிறைய இட்லிக்களை சுட்டு முடித்து களைத்துப் போன, மனைவியாக மாறியதும் நிறைய கட்டுப்பாடுகளைப் போட்டாள். அவ்வாறு இருப்பதையே தன்னுடைய ஆதார உணர்ச்சியாகவும் ஒன்றின் மீதான பிடிமானமாகவும் உணர்ந்தாள்.

சிகரெட் குடிக்க மாட்டேன் என சத்தியம் செய்திருந்தான். குடியைக் கூட அவனால் விட்டு விடமுடிகிறது. ஆனால் அந்த சிகரெட் சனியனை

எவ்வளவு முயற்சித்தும் விட முடியவில்லை. வீட்டுக்குப் போவதற்கு முன்பு சரக்சரக்கென மூன்று சிகரெட்டுகளை இழுத்து விட்டு, கொய்யா இலைகளை மென்று விட்டு வீட்டுக்குப் போவான். வினிதாவிற்கு முதல் முத்தம் கொடுப்பதற்கு முன்பே பான்பராக் போடும் பழக்கத்தை நிறுத்தி விட்டான்.

சிகரெட் மணம் வந்துவிடக் கூடாது என்கிற கவனத்திலேயே அவளிடம் இருந்து விலகி அலைந்தான். சீக்கிரம் விட்டு விடலாம் என்கிற நம்பிக்கையும் இருந்தது. அன்றைக்கு வழக்கத்தை விட கொஞ்சம் லகுவான மனநிலையில் இருந்த வினிதா, அவனை இழுத்துக் கொஞ்சப் போன போது, சிகரெட் மணத்தைக் கண்டு கொண்டாள். ஏதோ கொலையே செய்ததைப் போலச் சுருண்டு அமர்ந்து அழுதாள். “நீ என்ன சொன்ன? சத்தியம் பண்ணிட்டா வாக்கு தவற மாட்டேன்னு சொன்ன? அதெல்லாம் பொய்யா? அப்ப ஒருநாள் சத்தியத்தையும் மீறி என்னையும் கைவிட்டிருவ. அப்படித்தானே? நான் ஒருநாளும் அப்டீ செய்ய மாட்டேன்” என்று அழுதபடி சொன்னாள்.

அதற்கடுத்து அவனோடு பேசுவதை நிறுத்திக் கொண்டாள். மீறிப்பேச முனைந்தால் தற்கொலை செய்துகொள்வேன் என்றாள். பாண்டிக்குப் பயமாகப் போய்விட்டது. அவளது தந்தை குறித்து அப்போது சிந்தித்தும் பார்த்தான். அவள் போக்கிலேயே சிக்கன் குழம்பு வேண்டும் என இவன் பேப்பரில் எழுதி வைத்துவிட்டுப் போவான். அவள் சமைத்து வைத்து விட்டு, பாண்டி சாப்பிடுவதைக்கூட கவனிக்காமல் இன்னொரு அறைக்குள் நுழைந்து கொள்வாள். அவளிடம் பேசாமல் மட்டும் அவனால் இருக்கவே முடியாது. காலில் விழுந்து கெஞ்சி, மறுபடி அவளது நெஞ்சில் கை வைத்து சிகரெட் குடிக்க மாட்டேன் என்று சத்தியம் செய்த பிறகு மறுபடியும் பேசத் துவங்கினாள்.

சிகரெட்டை விடத் தொடங்கிப் போராடிக் கொண்டிருந்த போது பழைய பாண்டியாகவே மாறிப் போனான். எதற்கெடுத்தாலும் கோபம் முந்திக் கொண்டு வந்தது. அதை அவளும் உணர்ந்தே இருந்தாள் என்பதால்,

அவனுக்கு அதிகமும் வெள்ளரிக்காயில் சாறு எடுத்துக் கொடுத்தாள். மருத்துவர் ஆயிற்றே? ரத்தத்தைச் சுத்திகரிக்கும் நடவடிக்கையில் இருந்தாள். பாண்டிக்குள் புது ரத்தம் பாய்ந்தாலும், ரத்தம் சுண்டிப் போன பழைய ரௌடியைப் போலவே வீட்டுக்குள்ளும் வெளியிலும் சுற்றுவது அவனுக்கு வெறுப்பாக இருந்தது. ஒரு மிதப்பைத் தேடியது உடலும் மனமும். அடிவாரத்திலும் புதிய ரௌடிகள் உதித்து, வருமானத்தில் பங்கு போட்டார்கள். எல்லோரையும் திரும்பிப் பார்க்க வைக்கிற மாதிரிச் சம்பவம் ஒன்றைச் செய்ய விரும்பினான். கூடவே அயர்ச்சியாக இருக்கும் வாழ்வில், எதையாவது மீறலாகச் செய்து பார்க்கவேண்டுமென தனிப்பட்ட வகையிலும் தோன்றியது பாண்டிக்கு.

"பாண்டி. தான தருமம்லாம் ஒரு எல்லை வரைக்கும்தான். அப்புறம் சாமியாரு ஆயிட்டான்னு ஒரு பய பஞ்சாயத்துக்கு வர மாட்டான். ஏதோ எளந்தாரி பய கொஞ்ச காலத்துக்கு இப்படிச் சுத்துவேன்னு பார்த்தா, நீ முழுநேரமும் அதுலயே முடங்கிடுவ போல இருக்கு. சுதாரிப்பா இல்லாட்டி அடிவாரத்தில நம்ம பருப்பு நல்லா வேகாது பாத்துக்க" என்றார் பாண்டியோடு உடன் இருக்கும் சண்முகப்பாண்டி அண்ணன்.

பாண்டிக்குமே அதுதான் சரியெனப் பட்டது. கொஞ்சம் வினிதாவின் கையிலிருந்து விலகுவது, அவனுக்கு மூச்சை இழுத்து விடுகிற மாதிரி ஆசுவாசமாகவும் இருந்தது. சதா தொழில் என்று சொல்லி வீட்டை விட்டு வெளியே சுற்றத் துவங்கினான். நாய்க்குட்டி கட்டை அறுத்துக் கொண்டு ஓடிவிட்டது என்பதை வினிதாவும் உணர்ந்தாள் என்றாலும், சத்தியத்துக்குக் கட்டுப்பட்டவன் என்பதை ஏற்று, அவனை குறுகுறுப்பாக உற்றுப் பார்த்துக் கொண்டிருந்தாள். அதுவே அவனுக்கு துயரமாகவும் இருந்தது.

"என்ன அப்படிப் பாக்குற. அதெல்லாம் எந்த சபைக்கு போனாலும் போதைய தொடறதில்லை. சத்தியத்துக்கு கட்டுப்பட்டுதான் இருக்கேன். நம்ம பிள்ளைன்னு ஒண்ணு வராமலா போகும். அதுக்கு ஓடியாடி சம்பாதிக்க

வேணாமா” என்றான். “ம்ம்ம்” என்றாள் அவள். அதுவே அவனுக்கு விட்டால் போதும் எனத் திருப்தியாகவும் இருந்தது.

அவளின் மீதான பரிவு தன்னிடம் இன்னும் இருக்கிறதா என ஒருநாள் வண்டியோட்டிக் கொண்டு வருகையில் யோசித்தான் பாண்டி. ”அதென்ன அப்படி பொசுக்குன்னு கேட்டுட்ட” என்றது அவனுடைய மனசாட்சி. தன்னளவில் திருப்தியாக உணர்ந்தான். அவனுக்குள் ஆயிரம் எண்ண ஓட்டங்கள். ஆனால் அதையெல்லாம் அமர்ந்து பேச முடியாத தூரத்திற்கு வினிதா சென்று விட்டதாக நினைத்தான். “காதல் பண்றப்ப வேறப்பூ. பொண்டாட்டின்னு வந்தா அடக்கி ஆளத்தான் நெனைப்பாங்க. அதான் சகஜமானது. நீ கொஞ்சம் குனிஞ்சு பணிஞ்சு போயேன்” என்றார் முருகேசன் மாமா.

ஆனால் அப்படி வீட்டுக்குள் எலியாகவும் வெளியில் புலியாகவும் மாறி மாறி நடிக்க முடியாது பாண்டியால். ஏற்கனவே அப்படித்தான் ஒரு முகத்தை வைத்துக்கொண்டு பல்வேறு முகமூடிகளைப் போட்டுத் திரிகிறான். இருந்தால் ஒரே மாதிரி இந்த முகத்தோடேயே இருந்து விட்டுப் போகிறேன் என்ற முடிவிற்கு வந்து சேர்ந்தான். கத்தி, அரிவாள் இவற்றில் இருந்தெல்லாம் விலகி இருந்த அவன் மறுபடியும் பல்வேறு காரணங்களைச் சொல்லி அதைத் தூக்கத் துவங்கினான்.

மோசமான சண்டையொன்றில் ஒருத்தனை மல்லாக்கப் படுக்கப் போட்டு, அரிவாள் நுனியால் அவனது கன்னத்தை வருடி, “வாழை மட்டையை வெட்டுறாப்புல ஒரே கூரா போட முடியும். ஆனா இப்படி ஒரு தழும்ப சுமக்கிற வலி எனக்குத்தான் தெரியும். அதான் உன்னை விடறேன். இனிமே என் எல்லையிலயே உன் மொகம் தட்டுப்படக்கூடாது” என்றான். தன்னிடமும் கருணை இருக்கிறது எனப் பிறகு மெச்சியும் கொண்டான்.

இடையில் வினிதாவின் அத்தையொருத்தி பாண்டிக்குத் தெரியாமல் வீட்டுக்கு வந்துவிட்டுப் போனாள். “நம்ம அடையாளம் கடைசி வரைக்கும்

நம்மளை தொடரும். ஒரு ரௌடி கடைசி வரை ரௌடியாத்தான் இருப்பான். அதான் பார்க்கிறல்ல. மறுபடி கத்தியை தூக்கிட்டான். வேண்டாம் நம்ம வீட்டுக்கு வந்திரு. வயித்தில குழந்தை உருவாகாம இருக்கறதுக்கு நாங்க எல்லாம் உக்காந்து வேண்டிக்கிறோம். என்னத்தை சொல்ல முருகா?" என்று முனகிவிட்டுக் கிளம்பிப் போனாள். ஒரு வார்த்தைகூடப் பேசாமல் முழங்காலைக் கட்டிக் கொண்டு வினிதா அமர்ந்திருந்ததாக வீட்டில் போய்ச் சொன்னாள். பாண்டிக்கும் அந்தச் செய்தி காதிற்கு வந்து சேர்ந்தது.

வினிதாவோடு மெல்லவொரு விலகல் நிகழ்ந்து கொண்டிருந்த நேரம் அது. மற்ற நேரமாக இருந்தால் போய் என்ன நடந்தது என இயல்பாகக் கேட்டு விடுவான். ஆனால் அப்போது அப்படிக் கேட்க அவனுக்குத் தோன்றவில்லை. தான் செய்வதுமே தவறு என்பதை அடியாழத்தில் உணர்ந்திருந்தான். ஆனால் அப்போதைக்கு பற்றிக் கொள்ள அவனுக்கு அரிவாள் மட்டுமே இருந்தது.

வெளியூர் சம்பவங்களுக்கும் கிளம்பிப் போகத் துவங்கினான் பாண்டி. வேண்டாம் என்று தடுக்கும் நிலையிலும் தன்னை வைத்துக் கொள்ளவில்லை வினிதா. வேண்டாம் என்று அவள் தன்னை தடுப்பாள் என்று வேண்டி விரும்பி எதிர்பார்த்தான் பாண்டி. தன்னை கைகழுவுகிற முடிவுக்கு வந்துவிட்டாளோ என்கிற எண்ணமும் பாண்டிக்கு இருந்தது. இத்தனைக்கும் ஒரு சண்டை சச்சரவும் இல்லை. ஆனால் கனத்த மௌனம் ஒன்று இருவருக்கு இடையிலும் நிலவியது.

பாண்டிக்குமே அவளோடு போய் பழைய மாதிரி பேசத் தோன்றவில்லை. ஒருமாதிரியான குற்றவுணர்வும் அவனுக்குள் அரித்தது. ஒருவேளை குழந்தை இருந்தால் கவனம் அங்கே திசை மாறி இருந்திருக்கும். அதுவும் இல்லையென்பதால், அவளை மகிழ்விக்கும்படியான உத்திகள் எல்லாமும் காலியாகி இருந்தன. இனி புதிதாக எதையாவது கண்டுபிடித்துக் கொண்டு வந்தால்தான் உண்டு என்கிற நிலை.

சட்டியில் ஒரு பருக்கை இல்லாமல் எல்லாமும் காலியாகி விட்டது. எதைக் கொண்டு போய்க் காட்ட? என்று தோன்றியது பாண்டிக்கு. காலிச் சட்டியில் எதைக் கொண்டாவது போட்டு நிரப்ப வேண்டும் என்கிற ஒருவித சூன்ய நிலையில் இருந்த போதுதான், வெளியூர் போன வகையில் யாருக்கும் தெரியாமல் அந்த சம்பவத்தைச் செய்தான். ரகசியமாக அதுவும் ஒரு ஓரத்தில் இருந்து கொள்ளட்டும், அதைப் பற்றிய தகவல் எதற்கு தேவை—யில்லாமல் மற்றவர்களுக்கு? என்றே நினைத்தான்.

ஆனால் ஒன்றை மறைப்பதனால் வரும் தடுமாற்றம் கொண்டவனாக மாறிப் போனான். அவனது நடைகூடக் கொஞ்சம் தளர்ச்சியாக மாறிப் போனதைப் போல உணர்ந்தான். மாம்பழத்திற்குள் புகுந்து கொண்ட சிறுவண்டு ஒன்று உள்ளே சாவகாசமாக அமர்ந்து அவனை அரித்து தின்று கொண்டிருந்தது. அவனிடம் இருந்த கவச குண்டலம் அதுபாட்டிற்கு கழன்று கொண்டதைப் போலவும் தோன்றியது. அதுவரை அரைச் சட்டி சோறு சாப்பிடுகிறவன், இரண்டு இட்லியையே துழாவிக் கொண்டு இருந்தான். "எதுக்கும் மருகாத? ஒரு கட்டிங்க போடு. சாப்பிட்டுத் தூங்கு. அவளுக்கு தெரியவா போகுது" என்றான் மயில்சாமி.

"இல்ல பங்கு. செஞ்சா தலையவா எடுக்கப் போறாங்க? ஆனாலும் சொல்லுக்கு கட்டுப்பட்டு இருக்கலாம்னு இப்ப இன்னும் நெறைய தோணுது. ஏற்கனவே ஒண்ணை செஞ்சுட்டுதான் இப்ப நெஞ்சுக்கூடு நடுநடுங்க அலைஞ்சுக்கிட்டு இருக்கேன்" என்றான் பாண்டி.

"அப்படியென்ன எங்களுக்குத் தெரியாம செஞ்ச" என்றான் சுருக்கென மயில்சாமி. 'கொசுவுக்குக்கூட இந்த பூமியில ஒளிஞ்சுக்க இடம் இருக்கு" என்று பாண்டி சொன்னதைக் கடைசிவரை மயில்சாமியால் புரிந்து கொள்ள முடியாது. அதைப் பாண்டியுமே நன்றாக அறிவான். காலத்துக்கும் இப்படி வண்டு குடைகிற பழம் போலவே இருந்துவிட்டுப் போகலாமா? குழப்பத்தின் உச்சியில் நின்றான் பாண்டி.

அவன் நடையுடை பாவனைகள் மாறுவதை வினிதாவும் அமைதியாக உற்றுப் பார்த்துக் கொண்டிருந்தாள். சீமைக் கத்தரியாகவே இருந்தாலும் ஒருநாள் முற்றத்தானே வேண்டும்? அவள் நன்றாகப் பேசிக் கொண்டிருந்தால்கூட நிலைமை சகஜமாக இருந்திருக்கும். வேறொரு அற்பக் காரணத்திற்காக அப்போது சண்டை போட்டுப் பேசாமலும் இருந்தாள்.

நாள்பட நாள்பட வண்டு தனது குடைச்சலை உள்ளுக்குள் அதிகரித்தபடியே இருந்தது. அதை உதறாவிட்டால் இனி நடமாடவே முடியாது என்கிற நிலைக்கு வந்து விட்டான் பாண்டி. சாதாரணமானவர்களுக்கு ஏதாவது மனக்கோளாறு வந்து முகத்தில் அதைக் காட்டாமல் மறைத்தால், முகம் ஓரளவிற்குத்தான் வாட்டமாகும். அதிகம் போனால் கல்லைப் போல இறுகிப் போன மாதிரி மட்டுமே தெரியும்.

ஆனால் பாண்டியைப் போன்றவர்களுக்கு? கூர்மையான துயரச் சிந்தனையில் இருக்கையில், முகத்தில் தழும்பைத் தாங்கிப் பிடிக்கிற நரம்பு இழுத்துக் கொண்டு, உதடு மடிந்து ஒற்றைக் கண் சுருங்கி இன்னும் கோரமாகத் தெரியும். கண்ணாடியில் அதைப் பார்க்கும் போதே பாண்டிக்கு மேலும் மேலும் வெறுப்பு கூடியது.

அந்த சிந்தனையே வராதவாறு அமர்ந்திருப்பதாகத்தான் நினைத்துக் கொண்டிருப்பான். “என்னண்ணே திடீர்னு முகம் சுருங்கி உதடெல்லாம் இழுக்குது” என்பான் உடனிருப்பவன். அமைதியாக யோசித்தால் கவனம் கலைவதற்கு முன்பு வரை வண்டு குடைந்து கொண்டிருந்தது உறைக்கும்.

என்ன நடந்தாலும் நடக்கட்டும் என ஒருநாள் கொஞ் சமாக தண்ணியடித்துவிட்டு, ஆனால் சிகரெட்டைத் தொடவே இல்லை, வீட்டிற்குப் போனான் பாண்டி. வினிதா புடவைகளை எடுத்து மடித்தபடி கட்டிலில் அமர்ந்திருந்தாள். அவள் அருகில் போய் அமர்ந்த அவன் பிறகு கட்டிலில் சாய்ந்தவாறு தலையணையை இழுத்துப் போட்டுப் படுத்துக் கொண்டான். உள்ளுக்குள் ஏற்பட்டிருக்கிற நடுக்கத்தை மறைக்கவே பிடிமானமாக இருக்கட்டுமென அவ்வாறு செய்தான்.

“உன்ட்ட ஒண்ணு பேசணும்” என்றான்.

“அதான் மூஞ்சியே சொல்லுதே” என்ற போது அவனுக்கு சுருக்கென இருந்தது.

“இந்த மூஞ்சிதானே உனக்கு பிடிச்சது. இப்ப இப்படிச் சொல்ற?” என்றான் சிரிக்க முயன்று.

“அலோ நான் எப்ப அப்டீ சொல்லிருக்கேன்? நீ எப்டீ கேட்டாலும், புதுப் பழக்கத்தைக் கத்துக்கிட்டு அடிச்சுக்கூட கேட்டாலும் என் வார்த்தைல இருந்து விலக மாட்டேன். எனக்குள்ள உன்னோட பழைய முகம்தான் நெறைஞ்சு கிடக்கு. நீ சொல்றதை சொல்லு. உன்னை மாதிரி என்னால பேச முடியலை” என்றாள்.

பேசும் முனைப்பில் எழுந்து அமர்ந்து, கைகளைப் பிசைந்து, கன்னத்தைப் பிடித்து வருடி, தலைமுடியை இழுத்து என என்னவெல்லாமோ அவன் செய்வதை, உற்றுப் பார்த்துக் கொண்டிருந்தாள் வினிதா. வண்டை உடனடியாகக் கொன்றுவிட வேண்டுமெனத் தோன்றியது பாண்டிக்கு. அப்படித் தோன்றியதற்கு எதிரான எண்ணம்கூட அப்போது வரவில்லை. மூச்சு முட்டியவனைப் போல மூச்சை இழுத்து பலமான சத்தத்தோடு விட்டான்.

எப்படிச் சொல்வது அதை என்கிற கூர்மையான சிந்தனையில் இருந்த போது வலிப்பு வந்ததைப் போல அவனது வலது பக்கம் இழுத்தது. அதைக் கையால் நீவி விட்டான். கண்களில் நீர் பூக்கத் துவங்கிய நிலையில், விழியசைக்காமல் அவனையே பார்த்துக் கொண்டிருந்தாள் வினிதா.

அதைப் பார்த்ததும் அவனுக்குள் இருந்த கருணை பொங்கி அழுகையாக முட்டிக் கொண்டு வெளியே வந்தது. தன்னைமீறி அழுதால் சின்னப் பையனைப் போல இருப்பான். அதை எதிர்பார்த்துக் காத்திருந்த வினிதா அவனை நோக்கி என்ன என்பதைப் போலத் தலையசைத்ததும் ஏங்கி அழத் துவங்கினான் பாண்டி.

கையை ஊன்றி நகர்ந்து போய் அவளது மடியில் பொதித்து முகத்தை மறைத்துக் கொண்டு அழுதபடி,

"நான் ஒரு தப்புப் பண்ணிட்டேன். மன்னிச்சு விட்டிரு" என்றான்.

மிக நீண்ட மௌனம் நிலவியது அங்கே. பெருமூச்சு விட்டு விட்டு, அவனது தலையில் கைவைத்து முடியைக் கோதியபடி வினிதா, "என்னை மீறி அப்படி என்ன செஞ்சிட்டா உனக்கு" என்றாள் குரல் உடைந்து.

தலையை தூக்கிப் பார்க்க அஞ்சி, இருந்த வாக்கிலேயே சொன்னான் பாண்டி.

"அவ இந்த முகத்தை லவ் பண்ணாளாம்"

பட்டூ

ராசைய்யா மங்கலம் என்கிற தன்னுடைய ஊர் பெயர் தாங்கிய நெடுஞ்சாலைப் பலகையின் அருகே நின்று சிறுநீர் கழித்துக் கொண்டிருந்த சண்முகம் பட்டூ, காறித் துப்பினான் அந்தப் பெயர்மீது. அந்த ஊரில் இருப்பதற்கு அவனுக்கு அவமானமாக இருந்தது. எப்படியாவது அங்கிருந்து தப்பித்து விடவேண்டுமென அவனது உள்ளம் படிக்கிற காலத்தில் இருந்து பரபரக்கிறது. அந்த சுற்று வட்டாரத்தில் அந்த ஊரின் மீது யாருக்குமே மரியாதை கிடையாது.

அந்த வட்டாரம் முழுக்கவே கொய்யா, நாவல், நெல்லி என தோட்டக்கலைப் பயிர்களை அதிகமும் நடுவார்கள். மலையை ஒட்டிய பிரதேசம் என்பதால் பழ உற்பத்திக்கு உகந்த செம்மண் நிலம். நிலத்தடி நீரை நம்பி விவசாயம் நடப்பதால், வறட்சி, விளைச்சல் எல்லாம் தராசுத் தட்டுகள் மாதிரி ஏறி இறங்கும். இயற்கை நினைத்தால், தட்டில் விழுவதில் கூடக் குறைச்சல் இருக்கலாம்.

பழ வியாபாரத்தை பட்டூவின் ஊர் ஆட்கள் சேர்ந்து கட்டுப்படுத்தினார்கள். முதலில் இரண்டு மூன்று பேர் கமிஷன் கடை ஆரம்பித்தார்கள். அதற்கடுத்து அவர்களது சொந்தக்காரர்கள் மட்டுமே சுற்றிச் சுற்றி பழக் கமிஷன் மண்டி ஆரம்பித்தார்கள். ஒருகட்டத்தில் பழச் சந்தையே அவர்களுடையது என்றாகிப் போனது. கேரளாவில் இருந்து சில வியாபாரிகள் வந்து போவதால், ஏலமுறை இன்னும் கொஞ்சம் தொடர்வதால், விலை ஓரளவிற்கு விவசாயிகளுக்கு கட்டுப்படியாகிறது. இல்லாவிட்டால் பட்டூவின் ஊர் ஆட்களே எல்லாவற்றையும் வாரிச் சுருட்டிக் கொண்டு போய்விடுவார்கள்.

கேரளாக்காரர்கள் வராவிட்டால், வெளியே ஐநூறு ரூபாய்க்கு விற்கும் பெட்டியை, எல்லோரும் கூட்டுசேர்ந்து நூற்றி ஐம்பது ரூபாய்தான் போகிறது என ஒத்தைக்காலில் நிற்பார்கள். இல்லாவிட்டால் எங்களுக்குத் தேவை இல்லை எனப் பழத்தை வாங்காமல் முறுக்கிக்

கொள்வார்கள். அழுகுகிற வியாபாரம் என்பதால் வேறு வழியில்லாமல் அவர்கள் சொன்ன தொகைக்கு அழுதுவிட்டுப் போவார்கள் விவசாயிகள்.

விவசாயிகளை கசக்கிப் பிழிவதில் எல்லோருமே வல்லவர்களாக ஒருகட்டத்தில் மாறிப் போனார்கள். பொய்யும் புரட்டும் எங்கள் குலச்சொத்து என்கிற மாதிரி ஊர்க்காரர்கள் நடந்து கொள்வதைக் கண்டால் பட்டுவிற்கு எரிச்சலாக வரும். அதிலும் தங்கப்பாண்டி என ஒருத்தன் இருக்கிறான்.

தோட்டங்களுக்குப் போய் விலைக்காய் எடுக்கப் போவான். அவனை மாதிரி நல்லவன் இந்த ஊரிலேயே இருக்க முடியாது என்கிற மாதிரி, திருவிழாவில் விற்கிற இனிப்பு மிட்டாய் மாதிரிப் பேசுவான். ஆனால் உடலெல்லாம் கட்டுவிரியனை மீறின விஷம். முதல் இருதடவைகள் மட்டும் ஒழுங்காகப் பேசியபடி காசைத் தருவான். பிறகு மெல்ல பாம்பு நாக்கை நீட்டிக் காட்டத் துவங்கும். சந்தையில் விலை போனாலும், போகவேயில்லை என மகள் மீது சத்தியம் செய்வான். பொண்டாட்டியின் தாலியை வெளியே இழுத்து, "காயி இருநூறு ரூவாக்கு மேல போச்சுன்னு சொல்லுங்க. இந்தா இந்த தாலி அறுந்து போகட்டும்" என்பான். ஆனால் அன்றைக்கு உண்மையில் விலை ஐநூறு போயிருக்கும்.

இப்படி சொல்லிச் சொல்லியே இறுதியாக ஒரு பெரும்தொகையை விவசாயிகளிடம் பாக்கி வைத்துவிட்டு, தொலைபேசியை எடுக்காமல் கண்ணாமூச்சி காட்டி ஓடிவிடுவான். பிறகு காய் விலை போகையில் இளித்துக் கொண்டு அவர்களிடமே மறுபடி போய் நிற்பான். அவர்கள் பேசாத பேச்செல்லாம் பேசுவார்கள். ஆனால் எருமைமாடு சகதியில் புரள்கிற தோரணையில், செருப்பைக் கழற்றி விட்டு பவ்யமாக நின்று இளிப்பான். எதற்காக இப்படி கூனிக் குறுகிக் கொண்டு நிற்க வேண்டும் என்று பட்டுவிற்குத் தோன்றி இருக்கிறது.

மனுசனாகப் பிறந்தால் மரியாதை வேண்டாமா? ஒரு நிமிர்வு வேண்டாமா? எப்போதுமே கஞ்சித்

தொட்டி தேடி ஓடும் பன்றிகளைப் போலவே இருக்க வேண்டுமா? தங்கப்பாண்டி இந்தப் பகுதியில் இருக்கிற பாதி தோட்டங்களை இப்படிப் போய் ஏமாற்றி விட்டு வந்துவிட்டான். சில தோட்டங்களில் "தங்கப்பாண்டி நாய்க்கு அனுமதி இல்லை" என எழுதிப் போடாததுதான் குறை. அதற்கு மேல் வாயில் வந்ததை எல்லாம் நாண்டுகொள்கிற அளவிற்குச் சொல்லி விட்டார்கள்.

இப்படி ஏமாற்றிக் கொண்டே போவதன் எல்லை எதுவரை? என பட்டு யோசித்தான். எல்லா எல்லைகளும் ஒரு எல்லைக்குட்பட்டதுதானே என அவனுக்குத் தோன்றியது. அவனது காதுபடவே ஒரு விவசாயி, "ஒரு ஊர்ல நாலைஞ்சு பேர் கெட்டவனா, முடிச்சவிக்கியா இருக்கலாம். ஆனால் ஒரு ஊரே அப்படி ஒட்டுமொத்தமா இருந்துச்சுன்னா எப்பிடி. ஒருத்தனும் வெளங்க மாட்டாங்க" என்றபோது, சுருக்கென்று இருந்தது அவனுக்கு.

அதற்கப்புறம் கவனித்துப் பார்த்தான் பட்டு. இப்படி ஊர்த் தோட்டங்களில் அடித்துப் பிடித்து சம்பாதித்தாலும், உண்மையில் வாழவே தெரியாதவர்கள் அவனது ஊர்க்காரர்கள். தோட்டத்துக்காரர்கள் வசதி என்று சொல்லி விடுவார்கள் என்பதால், எப்போதும் பொம்பிளைகள் மஞ்சள் கயிற்றை மட்டும் கட்டிக் கொண்டு மூளியாகவே அலைவார்கள். பெட்டியில் தூங்குவதற்கு மங்கலம் எதற்கு? சம்பாதித்த பணத்தில் வாங்கிய நகைகளை தைரியமாக போட்டுக் கொண்டு வெளியே போக முடியவில்லை எனில், அந்த சம்பாத்தியம்தான் எதற்கு?

மிகைக் காசைக் கொண்டு ஆண்கள் கண்மண் தெரியாமல் குடிப்பார்கள். குடும்பமே உட்கார்ந்து கிலோக்கணக்கில் கறிச்சோறு தின்பார்கள். மறுநாள் காலை மறக்காமல் மலம் கழிப்பார்கள். வெளியூரில் கட்டிக் கொடுக்கும் பொம்பளைப் பிள்ளைகள் மட்டும், இப்படிக் கொண்டு போன காசைக் கொண்டு வசதியாய் வாழ்கிறார்கள். மற்றபடி உள்ளூரில் எவ்வளவு காசு இருந்தாலும், அடிமை வாழ்க்கைதான்.

ஏமாற்றி அடித்துப் பிடுங்கி விட்டோம் என இறுமாப்பு கொள்ளலாம்தான். ஆனால் செருப்பைக் கழற்றி விட்டுத்தான் தோட்டத்தில் கால் வைக்க முடியும். செருப்பு முக்கியம் இல்லையா? அதுவொரு அடையாளம் இல்லையா? என்றெல்லாம் யோசித்து இருக்கிறான் பட்டு.

செருப்பிற்கும் அவனது பெயருக்குமே ஒரு தொடர்பு உண்டு. அவனது தந்தை வழி குலசாமி பட்டவராயன். அவர் இரண்டு பெண்களைக் காதலித்து சாதி மாறினாராம். செருப்பு தைக்கிற தொழிலைச் செய்தார். அவரது பிறந்த குலம் அவரை வேட்டையாடியது. இன்றைக்கும் அவரது கோவிலில் செருப்பை காணிக்கையாகக் கொடுக்கிறார்கள். அப்படி ஒரு வழியில் வந்து விட்டு செருப்பு போடாமல் இளித்துக் கொண்டு நிற்பது எல்லாம் ஒரு வாழ்க்கையா?

அவனது ஊரில் பிறக்கிற குழந்தைகளுக்கு பட்டவராயன் பெயரை பின்னொட்டாகச் சேர்த்துக் கொள்வார்கள். அப்படித்தான் சண்முகம் பட்டவராயன் என்பதை பட்டு என நண்பர்களின் யோசனைப்படி மாற்றிக் கொண்டான். எல்லா வகையிலுமே அந்த ஊரை விட்டு மனதார விலகி நின்றான். பட்டுவின் அப்பா சின்ன வயதிலேயே இறந்து விட்டார். பட்டுவின் அம்மாவிற்குப் பக்கத்து ஊர். அவளுக்கும் இந்த ஊருக்கும் சம்பந்தமே இல்லையானாலும், நாளடைவில் அவளுமே இந்த குணத்திற்குப் பழகிக் கொண்டாள். எங்கே பிறந்தால் என்ன? மாட்டுக்கு அது அப்போது இருக்கிற தொழுவம்தானே பயிற்சிக் கூடம் என்றெல்லாம் நினைத்துக் கொண்ட பட்டு, சின்ன வயதில் இருந்தே தன்மீது அந்த குணம் ஒட்டாமல் பார்த்துக் கொண்டான்.

அம்மாவை வேறு எங்கேயாவது அழைத்துச் சென்றுவிட முயற்சித்துப் பார்த்தான். அவள் அந்த ஊரைவிட்டு ஒருஅடிகூட விலகமாட்டேன் என உறுதியாகச் சொல்லி விட்டாள். ஐ.டி.ஐ வரை படித்த பட்டு ஊரிலிருந்து தப்பித்து ஆரம்பத்தில் வெளியூர்களில் பணியில் இருந்தான். சிகரெட் மொத்த விற்பனை நிறுவனம் ஒன்றில் பணியில் நல்லமாதிரிக்கு இருந்தான். வேலை பார்க்கும் இடத்திலேயே அறை எடுத்தும் தங்கிக்

கொண்டான். ஊரில் கேட்பார்கள் என்பதற்காக திருவிழா சமயங்களில் மட்டும் வந்துவிட்டுப் போவான்.

"எதுக்கு ஊர் ஊரா அலையறான். காய் எடுக்க போகலாம்ல. தெரிஞ்ச தொழிலுதானே?" என அவனுடைய தாய்மாமன் அம்மாவிடம் வந்து சொல்லியதுடன், திட்டம் தீட்டி அவருடைய பொண்ணையே பட்டூவிற்கு முடித்து வைத்தார். அவள் ராசைய்யா மங்கலத்தின் அத்தனை கல்யாண குணங்களும் ஒருங்கே பொருந்தியவள். பட்டூவிற்கும் அவளுக்கும் ஏழாம் பொருத்தம். எந்நேரமும் அவனை அரித்துக் கொண்டே இருப்பாள், உடலில் ஊறும் புழுவைப் போல.

அவளை சரிக்கட்டி தனிக்குடித்தனம் போகலாம் எனப் பக்கத்து ஊருக்குப் போனான் பட்டூ. அப்போது அவளுமே கொஞ்சம் அவனுக்கு வளைந்து கொடுத்தாள். உடலோடு ஒட்டி உறவாடுகிற பருவத்தில் இருந்தாள் என்பதால், பட்டூவின் சொல்லுக்கு அவளது காது திறந்து கொடுத்தது. நகரத்தில் இருக்கிற நல்ல கடையில், அவளுக்கு சிக்கன் ரைஸ் வாங்கிக் கொடுத்துப் பழக்கினான். அந்த சுவைக்கு அவள் விரைவிலேயே அடிமையும் ஆனாள். ஒருகட்டத்தில் வாரத்தில் ஐந்து நாட்கள் அதையே சாப்பிட்டாள்.

இடையில் அவளுடைய அப்பன் வீட்டுக்கு வந்தபோது, அத்தைக்காரி ஒருத்தி இன்னொரு பாட்டி—யிடம், "இதெல்லாம் எங்க உருப்படப் போகுதுகன்னு தெரியலை. அவம் பொண்டாட்டி காரிக்கு பாட்டில்ல ஐஸ் வாட்டர் வாங்கிட்டு வந்து குடுக்கான். போர் தண்ணி அவ தொண்டையில இறங்காதாம். தலை தெறிக்க ஆட்டம். ஒருநாள் தெருவுக்கு வந்திடுவாங்க பாரு" என்றாள். அதைப் பட்டூவும் தூரத்தில் நின்று கேட்டுவிட்டுச் சிரித்துக் கொண்டான். "பாரின்ல அவ அவ பீரை குடிச்சுக்கிட்டே வேலை பார்க்கிறா. நீங்க இன்னமும் மூத்திரத்தை குடிச்சுக்கிட்டு பேச்சைப் பாரு" என்றான் அவர்களை நோக்கி.

ஊர்ப் பேச்சை எப்படியாவது அடக்கி விட வேண்டுமென தீர்மானித்தான் பட்டூ. திடீரென

ஊரிலேயே இருந்து ஜெயித்துக் காட்ட வேண்டும் என தோன்றியது அவனுக்கு. கையில் பாடுபட்டுச் சேர்த்த வகையில் கொஞ்சம் காசும் இருந்தது. மாமனாரின் வழியிலும், தொழில் ஏதாவது துவங்கினால் பணம் தருவதாக சொல்லி இருந்தார்கள். பழத்தோட்டம் ஒன்றைக் குத்தகைக்கு எடுத்து நடத்தலாம் என தீர்மானித்தான். ஊர்க்காரர்களுக்கு மற்றவர்கள் கொடுப்பதை விட அதிக ஊதியம் தரவும் திட்டமிட்டான். தன்னுடைய திட்டங்களை சாவடியில் அமர்ந்திருந்தவர்களிடம் விளக்கவும் செய்தான்.

"வீம்புக்கு மாவு இடிக்கிறவன்கிட்ட என்னத்த சொல்றது" என அவனுடைய பங்காளி ஒருத்தன் முகத்திற்கு நேராகவே சொன்னான். அவனிடம், "வெயிட் பண்ணிப் பாரு. இன்னும் மூணு வருஷத்தில இந்தப் பக்கம் ஜூஸ் கம்பெனி போட்டு வேன்ல வச்சு ஆட்களை கூப்டு போறேன் பாரு. அப்ப உக்காந்து கவட்டைக்குள்ள கையைவிட்டு இடிச்சுக்கோ. சொகமா இருக்கும்" என்றான். உடனடியாகப் பொண்டாட்டியை அழைத்துக் கொண்டு போய் ஒரு இலட்ச ரூபாய் கட்டி இருசக்கர வாகனத்தை வாங்கிக் கொண்டு வந்தான்.

இருவரும் கருப்பு கூலிங் க்ளாஸ் போட்டுப் புதுவண்டியில் மாமனார் வீட்டில் வந்து இறங்கினார்கள். அவருக்கும் இந்த புதுப் பகுமானம் ஒருமாதிரியாகத்தான் இருந்தது என்றாலும், கன்னங்கரேல் என இருந்த மகளின் முகத்தில் வெண்சிரிப்பு பூத்ததால், அமைதியாக இருந்தார். மகளின் நச்சரிப்பு தாங்காமல் வைத்திருந்த பெருந்தொகையை பட்டுவின் கையில் கொடுத்தார். அப்போதே பட்டுவின் அம்மா குறுக்கே வந்து தடுத்தாள்.

பட்டு அம்மாவை எரித்துவிடுவதைப் போல முறைத்துப் பார்த்தான். அவள் அதையெல்லாம் பொருட்படுத்தாமல், "ஆத்திலகூட கொண்டு போய் போடணும்னாலும் போடு. இவன்கிட்ட தராத. ஒரு தம்புடிக் காசு இல்லாம அழிச்சுடுவான். இவனைப் பெத்தவள் நானு. எனக்குத் தெரியாதா பவிசு? எந்த நாய் பாயும் எந்த நாய் கவுட்டுக்குள்ள சொருகும்னு எனக்கு தெரியாதா" என்றாள்.

அவனது அம்மா சொல்கிறபடியெல்லாம் இல்லை. அவன் நேர்மை என்கிற வார்த்தையை அடிக்கடி பயன்படுத்துவதால், வருகிற வெளம் அது என்பதை அறிவான். சின்ன வயதில் படிக்கிற காலத்திலேயே அவளோடு தோட்டங்களுக்கு காயெடுக்கப் போனவன்தான். அந்த தொழிலின் நுணுக்கங்கள் மீன் குஞ்சிற்கு நீச்சல் போல அவனுக்குள்ளும் உண்டு.

உடனடியாகவே பக்கத்து ஊரில் இருந்த ஒரு மாதுளை பழத்தோப்பை குத்தகைக்குப் பிடித்தான். அதோடு நின்றுவிடாமல் அடுத்தடுத்து இதேமாதிரி மூன்று வெவ்வேறு பழத்தோப்புகளையும் குத்தகைக்கு எடுத்தான். “அந்த ஊர்க்காரந்தான். ஆனா ஆளு பாக்க ஒரு தினுசா இருக்கானே. ஒரு காரு. இலட்ச ரூவா வண்டி. புருஷனும் பொண்டாட்டியும் கருப்புக் கண்ணாடி போட்டு வண்டீல வந்து இறங்குறாங்க. பேச்சும் கொஞ்சம் பாலிஷா இருக்கு. என்னம்மோ தெரியலையே” என்றார் முதல் தோட்டத்துக்காரர்.

அவரிடம் முகத்துக்கு நேராகவே மண்சட்டியை உடைப்பதைப் போலப் பேசி விட்டான் பட்டு. “என்னடா அந்த ஊர்க்காரனுக ஏமாத்துவான்னு நெனைக்கறீங்க. எனக்கும் அந்த ஊருக்கும் சம்பந்தமே இல்லை. அந்த ஊரே வேண்டாம்னுதான் வேற ஊர்ல குடியிருக்கேன். நேர்மையா நடக்க நினைக்கிறேன். பணம் காசு எனக்கு ரெண்டாம் பட்சம்தான். மரியாதையும் வாக்குச் சுத்தமும்தான் முக்கியம்” என்றான். அதைக் கேட்ட அந்த தோட்டக்காரரே கொஞ்சம் இறங்கி நம்பிக்கை வைத்தார். வெறும் பேச்சாக நின்றுவிடக் கூடாது என்பதால் ஒரு இலட்ச ரூபாயை முன்பணமாகத் தூக்கிக் கொடுத்த போது, முற்றிலும் அவர் நம்பி விட்டார்.

பணம் கொடுத்த அடுத்த நிமிடம் நாற்காலியை இழுத்துப் போட்டு அமர்ந்தான் பட்டு. பணம்தான் பத்தும் செய்யுமே? செருப்பைக் கழற்றி விடாமல், கால்மேல் கால் போட்டு அமர்ந்தான். பிறகு அவன் தோட்டங்களில் அந்த தோரணையோடே அலையத் துவங்கினான்.

குத்தகைக்குக் கொடுத்த மூன்று தோட்டக்காரர்களுமே பொதுவிழாவில் சந்தித்துக் கொண்டார்கள். "ஆளைப் பார்த்தா ஏதோ நல்லமாரிக்குத்தான் தெரியுது. அட்வான்ஸ் கொடுத்திருக்கான். ஆளு விடைச்சுக்கிட்டு பேசறான். பொதுவா இளிச்சு இளிச்சு பேசறவந்தான் ஏமாத்துவான். விடைக்கிறவன் கொஞ்சம் மானம் மரியாதைக்கு அஞ்சுவான். தவிர ஊரையே எதுத்துக்கிட்டு தொழில் பண்றான். ஊர்க்காரங்ககிட்ட அசிங்கமா போ—யிடக்கூடாதுங்கறதுக்காவது ஒழுங்கா நடந்துக்குவான்னு தோணுது. நம்பிக்கை வச்சு பார்ப்போமே" என்றார் வயதில் மூத்தவர்.

அதன்படியே அவர்கள் பட்டூவை விட்டுப் பிடிப்பது எனத் தீர்மானித்தார்கள். மூன்று தோட்டத்திலுமே அப்போது பறிப்பிற்கு காய்கள் இருந்தன. அந்த நேரத்தில் பட்டூ பெரிய வேன் ஒன்றை அமர்த்தி, அவன் வேலை கொடுப்பதாகத் தீர்மானித்த ஆட்களை அழைத்துக்கொண்டு திருப்பதிக்கு சுற்றுலா சென்று வந்தான். அப்படியே சென்னையில் அறையெடுத்து எல்லோரும் இரண்டு நாள் தங்கிவிட்டு மெரீனா கடற்கரையைப் பார்த்துவிட்டு வந்தார்கள். பட்டூவைப் போல உண்டுமா எனப் பொம்பளைகள் பேசியதாக அவனது நண்பன் சொன்னான்.

அவனுடைய ஊரில் இரண்டு விதமான பணியாளர்கள் உண்டு. காயை எடுக்கிறவர்கள். செடிகளுக்கு மேல்வேலை பார்ப்பவர்கள். அந்த வேலை பார்ப்பவர்கள் இந்த வேலையைச் சுத்தமாகப் பார்க்க மாட்டார்கள். இருபது வருடம் காயெடுத்திருப்பார்கள், ஆனால் செடி மேல்வேலையில் ஒரு நுணுக்கமும் தெரியாமல் இருப்பார்கள். மாடு பழக்கப்பட்ட தடத்தில் மட்டுமே நடைபோடுவது மாதிரி. இதை கணிக்கத் தவறினான் பட்டூ. அவனது பொண்டாட்டிக்குமே கருப்பு கூலிங் க்ளாஸ் கண்ணை மறைத்து விட்டது.

முதல் நாள் தோட்டத்தில் காயெடுத்த போதே நஷ்டம். பழம் நல்ல விலைக்குப் போனது. ஆனால் மோசமாகப் பிஞ்சுகளை எல்லாம் பறித்ததால், எதிர்பார்த்த விலைக்குப் போகவில்லை. ஆறு ஆள் செய்ய வேண்டிய வேலையைப்

பதினெட்டு ஆட்கள் சேர்ந்து செய்தார்கள். இடையில் வடை போண்டா, அவனது பொண்டாட்டிக்கு க்ரீம் பிஸ்கெட், ஐஸ் வாட்டர் என செலவுகள் வேறு. கூட்டிக் கழித்துப் பார்த்தால், ஆயிரத்து இருநூறு ரூபாய் நஷ்டம். இடையில் அவனது பொண்டாட்டிக்கும் வேலையாட்களுக்கும் சண்டை வந்து, வேலைக்கு வருவதை திடுப்பென நிறுத்திக் கொண்டார்கள்.

விவரம் தெரியாத புதிய வேற்றூர் ஆட்களை அந்தப் பணியில் வீம்பிற்கு இறக்கினான். அன்றைய பறிப்பிலுமே லாபம் கூடி வரவில்லை அவனுக்கு. அந்த தோட்டத்துக்காரர் பட்டுவிடம், "அதெல்லாம் உங்க ஆள்கள் செய்ற வேலை. புது ஆட்களால முடியாது. தப்போ சரியோ போயி அவங்க கால்ல விழுந்தாச்சும் கூட்டு வந்திரு. தலை போற முதல் போகுது. கால்ல விழறது எல்லாம் தப்பே இல்லை. இவங்க பிஞ்சா பறிச்சு கூடுதல் நஷ்டத்தையும் உனக்கு ஏற்படுத்திருவாங்க" என்றார்.

அவர்கள் காலில் போய் விழுவதா? என அந்த தோட்டத்துக்காரரிடம் எதிர்க்கேள்வி கேட்டான். அவர் உம்பாடு என முணுமுணுத்தவாறே நகர்ந்து போனார். ஆனால் அன்றைக்கே அவனுக்கு அவர் மனதில் சின்னக் கரும்புள்ளியை வைத்துவிட்டுச் சென்றார். சுழியத்திற்கு மிக அருகில் இருந்தது அந்த சின்னப் புள்ளி.

இடையில் எதிர்பாராத மழையால், பழங்களின் விலை அடிவாங்கியது. அந்த நேரம்பார்த்து பறிக்கப் பணியாளர்கள் இல்லாததால் தோப்பில் பழங்கள் வீணாக உதிர்ந்து விழுந்தன. சொல்லிவைத்த மாதிரி அவனுடைய ஊர்க்காரர்கள் அவனுக்கு அந்த நேரம்பார்த்து ஒத்துழைக்க மறுத்தனர். "உன்ட்ட வேலை பாத்திடலாம்ப்பா. ஆனா உன் பொண்டாட்டி அதான் இங்கிலாந்து ராணிகிட்ட முடியாது. அவ ஏதோ பாரீன்காரி மாதிரி அலட்டிக்குறா. ஒரு கவுனை வாங்கிக் குடு அவளுக்கு. இந்தா நீ டூர் போன காசு எவ்வளவுன்னு சொல்லு. நாங்க பாடுபட்டு அதை திருப்பி குடுத்திடறோம்" என்றாள் பட்டுவின் சின்னம்மா. அவளே இப்படிச் சொல்லி விட்டால், தூரத்துச் சொந்தங்கள் எல்லாம் என்ன நினைப்பார்கள்? ஒருத்தருமே ஒத்தாசையோடு அவனோடு வந்து நிற்கவில்லை.

இடையில் இரண்டு மூன்று தடவை தோட்டக்காரர்கள் நாற்காலியில் கால்மேல் கால் போட்டு அமர்ந்திருந்த பட்டுவிடம், "இறங்கி செஞ்சாத்தான் ஜெயிக்க முடியும். பணிவு எல்லாத்துக்கும் வேணும்" என்று சாடைமாடையாகச் சொன்னார்கள். அப்போதும் அவன் கால்களை இறக்கவில்லை. செருப்பைக் கழற்றி விட்டு அதில் பிரிந்திருந்த நூலை வருடியபடி, "சொன்ன மாதிரிக்கு உங்க காசை தந்திருவேன். இப்ப வேற ஒரு யோசனைல இருக்கேன்" என்றான். கொஞ்சம் மப்பாக அதை சொல்லவேண்டுமெனத் தெரிந்தே செய்தான்.

பட்டு அவனது நண்பர்களின் வழியில் வங்கியில் லோன் போட ஒருபக்கம் முயற்சி செய்து கொண்டிருந்தான். கையில் இருந்த காசை வைத்து மூன்று தோட்டங்களிலுமே மேல்வேலைகள் செய்தான். சிம்பு உடைத்தது, மருந்தடித்தது என்கிற வகையில் முழுசாய் மூன்று இலட்சத்தை விழுங்கி விட்டன தோட்டங்கள். பழம் வந்த போது அதை அவனால் உறுதியான காசாக மாற்ற முடியவில்லை என்பதை தோட்டக்காரர்கள் சுட்டிக்காட்டிக் கொண்டே இருந்தனர்.

"வர்ற பழத்தை காசாக்க முடியலைன்னா என்ன ஏவாரி? பூராத்தையும் மண்ணு தின்னுருக்கு. நம்ம மேல எந்த தப்பும் இல்லை. அது அவன்பாடு" என தோட்டக்காரர்கள் பேசிக் கொண்டார்கள். மெதுவாக பட்டுவின் தோட்ட வரத்துக்கள் குறையத் துவங்கின. ஆணிக்கொசு அதிகம் பரவிவிடாமல் இருக்க மருந்தடிக்க வேண்டுமென ஒரு தோட்டக்காரர் பட்டுவை நெருக்கிய போது அவன் முதல் பொய்யைச் சொன்னான். "பொண்டாட்டிக்கு உடம்பு சரியில்லை. ட்ரிப்ஸ் ஏறுது. வந்திர்றேன்" என்றான்.

அவன் எதிர்பார்த்த இடத்தில் இருந்து வங்கி லோன் கிடைக்கவில்லை. நண்பர்களிடம் கைமாத்து கேட்டுப் பார்த்தபோது, எல்லோருமே கையை விரித்தார்கள். மாமனாரிடமும் போய் நிற்க முடியாது. பொண்டாட்டி— யிடமும் முழு தகவல்களைக் கூறாமல், கரிச்சான் குருவியைப் போலச் சிந்திச் சிதறித்தான் எல்லாவற்றையும் சொல்லி இருந்தான். கொஞ்சம் சறுக்குகிறான் எனத்

தெரிந்தால், அவள் மதிக்கக்கூட மாட்டாள் என்பதும் அவனுக்குத் தெரியும்.

இதற்குள் நான்கரை மாதங்கள் ஓடிவிட்டன. மூன்று தோட்டங்களுக்குமே மீதி தவணைத் தொகையை தரவேண்டிய கெடு நெருங்கியது. ஏற்கனவே தவணை கடந்து ஒருமாதம் ஆகிவிட்டது. அதுபோக அடுத்த பறிப்பிற்காக செடிகளுக்கான உரம் வைப்பது போன்ற மேல்வேலைகளையும் செய்ய வேண்டும். களைக்கொல்லி மருந்துகளுக்கான தொகையே நாற்பதாயிரம் ரூபாய்க்கு மேல் வரும் எனக் கணக்கிட்டான்.

மூச்சு முட்டியது பட்டுவிற்கு. எப்படிப் போய் அவர்கள் முன் நிற்பேன்? என்கிற சிந்தனை அவனுக்குள் அரித்துக்கொண்டே இருந்தது. அத்தனை நாட்கள் ராஜா மாதிரி காலாட்டிக் கொண்டு இருந்து விட்டு, நாய் மாதிரி கூனி நிற்பதா? என அவன் யோசித்துக் கொண்டிருந்த போது வண்டியை ஒரு மாட்டின் மீது மோதப் போனான். அவசரமாக நிறுத்தியதில் கீழே விழுந்து கணுக்கால் எலும்பு உடைந்தது.

ஏற்கனவே கூலி பாக்கி வைத்தவர்கள் எல்லாம் பட்டுவின் வீட்டை முற்றுகை இட்டார்கள். "நான் அயோக்கியன் அயோக்கியன்னு சொல்றவனைக்கூட நம்பிடலாம். யோக்கியன்னு வாய்க்கு வாய் சொல்றவனைத்தான் நம்பக்கூடாது" என்று ஒருத்தர் பட்டுவின் காதிற்கு கேட்கட்டும் என்று தெரிந்தே சொன்னார். எதையாவது விற்றுக் கொடுத்து விடலாம் எனப் பார்த்தால், அதற்கும் அவனுடைய அம்மா குறுக்கே வந்து நின்றாள்.

தன்னுடைய வேலை ஆட்களை தோட்டங்களுக்கு அனுப்பி பழ இருப்பைப் பார்த்துவிட்டு வரச் சொன்னான். ஒரு தோட்டத்தில் மட்டும் பழங்கள் எடுக்கிற அளவிற்கு இருப்பதாக வந்து சொன்னார்கள். அப்போது பழமும் சந்தையில் நல்ல விலைக்குப் போய்க் கொண்டிருந்தது. அந்த தொகையை எடுத்து இந்த தோட்டத்துக்காரருக்கு கொடுத்துவிட்டு, அடுத்த தோட்டத்தில் பழம் வருவதை எடுத்து இவருக்குத்

தந்துவிடலாம் என்றெல்லாம் ஆட்டைத் தூக்கிக் குட்டியில் போட்டு, குட்டியைத் தூக்கி ஆட்டில் போட்டு யோசித்தான். கூடுதலாக யாரிடமாவது கொஞ்சம் கடன் பெற்றால் எல்லாவற்றில் இருந்தும் மீண்டு விடலாம் என்கிற நம்பிக்கை வந்தது அவனுக்கு.

பல நாட்கள் தோட்டத்துக்காரர்களின் தொலைபேசியை எடுக்காமல் இருந்ததால் அவர்கள் அனைவருமே கோபத்தில் இருந்தார்கள் என்பதால், அவர்களை எப்படி எதிர்கொள்வது என்கிற தயக்கத்திலும் இருந்தான். தயக்கம்தான் அத்தனைக்கும் கேடு என ஒரு புத்தகத்தில் எழுதி இருந்ததைப் படித்துவிட்டு, நம்பிக்கையான ஆள் ஒருத்தனை அந்த தோட்டத்துக்காரிடம் அனுப்பி, "பணமெல்லாம் ஏமாத்த மாட்டாரு. இன்னும் பதினைஞ்சு நாள்ள தந்துடுவாரு. ஏற்கனவே தந்த ஆள்தானே? அதனால காயெடுக்க ஆள்களை கூப்டு வரவான்னு கேட்கச் சொன்னாரு. பணம் கொடுக்கணும்னா தொழில் ஒண்ணு நடக்கணும்ல" எனப் பேச வைத்தான். அந்த தோட்டத்துக்காரர் காய் எடுக்க வரச் சொல்லி அழைப்பு விடுத்தார்.

ஏற்கனவே பட்டூவை எல்லா தோட்டங்களில் இருந்தும் துரத்திவிட்டனர் என்கிற பேச்சு, ஊரில் குசுகுசுவென அதற்கேயுரிய மணத்தோடு ஆங்காங்கே உலவிக் கொண்டிருந்தது. "அவ்ளோதான் தர முடியும். விலை போகாட்டி என்ன செய்ய முடியும்னு சொல்ல வேண்டியதுதானே. நாம இல்லாட்டி அந்த ஒரு இலட்ச ரூவா கூடா அவரால எடுத்திருக்க முடியாதுன்னு நிலவரத்தை கட் அண்ட் ரைட்டா சொல்லத் தெரியலைன்னா எதுக்கு இந்த தொழிலுக்கு வரணும்" என்றார் அவனது பெரியப்பா.

ஆட்களை ஏற்றிக்கொண்டு போகும் வாகனத்தோடு ஊரில் போய் நின்றான் பட்டூ. அவனுக்கு முன்பாகவே அவனுடைய பொண்டாட்டி கிளம்பி நின்றாள். கையோடு ஆட்கள் தின்பதற்காக, நீண்ட நாள் கழித்துப் பறிப்பிற்குப் போவதால், இனிப்பாய் துவங்க தனலட்சுமியில் இருந்து தேங்காய்ப் போளியும் வாங்கிக் கொண்டு போ— யிருந்தான். அதைப் பார்த்துவிட்டு அவனுடைய அம்மா,

“அப்படியே கட்டிலு போர்வை எல்லாம் எடுத்துட்டு போயி நடுக்காட்டில குடும்பம் நடத்துங்க” என்றாள்.

தேங்காய் போளியைப் பார்த்ததும் அவனது ஆட்கள், “என்ன இருந்தாலும் பட்டூவ மாதிரி வருமா” என உருகி விட்டனர். கூலிக் காசை முன்கூட்டியே எல்லோருக்கும் கொடுத்து, ஆட்களோடு தோட்டத்திற்கு பழப்பறிப்பிற்குப் போனான். வழக்கமான தோட்டம் என்பதால், ஆட்கள் இறங்கி வேலை செய்யத் தயாராகிக் கொண்டிருந்த போது, அங்குள்ள பணியாளர் வந்து நின்று, “எதுவா இருந்தாலும் அவர்ட்ட பேசிட்டு வந்து எடுத்துக்கங்க” என தூரத்தில் உரிமையாளர் இருந்த சாலை வீட்டைக் காட்டினார்.

சாலை வீட்டின் வராந்தா கொட்டகைக்கு அடியில் அமர்ந்திருந்தார் தோட்டத்துக்காரர். அவரது முன்னே அமர்வதற்கு நாற்காலிகளே இல்லை. வழக்கமாக அந்த இடத்தில் நான்கைந்து நாற்காலிகள் கிடக்கும். அதை விநோதமாகப் பார்த்தபடியே நடந்து போன பட்டூவை அங்கே இருந்தே கைகாட்டி நிறுத்திய அந்த உரிமையாளர், ”செருப்ப அங்கயே கழட்டி விட்டுட்டு வா” என்றார் ஒருமையில்.

யோசிக்காமல் செருப்பைக் கழற்றித் தரையில் விட்டான் பட்டூ. பிறகுதான் அவ்வாறு செய்தது அவனது புத்தியில் உரைத்தது. மீண்டும் அவசர அவசரமாக அதை காலில் அணியும் போது, “பேசின மாதிரி காசை கொடுத்திட்டு காய் மேல கையை வை. உன் பகுமானத்துக்கு எல்லாம் நாங்க ஆட்கள் இல்லை” என்றார். “கூலிக்காசு எல்லாம் குடுத்து கூப்டு வந்திருக்கேன். முதல்லயே சொல்லி இருக்கலாம்ல. நானும் இந்த தோட்டத்துக்கு செலவு செஞ்சிருக்கேன்ல. எடுத்து ஒண்ணும் கோட்டை கட்டிரலீயே” என்றான்.

“பேச்செல்லாம் பகுமானமாத்தான் இருக்கு. ஆனா செயல்ல ஒண்ணும் இல்லையே. வாக்குப்படி நீதான் நடந்துக்கலை. உன் பவுசு உன் ஊர்க்காரங்களுக்கும் தெரியட்டும்னுதான் வரச் சொன்னேன். காசை கொடுத்திட்டு இப்பக்கூட காயை எடுத்துக்கோ.

குறுக்கே நிக்க மாட்டேன். ஞாயமா யோசி. நீ போட்ட ஆட்டத்தால எங்களுக்கும் கடுமையான இழப்பு. இருக்கற காயையாச்சும் நாங்க காப்பாத்திக்கறோம்" என்றதுடன் இன்னொன்றையும் சொல்லிவிட்டு எழுந்து போனார்.

அதற்கு மேல் நிற்பதற்கு அவமானமாக இருந்தது அவனுக்கு. அவனுடைய ஆட்களை நோக்கிப் போகாமல் குறுக்கு வழியில் இறங்கி கால் போன போக்கில் ஊர்ச் சாலையை நோக்கி நடந்தான் பட்டு. தூரத்தில் இருந்து அவன் பொண்டாட்டி சத்தம் போட்டது கேட்டது. "சோத்தில கொண்டு போயி கலாக்காயை ஒழிச்சு வைக்கலாம். பலாக்காயை ஒழிச்சு வைக்க முடியுமா? அதான் தோட்டத்துக்காரர் காறித் துப்புன சத்தம் எங்களுக்கும் கேட்டுச்சே" என்றாள் ஒருத்தி பட்டுவின் பொண்டாட்டியின் கண்ணைப் பார்த்து.

தங்கராசுப்பட்டி விளக்கு முக்கில் இருந்த சிக்கன் ரைஸ் கடையில் அமர்ந்து பட்டு முதன்முறையாக குடித்துக் கொண்டிருப்பதாக அவனது நண்பன் தனவேலுக்குச் செய்தி வந்தது. அழுது முகமெல்லாம் வீங்கின நிலையில் பட்டு அமர்ந்திருந்ததைப் பார்த்துவிட்டு, "சரி விடு. எல்லாரும் முதல் தொழில்லயே விண்ணுக்கு போயிடறாங்களா? வேற ஏதாச்சும் செஞ்சுக்கலாம் விடு. வீட்டில பொம்பளையாட்களை பயப்படுத்த கூடாது" என்றான் தனவேலு.

அவனை நிமிர்ந்து பார்த்துவிட்டு, "அந்த காலத்தில எல்லாம் எதுலயாச்சும் தோத்துட்டா பாதி மீசையை சிரைச்சுக்குவாங்களாம். அதை மாதிரி நானும் சிரைச்சுக்கிறேன். இனிமே நான் சண்முகம் பட்டு கிடையாது. வெறும் சண்முகம்தான். பணத்தை ஒருநாள் கொண்டு போயி வாங்காட்டியும் மூஞ்சில எறிஞ்சுடுவேன். இதுநாள் வரை கொடுத்த மரியாதை எல்லாம் எனக்குன்னு தப்பர்த்தம் பண்ணிக்கிட்டேன். கடைசியில சுருக்குன்னு சொல்லிட்டார். என் வாழ்நாள்ள நான் வாங்கவே விரும்பாத பேரு" என்றான்.

என்ன சொல் அது என்பதைப் போல நிமிர்ந்து பார்த்தான் தனவேலு. குவளையில் மிச்சமிருந்ததை

வாயில் கவிழ்த்து விட்டு, அந்த தோட்டத்துக்காரர் கடைசியாய் விசிறியதைச் சொன்னான் பட்டு.

"கடைசீல உன் ஊர்ப் புத்தியைக் காட்டிட்டீல்ல".

எதிரே சேற்றில் இருந்து எழுந்த நாயொன்றின் மீது கல்லை வீசிவிட்டு தலையைக் குனிந்த பட்டு அதன்பிறகு நிமிரவே இல்லை.

சிக்னேச்சர்

காதல் என்று வந்தபிறகு கிட்டத்தட்ட பதினைந்து வருடங்களாக குடித்துக் கொண்டிருக்கிறேன். சாதாரணமான நாட்களில், இதில் ஒருநாள் பொழுது தவறியதில்லை. இடையில் மருத்துவமனையில் இருந்துவிட்டு வெளியே வந்தபிறகு மட்டும், பத்து நாட்கள் குடிக்கவில்லை. மற்றபடி எல்லா நாட்களுமே விடாமல் குடித்திருக்கிறேன். கடவுள் புண்ணியத்தில் இவ்வாறு குடிக்கிற அளவிற்கு உடலில் தெம்பும் இருந்தது.

அதற்காக மொடாக்குடி என்றில்லை. தினமும் ஒரு குவாட்டர் மட்டுமே, அதுவும் சிக்னேச்சர் விஸ்கி மட்டுமே. எந்தெந்த நாட்களில் கடைக்கு விடுமுறை என்பதை விரல் நுனியில் வைத்திருப்பேன். அதற்கு முந்தைய தினமே போய் அடுத்த நாளைக்கும் சேர்த்து வாங்கி வைத்து விடுவேன்.

நகரத்தில் திடீரென விஸ்கிக்கு தட்டுப்பாடு வந்தது. “உங்களை மாதிரி விடாப்பிடியா சிலர் மட்டும்தான் விஸ்கி குடிக்கிறீங்க. ஆனா பெரும்பாலும் பிராந்திதான் நல்லா போகுது. எதுக்காக நம்ம மக்களுக்கு பிராந்தி பிடிச்சுப் போச்சுன்னு தெரியலை. இப்ப புதுசா ஒண்ணு சொல்றாங்க. சுகர் இருக்கறவங்க விஸ்கி குடிக்கக் கூடாதாம். அதான் கம்பெனிக்காரனே கம்மியா சேல்ஸுக்கு அனுப்பறான். மத்த மாநிலங்கள்ள என்ன நிலைமைன்னு எனக்கு தெரியலை” என்றார் வழக்கமாக நான் போகும் கடைக்காரர். அதனால் மொத்தமாக இருபது குவார்ட்டர் என்கிற மாதிரி வாங்கி என்னுடைய அலுவலகத்தில் பதுக்கி வைத்து விடுவேன்.

வீட்டுக்கு கிளம்புகையில் என்னுடைய கடையில் வேலை பார்க்கும் பையன், அதிலிருந்து ஒரு குவார்ட்டரை எடுத்து காரில் வைத்து விடுவான். பத்தாயத்தில் அரிசி தீர்கிற மாதிரி அவனது கண்ணிற்கு தட்டுப்பட்டால், என்னிடம் முன்கூட்டியே சொல்லி விடுவான். முதல்தடவை அவன் அப்படிச் செய்த போது, இரண்டு

குவார்ட்டர் பாட்டில்களை கொண்டுவந்து வைத்துவிட்டு, "திடீர்னு எக்ச்சா அடிக்கணும்னு தோணுச்சுன்னா என்ன பண்றது? அதான்" என்றான்.

உடனே ஒரு குவார்ட்டரை எடுத்துப் போகச் சொல்லி விட்டு, "இங்க பாரு. கோடி ரூபா குடுத்தாலும் ஒரு குவார்ட்டருக்கு மேல குடிக்க மாட்டேன். அதிலயும் சிக்னேச்சர் இல்லாட்டி தொடவே மாட்டேன்" என்றேன். "ஒருவேளை அந்த கம்பெனிக்காரனே இல்லாம போயிட்டா?" என்றான். "டேய் அது எப்பேர்பட்ட கம்பெனி தெரியுமா? அதுக்குன்னு பெரிய ரசிகர் பட்டாளமே இருக்கறது அவனுகளுக்கு தெரியாதா? ஒருவேளை அப்படி சிக்னேச்சரை இழுத்து மூடிட்டா குடிக்கிறதைக்கூட ஒருவேளை நான் விட்டிருவேன்" என்றேன்.

வீட்டுக்குப் போவதற்கு முன்பு காரை பார்க்கிங் பகுதியில் நிறுத்தி, பாடலை ஒலிக்கவிட்டு, குடித்து முடித்து விட்டு மேலே போவேன். அப்படி குடித்து முடிக்கிற ஒருமணி நேரம்தான் எனக்கானது. அந்த நேரத்தில்தான் ஊரில் குடும்பக் காரியங்களைப் பேசிக் கொள்வேன். மேலே போய்விட்டால் லாவண்யாவின் முன்னால் வைத்து அதையெல்லாம் பேச முடியாது.

ஒருவேளை லாவண்யாவுடன் ரொமான்ஸ் செய்ய வேண்டும் என முடிவு எடுத்து விட்டால், மேலே போய் அதை முடித்து விட்டுக் கீழே வந்து குடித்து விடுவேன். அவளுக்கு ரொமான்ஸ் ஆசை இருந்தால், சாயந்திரம் போலவே அதை வெளிப்படுத்தி விடுவாள். "எப்ப வருவ? சும்மாத்தான் கூப்பிட்டேன்" என்பாள். அந்த சும்மாத்தானில்தான் சங்கதி இருக்கிறது என்பதை உணர்ந்து கொள்வேன். மேலே போய் தணிந்த பிறகு கீழே வந்துவிடுவேன்.

அவளுக்குமே என்னுடைய இந்த வகையிலான போக்குவரத்து தெரியும் என்றாலும், போதையை முகத்தில் கூடக் காட்டாமல் பதவிசாக நடந்து கொள்வதில் சமாதானம் ஆகிவிட்டாள். பொதுவாகவே திருமணம் முடிந்த சில ஆண்டுகளிலேயே, ஒருத்தரின் பழக்க

வழக்கங்களை அடியோடு மாற்ற முடியாது என்கிற புரிதலுக்கு இரண்டு தரப்புமே வந்து சேர்ந்து விடும். அவளுடைய அம்மாவோடு அவள் தினமும் இரவு ஒருமணி நேரம் பேசும் புரணி எனக்குப் பிடிக்காது, ஆனாலும் பொறுத்துக் கொள்கிறேன்தானே?

இரண்டு மூன்று முறை அதைச் சொல்லிப் பார்த்தேன். "நீ கீழ காருக்குள்ள உக்காந்துகிட்டு உங்கம்மாட்டயும் அப்பாட்டயும் பேசறீயே. அதுவும் பொரணிதான். எங்களுக்கு சந்தோஷமா இருக்கு. அது உனக்கு உறுத்துதா? உன் குடும்பத்தை பத்தி ஒருவார்த்தை கேட்கிறேனா? நீ மட்டும் எதுக்கு மூக்கை நுழைக்கிற?" என்பாள்.

லாவண்யா எங்களது குடும்பக் கதையைப் பற்றிக் கேட்பதை நிறுத்தி ஏழு வருடங்களுக்கு மேல் ஆகி விட்டது. பேசினாலே குழந்தையைப் பற்றிக் கேட்கிறார்கள் என்பது முக்கியமான காரணம். "நல்லா யோசிச்சு பாத்தேன். நம்ம ரெண்டு பேருக்கும் இடையில சண்டையே வர்றது இல்லை. உங்க குடும்பக் கதையாலதான் சண்டை வருது. இனிமே நானும் கேட்கலை. நீயும் சொல்லாத" என்றாள் ஒருநாள். நல்லவேளையாகப் போயிற்று என அதற்கடுத்து சொல்வதை நிறுத்திக் கொண்டேன்.

அதற்கு முன்வரையெல்லாம் என் தொலைபேசியைப் பார்த்து விட்டு, எதற்காக அழைத்தார்கள் எனக் கேட்டு தொந்தரவு செய்து, அதிலிருந்து அவளுக்குத் தோதான விஷயத்தை எடுத்துக் கொண்டு சண்டையைத் தொடங்கி விடுவாள். யார் பொறுப்பிலும் இல்லாமல் அதுபாட்டிற்கு அதுவாகவே தொடங்கி விடும் என்பதுதான் உண்மை.

ஆனால் அந்த ஒப்பந்தம் ஏற்பட்ட பிறகு சிக்கலே ஏற்படவில்லை. எங்களது குடும்பத்தில் ஏதாவது சண்டை சச்சரவுகள், விசேஷம், செய்முறை என்று வந்தால் மட்டும் ரொட்டியை தின்பதைப் போல பிய்த்துப் பிய்த்துச் சொல்வேன். அப்போதும் சண்டை வரும்தான். ஆனால் அந்தச் சண்டையில் உப்புசப்பு மட்டுப்பட்டிருப்பதை உணர்ந்தேன். தினமும் பயன்படுத்துகையில்தான் கத்தி கூர்மையாகிறது இந்த விஷயத்தில்.

இத்தனை வருடங்களில் அந்த ஒரு மணி நேரத்தை அவள் களவாட நினைத்து, ஒருதடவைகூட கீழே இறங்கி கார் பக்கம் வந்ததே இல்லை. எங்களுடைய பால்கனியில் நின்று பார்த்தால் நான் கார் நிறுத்தி இருப்பது தெரியும். அங்கே வந்து நின்றுகூட அவள் பார்த்தது இல்லை. அந்த ஒப்பந்தம் என்னுடைய அந்த ஒரு மணிநேரத்தை பாதுகாப்பானதாகப் பதுக்கி வைத்து இருந்தது.

அன்று மாலையில் இருந்து அப்பா இரண்டு மூன்று தடவை அழைத்து விட்டார். தொடர்ச்சியாக இரண்டாவது முறை அழைத்தால்தான் அவசரம் எனக் கருதி தொலைபேசியை எடுப்பேன். ஒரு அழைப்பிற்கும் அடுத்த அழைப்பிற்கும் இடையில் ஒரு மணிநேரம், இரண்டுமணி நேரம் என இடைவெளி இருந்தால், ஏதோ குறுகுறுப்பாய் சொல்ல அழைக்கிறார் என்று அர்த்தம். ஊரிலிருந்து சொல்வதற்கென கதையை வைத்துக் கொண்டு, தேன்சிட்டு சிறகடித்து துடிப்பதைப் போல, வெகுபாடு பட்டுக் கொண்டிருப்பார்.

எனக்குமே அது தெரியும் என்பதால், கொஞ்சம் குடித்தவுடன் ஏற்படுகிற மதமதப்பின் போது மட்டுமே திருப்பி அழைப்பேன். லகுவானதாக மனம் மாறி சரளமாக பேச்சு அப்படியான சமயங்களில்தான் எனக்கு ஊற்றெடுக்கும். குடித்திருக்கிறேன் என்பதை காட்டிக் கொள்ளாமல் பேசுவேன். அவருமே அதை தெரிந்து கொண்டு நீக்குபோக்காகப் பேசுவார். அப்பாவைத் திருப்பி அழைத்த போது, “என்னப்பா சீக்கிரம் திருப்பி கூப்ட மாட்டீயா? வேலையில இருப்பீயேன்னுதான் மறுக்கா கூப்பிடலை” என்றார். அவர் உச்சகட்ட படபடப்பில் இருப்பது தெரிந்தது.

“இந்தக் கொடுமையை எங்க போய் சொல்றதுன்னு தெரியலை. உங்க லலிதா சித்தியை பத்தித்தான். ஊரே நாறுது. உஞ்சித்தப்பன் செத்த பெறகுல இருந்து அவ போக்கே சரியில்லை. அரசல் புரசலா சொன்னாங்கப்பா. நான் அப்ப நம்பலை. அதான் உன்ட்ட அப்ப சொல்லலை. பூராமும் ஆம்பிளை சகவாசம். குத்தாலத்துக்கு போறேங்கறாளாம். கொடைக்கானலுக்கு போறேங்கறாளாம். ஏதோ சும்மா சொல்றாங்கன்னு

நினைச்சேன். இங்க இன்னைக்கு காலையில வந்து நின்னாப்பா. வந்ததில் இருந்தே மப்பா பேசிக்கிட்டு இருந்தா. நானும் உங்கம்மாவாச்சு அவளாச்சுன்னு பேசாம இருந்தேன். திடீர்னு சத்தம் வரலை என்னன்னு போயி பார்த்தா அடுப்படிக்குள்ள நின்னு ஒரு பாட்டிலை வச்சு குடிச்சுக்கிட்டு இருக்காப்பா. பச்சை கலரு சப்பட்டை பாட்டிலு. எனக்கு திக்குனு ஆயிருச்சு" எனச் சொல்லிவிட்டு மூச்சு வாங்கினார்.

"என்ன பாட்டிலுன்னு சொன்னீங்க" என்றேன். "பச்சைக் கலருப்பா. சப்பட்டையா பாட்டில் அழகா அம்சமா இருக்கு. நான் என்னைக்கு குடிச்சிருக்கேன். பேரெல்லாம் எனக்கு தெரியலை. என்னை பார்த்ததும் கட்டை பையிக்குள்ள சட்டுனு ஒளிச்சுக்கிட்டா. எனக்கே இப்டீ திக்குனு இருந்தா உனக்கு எப்டீ இருக்கும்?" என்றார்.

எனக்குமே அதைக் கேட்டதும் திக்கெனத்தான் இருந்தது. நான் பிறந்த போது, லலிதா சித்தி தாத்தாவின் வீட்டில் திருமணம் ஆகாமல் இருந்தாள். எங்கம்மாவின் மடியிலிருந்ததைவிட, அவளிடமே அதிகமும் புரண்ட ஞாபகம் எனக்குள் இருக்கிறது. நான் மூன்றாம் வகுப்புப் படிக்கையில்தான் அவளுக்கு கல்யாணம் ஆனது. அதற்கு முன்வரை அம்மா என்னைத் தூக்கிக் கொண்டு ஊருக்குப் போகையில் எல்லாம், பந்தொன்றைப் போல அவளது மடியில்தான் போடுவாள். அதற்குப் பிறகு திரும்பி வருகிறவரை அங்கேதான் உருண்டு கிடப்பேன்.

என்னுடைய அம்மாவின் மடிச்சூட்டைவிட சித்தியினுடையதே எனக்கு கதகதப்பாக இருக்கும். "இப்படியே விட்டா இந்த பிள்ளையிலயே அவ சுகம் கண்டிருவா. சீக்கிரம் அவளுக்குன்னு ஒரு கல்யாணத்தை பண்ணி வச்சிருங்கப்பா" என்று சொல்லி இருக்கிறார் மணி தாத்தா. ஆரம்பத்தில் திருமணம் வேண்டவே வேண்டாம் எனத்தான் மறுத்து இருக்கிறாள் சித்தி. அவளது விருப்பத்தை மீறித்தான் அவளைக் கட்டி வைத்தனர்.

இத்தனைக்கும் திருமணம் வரை அவள். அந்த வீட்டின் படியைக் கூடத் தாண்டியதில்லை. அன்னியத்தில்தான் கட்டிக் கொடுத்தார்கள் அவளை. தாத்தா இருக்கிற வரை வந்து நின்று, “சீக்கிரம் போய் தொலைஞ்சா சரின்னு தலையை முழுகிட்டீங்க. அவனோட என்னால ஓடியாட முடியலை. தினமும் குடிக்கிறான். எந்நேரமும் போதையிலயே தலைதாழ்ந்து கெடக்கிறவனுக்கு எதுக்கு பொண்டாட்டி? என் வாழ்க்கை கெட்டதுக்கு நீங்கதான் பொறுப்பு. நான் செத்தாலும் அந்தப் பாவம் உங்களைத்தான் சேரும்” என வீட்டு வாசலில் வந்து நின்று அழுது கொண்டிருப்பாள்.

தாத்தா செத்த பிறகு தனியாக இருந்த அம்மாத்தாவிடம் போய் நின்றாள். அம்மாத்தா செத்த பிறகு எங்களது வீட்டைப் பிடித்துக் கொண்டாள். அடிக்கடி கிளம்பி வந்து, “என் வாழ்க்கை கெட்டதுக்கு நீங்கதான் பொறுப்பு. நான் செத்தாலும் அந்தப் பாவம் உங்களைத்தான் சேரும். ஆனா உங்ககூட இருக்க என் பிள்ளையை போய் சேராது” என்பாள்.

அவளுக்கு குடும்பத்தில் இருந்த அத்தனை பேர் மீதும் வன்மமும் கோபமும் வெடிக்கக் காத்திருக்கிற கடுகைப் போல இருந்தது. ஆனால் காரம்கூடிய அந்த அஞ்சறைப் பெட்டிக்குள் என்னை மட்டும் வைக்கவே இல்லை. இந்த மாதிரி வாசலில் வந்து நிற்கிற சமயங்களில் என்னை மட்டும் அழைத்து கன்னத்தைப் பிடித்து கொஞ்சிக் கொண்டிருப்பாள். பையிலிருந்து காசை எடுத்துக் கொடுத்துவிட்டு, “என் ராசால்ல நீ போய் சீனிமிட்டாய் வாங்கிட்டு வா. அதுக்குள்ள அப்பா அம்மாட்ட ஒரு ரகசியம் பேசி முடிச்சிர்றேன். ஆம்பளைப் பிள்ளை அதை கேட்டா மாடு வந்து முட்டும்” என்பாள்.

சிறுவயதில் அதெல்லாம் எனக்குப் புரியாது. டுர்ரென சத்தம் போட்டு வண்டியை ஓட்டிக் கொண்டு சீனிச் சேவு வாங்கப் போய் விடுவேன். கொஞ்சம் வளர்ந்த பிறகுதான் அவளது அந்த சாபமும் ரகசியமும் எனக்குத் தெரிய வந்தது. தாத்தாவும் அம்மாத்தாவும் செத்தபிறகு சித்தி இருக்கிற திசைப்பக்கமே என்னை என் வீட்டில் விடவில்லை.

என்னைப் பார்க்க வேண்டும் என்பதை சாக்காக வைத்துக் கொண்டு, எப்போதாவது வீட்டிற்குக் கிளம்பி வந்து விடுவாள். வீட்டுக்குள் ஏறி, எவ்வளவு அழைத்தாலும் கை நனைப்பதில்லை. அவளது வைராக்கியத்தைக் கண்டு வியந்திருக்கிறேன். ஊரில் சித்தியைப் பற்றிய கதைகளை தொலைபேசி செய்து கேட்பேன்.

நான் கல்லூரியில் இருந்து விடுமுறையில் வந்து இருக்கிறேன் என்பதை தெரிந்து கொண்டு, ஒருதடவை வந்து நின்றவளிடம், "ஏன் சித்தி சாபம் விடறீங்க. அவங்க என்ன பண்ணுவாங்க. உங்க வாழ்க்கை கெட்டதுக்கு அவங்க எப்டீ பொறுப்பாளி ஆவாங்க. நீங்க பேசாம நான் படிச்சு முடிச்சதும் என்கூட மெட்ராஸ் வந்திருங்க" என்றேன் பாசமாக. அந்த தடவை மட்டும், "ராசா என் ஆத்தாமை அது. எங்க இறக்கி வைக்கிறதுன்னு தெரியாம செய்றேன்" என்று சொல்லிவிட்டு, நூறு ரூபாயை எடுத்து என் கையில் திணித்துவிட்டுக் கிளம்பிப் போனாள்.

கல்லூரி இறுதி ஆண்டு படித்துக் கொண்டிருந்த போது சித்தப்பா செத்துவிட்டதாகச் செய்தி வந்தது. குழந்தையில்லை என்பதற்காக நான்தான் கொள்ளி போட வேண்டும் என்று சொல்லி உடனடியாக அழைத்துக் கொண்டு கிளம்பிப் போனார்கள். எனக்குப் போக விருப்பமே இல்லை. சித்தப்பாவைப் பற்றிய நினைவுகள் எதுவுமே என்னுள் இல்லை என்பது ஒருகாரணமாக இருந்தாலும், சித்தியை சித்திரவதை செய்த நபர் என்பது நெஞ்சில் ஆழமாகப் பதிந்து இருந்தது.

தெரு வாசலில் பந்தல் போட்டு சித்தப்பாவைக் கிடத்தி இருந்தார்கள். பிணமாகப் பார்க்கையில் அமைதியான மனுஷனாகத் தெரிந்தார். ஊரில் உள்ள மற்ற பொம்பளையாட்கள் எல்லாம் சித்தப்பாவின் பிணத்திற்கு முன் அமர்ந்து அழுது கொண்டிருந்தனர். சித்தி மட்டும் எட்டு படிகள் ஏறி உள்ளே போகும் அமைப்பில் இருந்த அந்த வாசலில் உச்சாணியில் அழாமல், முழங்கால் வரை சேலையைத் தூக்கிவிட்டு உள்பாவாடை தெரிகிற மாதிரி, அமைதியாக அமர்ந்திருந்தாள். "புருஷனை சாக குடுத்திட்டு உங்காந்திருக்க சைஸை பாரு" என்றாள் அம்மா.

அங்குள்ள புரோகிதர்கள் சாங்கியங்களை என்னை வைத்து செய்து கொண்டிருந்த போது, மேலே படியில் அமர்ந்திருந்த அவள், ஆங்காரமான குரலில், “எம்புள்ளையை கொண்டு போய் மொட்டை மட்டும் போட்டீங்கன்னு வைய்யி. நான் மனுஷியாவே இருக்க மாட்டேன்” என்றாள். “லலிதா அப்டீலாம் சாங்கியத்தை மீறி செய்ய முடியாதும்மா. செத்த பொணத்து மேல எதுக்கு வெறுப்ப கக்குகிற” என்றார் மணி தாத்தா. அவர் சொன்னால் அவள் ஓரளவிற்கு கேட்டுக் கொள்வாள் என்பதால், அவருக்கு மட்டுமே அங்கே பேச தைரியமும் இருந்தது.

“சித்தப்பா அவன் என்னோட புள்ளை. அந்தாளோடது இல்லை. எனக்கு கொள்ளி வைக்கிற அன்னைக்கு அவன் போட்டுக்கட்டும்” என்றாள் குரல் தணிந்து.

”இருந்தாலும் அப்டீ செய்ய முடியாது லலிதா” என்று தாத்தா பேசத் துவங்கியதுமே, எழுந்து நின்ற அவள் கூந்தலை முடிந்து, “அவன் தலையில கையை வைச்சா நான் தீக்குளிச்சுக்குவேன்” என்றாள். அவள் சொன்னால் செய்வாள் என்பது ஊருக்கே தெரியும் என்று பேசிக் கொண்டார்கள்.

வேறு வழியில்லாமல் சித்தப்பா வழியில், தூரத்துச் சொந்தத்தில் இன்னொரு பையனைப் பிடித்து என்னையும் அருகில் வைத்துக் கொண்டு சாவுக் காரியங்களைச் செய்தார்கள். அதற்கு முன், “இப்ப டவுனு பக்கம் எல்லாம் இது சாதாரணம்ப்பா. லைட்டா கையில மட்டும் சிரைச்சுக்குறாங்களாம். மொட்டை போட்டுட்டு வேலை பார்க்குற இடத்தில நடமாட கூச்சமா இருக்கும் இல்லையா? இப்ப போலீஸ்ல வேலை பாக்கிறவங்க மலைக்கு மாலை போட்டா ஷூ போட்டுக்குறாங்கள்ள. அந்த மாதிரி செஞ்சு விட்டிருவோம்” என்றார் தியாகலிங்கம் மாமா. அவர் இந்த மாதிரி திருகு வேலைகளில் கைதேர்ந்தவர்.

“எம்பிள்ளை சாங்கியத்தை முழுசா செஞ்சா செய்யட்டும். இல்லாட்டி பழி பாவம் அவன் வம்சம் முழுக்க தொடர்ந்திரும். நாங்களே ஊருக்கு

கட்டுப்பட்டு இந்த எழவுக்கே வந்து நிக்கோம்" என்றாள் அம்மா. அதன்படியேதான் இன்னொரு பையனை அழைத்துக்கொண்டு வந்தார்கள். நானுமே கூட நின்று நீர்மாலை தூக்கிக்கொண்டு போனேன். கொள்ளியை அவன்தான் வைத்தான்.

இடுகாட்டில் இருந்து திரும்பியதுமே, சித்தி என்னை அருகில் அழைத்து அவள் மடியில் என்னுடைய கையை எடுத்துப் போட்டுக் கொண்டமர்ந்து, என் உடலெங்கும் மேய்ந்தாள். கழுத்தின் பின்புறம் திருப்பிப் பார்த்தாள். எங்கேயாவது சிரைத்து விட்டிருக்கிறார்களா என்பதைத்தான் பரிசோதித்தாள் என்பதை உணர்ந்து கொண்டேன். என்னிடம் ஏதாவது பேசுவாள் என எதிர்பார்த்தேன். எனக்குமே சாவின் போது, தொலையக் கொடுத்தவர்களிடம் எப்படி எதிர்வினையாற்றுவது என்பது தெரியாமல் இருந்தது..

அவள் மடியில் எடுத்துப் போட்டுக் கொண்ட கையை விலக்கவே இல்லை. உள்ளே வந்த மணி தாத்தா, "காலேஜ் படிக்கிற வயசிலயும் மடியில பிடிச்சு வச்சுக்குவீயா. போடா அந்தப் பக்கம் எந்திரிச்சு" என்றார். எனக்கே அதைக் கேட்டவுடன் வெட்கமாகப் போய் விட்டது. எழுவதற்கு முயற்சி செய்த போது மட்டும், "அவன் கெடக்குறான் கெழட்டு பய. என் பிள்ளைதானே நீ" என்றாள்.

இதைக் கேட்டதும் அம்மா ஒருவித பாதுகாப்பற்ற மனநிலைக்குப் போய்விட்டாள் என்பது தூரத்தில் இருந்து பார்க்கையிலேயே தெரிந்தது. உடனே கிளம்ப வேண்டும் என அப்பாவை நச்சரிக்கத் துவங்கினாள். இதையெல்லாம் அமைதியாகப் பார்த்துக் கொண்டிருந்த சித்தி, "நீ கிளம்பு ராசா. நீ தலையெடுத்து வர்ற வரைக்கும் உனக்காக சித்தி காத்திருப்பேன்" என்றாள் கடைசியாக. அதற்கு அடுத்து சித்தியைப் பார்க்கப் போக எனக்கு சமயம் அமையவே இல்லை.

என் வீட்டாரோடு பேசுகையில் அவளைப் பற்றி விசாரித்தால், "அவ சங்காத்தமே வேண்டாம்னு ஒதுங்கிட்டோம். நீயும் வச்சுக்காத. இப்ப ஆளு சரியில்லை.

அவன் வட்டிக்கு பணம் குடுத்து வச்சிருப்பான் போல. அந்த காசை வச்சுக்கிட்டு ஊருக்குள்ள வட்டிக்காரன்கள் சிலரை பிடிச்சு வச்சு ஆட்டமா ஆடிக்கிட்டு இருக்கா. வாயில நல்ல சொல்லே இல்லை. நம்ம மக்கமாருகிட்டயும் அவளுக்கு மரியாதையும் இல்லை. கொடைக்கு பங்கு காசு வாங்கறதை கூட நிறுத்திட்டாங்களாம்" என்றாள் அம்மா.

அம்மா சித்தியைப் பற்றிப் பேசினால் அப்படியே எடுத்துக் கொள்ள மாட்டேன். சித்தி என்கிற புளிக்குழம்பு வைத்தால் மட்டும், புளியை அளவுக்கு அதிகமாகவே கலந்து விடுவாள் அம்மா. வாயில் வைக்க முடியாது அந்தக் குழம்பை, பற்களே கூசும். ஆனால் அப்பா அப்படியில்லை. கொஞ்சம் வெளியில் நின்று நடுவாந்திரமாகப் பேசுவார். அவரே, "கொஞ்ச காலம் ஆகட்டும்பா. இப்ப நெலவரம் சரியில்லை. அவளுக்குமே அஷ்டம சனி நடக்குது. ஊர் உலகத்துக்கிட்ட இருந்து தன்னைத்தானே பிரிச்சுக்கிற காலம் இது. நாம ஒண்ணும் செய்ய முடியாது" என்றார்.

அதற்குப் பிறகு குடும்பத்திடம் அல்லாமல், சித்தியின் ஊரில் இருந்த ரகுபதி மாமாவிடம் அவளைப் பற்றிய கதைகளை விசாரித்துக் கொள்வேன். என்னைவிட அதிகம் போனால் நான்கு வயதே மூத்தவர். ஆனாலும் மாமா என்கிற மரியாதையை அவரிடம் விட்டுக் கொடுக்கவே மாட்டேன். ஓரளவிற்கு சம வயது என்பதால், கொஞ்சம் வெளிப்படையாகவே பேசிக் கொள்வோம்.

சித்தப்பா உயிரோடு இருந்த காலத்தில் பழக்கமானவர்கள் அந்த வட்டிக்காரர்கள். பணத்தை அவர்களிடம் கொடுத்து மற்றவர்களுக்கு வட்டிக்கு விட்டுக் கொண்டிருந்தார். ஊரில் தாட்டியமான ஆட்கள் என்பதால், அவர்கள்தான் இந்த வேலைக்குச் சரிப்பட்டும் வருவார்கள். சித்தப்பாவிடம் ஐந்து வட்டிக்கு வாங்கி அவர்கள் பிறருக்குப் பத்து வட்டிக்குத் தருவார்கள்.

அவர்கள் இருப்பதால் பணம் தொலைந்து போகாமல் இருப்பதற்கான உத்தரவாதம் இருந்தது. அதைப் போல முறையாக ஐந்து வட்டியைச் சரியாகத் தந்துவிடுவார்கள். இப்போது சித்தி அந்தக் குழுவினரோடுதான்

ஒட்டுறவோடு அலைகிறாள் என்று சொன்னார் ரகுபதி மாமா.

"எங்க வீட்டில எல்லாம் தப்பா சொல்றாங்களே மாமா" என்றதற்கு, "கூட்டிக் குறைச்சு சொல்றது மனுஷங்களோட இயல்புதான மாப்பிள்ளை. நீ கண்ணால பாத்தீயா? தொழில் பார்க்க தெருவிற்கு இறங்குற பொண்ணுங்க எல்லாம் அப்படி செஞ்சிருவாங்களா? அதெல்லாம் நீ ஒண்ணும் மனசில ஏத்திக்காத. நான் போறப்ப எல்லாம் உன்னை பத்தி உன் சித்தி விசாரிக்கும். பேசறீங்களான்னு கேட்டா, அவனா தலையெடுத்த பிறகு வந்து பார்க்கட்டும். அவனா வர்ற வரைக்கும் நானா வர மாட்டேன்னு அவனுக்கு நல்லா தெரியும்னு சொல்லிருச்சு" என்றார் மாமா.

தீக்குளிப்பேன் எனச் சொன்னவள் ஆயிற்றே? மாமா சொன்ன பிறகு அவளது கடைசி சந்திப்பை பற்றி பின்னோக்கிப் போய் யோசித்துப் பார்த்தேன். "உனக்காக காத்திருப்பேன்" என்கிற வார்த்தையை அவள் அழுத்தம் திருத்தமாக உச்சரித்திருந்தாள். எனக்குப் போகக் கூடாது என்கிற எண்ணமெல்லாம் கிடையாது. வீட்டிற்குத் தெரியாமல் போகிற சந்தர்ப்பம் சத்தியமாக அமைந்து வரவில்லை.

படித்து முடித்ததுமே வேலை, அதற்குப் பிறகு தனித்தொழில் என மும்முரமாக அலைந்தேன். என்னுடையது காதல் கலப்புத் திருமணம். லாவண்யாவின் வீடு எங்களைவிட வசதியானது. "லலிதாவை கூப்டா நான் கல்யாணத்துக்கு வரமாட்டேன். பெத்தவளை அத்துவிட்டுட்டு கூப்டணும்னா கூப்பிட்டுக்கோ. அவ வந்தான்னா நிச்சயமா உங்க மாமனார் வீட்டில உன்னை அசிங்கப்படுத்திருவா. வேண்டாம்டா நல்லா இருப்ப என் பேச்சை கேளு" என அம்மா விடாமல் ஒப்பாரி வைத்தாள்.

திருமணத்திற்கான நாள் நெருங்கும் போது சமாதானப்படுத்தி அழைத்துக் கொள்ளலாம் எனதான் நினைத்து இருந்தேன். மணி தாத்தாவும் அம்மாவோடு சேர்ந்து கொண்டார். "ரெண்டும் என் புள்ளைகதான்.

ஆனால் உங்காத்தாளுக்கு மனசு விலகிக்கிருச்சு. நாம வற்புறுத்த முடியாது. அம்மாவா லலிதாவான்னு பார்த்தா நீ அம்மா பக்கம் நிக்கறதுதான் ஞாயம்" என்றார். என்னால் யார் பேச்சையும் மீறவே முடியாத இக்கட்டில் இருந்தேன்.

ஏற்கனவே காதல் திருமணம் என்பதால், இரண்டு பக்க குடும்பங்களிலும் சூடு பரவித் தணிந்துதான் திருமணமே நிச்சயமானது. மேலும் புதிய குழப்பங்கள் வந்துவிடக் கூடாது என நானும் இயைந்து போகிற நிலை வந்துவிட்டது. ரகுபதி மாமாவிடம், "என்ன பண்றதுன்னே தெரியலை. சித்தி எப்படி எடுத்துக்கும் இதை?" என்றேன்.

அவர் சித்தியிடம் பேசி விட்டு, "அதெல்லாம் எங்க இருந்தாலும் என் வாழ்த்து என் பையனுக்கு உண்டு. ஒட்டு மொத்த குடும்பத்திலும் அவன் மட்டும்தான் எனக்கு கணக்கு. அவன் மட்டும் தோணறப்ப என்னைப் பார்க்க வந்தா போதும்" என்று சித்தி சொல்லியதாகச் சொன்னார். அரை மனதோடு மணமேடையில் அமர்ந்தேன்.

தாலி கட்டித் தனிக்குடித்தனத்திற்குப் புகுந்த அன்றைக்கு இரவு லாவண்யா என்னிடம், "உன் சித்தி பக்கம் நீ நின்னுருக்கணும். அவங்கதான் உன் அம்மா மாதிரி மனசால உன்னை நினைக்குறாங்க. எனக்கே அவங்களை பார்க்கணும்னு தோணுது" என்றாள். வந்தவுடனேயே மாமியார் மருமகள் சண்டையை அவள் துவங்கி விட்டாளே என எரிச்சலும் வந்தது எனக்கு. அதற்குப் பிறகு என்னுடைய சித்தி பற்றிய கதைகளை அவளிடம் முழுமையாகச் சொல்லாமல் தவிர்ப்பேன். "ஆமா உன் சித்தி எப்டீ இருக்காங்க. ஒண்ணுமே பேச்சைக் காணோம்" என்பாள் எப்போதாவது. "ஏன் நல்லாத்தான் இருக்காங்களாம். ரகுபதி மாமா சொன்னார்" என்பேன் பட்டும்படாமல்.

அவளைப் போய்ப் பார்க்காவிட்டாலும், சித்தி குறித்த கதைகளோடு கதகதப்பாய் இருப்பேன். அவளது மடிச்சூடு எப்போதும் என் நினைவில் இருக்கும். ரகுபதி மாமாவின் சொற்கள் வழியாக சித்தியைக் குறித்த நல்ல சித்திரங்களே எனக்குக் கிடைத்தன. "ஒருதடவை

வந்து பாத்திட்டு போயிரு மாப்பிள்ளை. அவங்க மனசும் சமாதானம் ஆயிரும். உன்னை மட்டும்தான் நினைச்சுக்கிட்டே இருக்காங்க” என்றார். நானுமே ஒருநாள் கிளம்பி வருவதாக வாக்களித்தும் இருந்தேன்.

சித்தி ஒரு நிறைவேற்ற முடியாத வேண்டுதலைப் போல என்னுள் தொடர்ந்தாள். அது எங்கப்பாவிற்கும் நன்றாகத் தெரியும். அதனால்தான் அவளைப் பற்றிய இப்போதைய சித்திரத்தை தீட்டியபோதுகூட, “எனக்கே இப்டீ இருந்தா உனக்கு எப்டீ திக்குனு இருக்கும்” என்று சொன்னார். அப்பாவின் மீது எனக்கு நம்பிக்கை இருந்தாலும், ஏதோ நெருடியது. தம்ளரைப் பிடிக்கக் கூட முடியாதளவிற்கு கைகள் நடுங்குவதை நானே பார்த்தேன்.

நிறைய யோசித்து விட்டுத்தான் ரகுபதி மாமாவை அழைத்து, “மாமா பயங்கர மன அழுத்தத்தில இருக்கேன். சித்தியை பத்தி எங்க அப்பா சொல்றது உண்மையா? நேர்மையா பதில் சொல்லுங்க” என்றேன். “ஆமா மாப்பிள்ளை லேசா உண்மை இருக்கற மாதிரிதான் தெரியுது. எண்ட்ட இப்ப அவங்க பேசறதை நிறுத்திக்கிட்டாங்க. இல்லாட்டி ரெண்டு நாளைக்கு ஒருதடவை என் வீட்டுக்கு என்னை பார்க்க வருவாங்க. எங்கம்மா உங்க சித்திக்கு நல்ல ப்ரெண்டுதான். ஆனா அதுவே கடைசியா வந்த அன்னைக்கு, ‘லலிதா வீட்டுக்கு வர்றதை நிறுத்திக்கோன்னு’ சொல்லிட்டாங்க” என்றார்.

நமக்கேன் என ஒதுங்கிப் போகலாம்தான். ஆனால் என்னால் அப்படி இருக்கவே முடியவில்லை. அந்த செய்தியைக் கேட்டதில் இருந்து மனதிலேறிய பாரம் இறங்கவே இல்லை. சித்தியைப் பற்றி மட்டுமே மறுபடி மறுபடி யோசித்துக் கொண்டிருந்தேன். எனக்குப் பக்கத்தில் படுத்த வாக்கில் கிடந்த அந்த சப்பட்டை பாட்டிலைப் பார்த்தேன். என்னையறியாமலேயே அழுது கொண்டிருந்தேன். அப்போதுதான் அவ்வளவு நேரமாகியும் மேலே வராததால், இறங்கி வந்து காரின் கண்ணாடிக்கு அந்தப் பக்கத்தில் நின்று தட்டினாள் லாவண்யா. நீண்ட கனவொன்றில் இருந்து திடுக்கிட்டு விழித்தேன்.

மேலே போகையில் ஒன்றும் கேட்கவில்லை. வீட்டினுள் நுழைந்து அமைதியற்று குட்டி போடக் காத்திருக்கும் பூனையைப் போல, நான் அலைந்ததைப் பார்த்துவிட்டு, "என்னாச்சு என்ன பிரச்சினை? அழுதிருக்க போல" என்றாள். ஒன்றும் பேசாமல் அமைதியாக நின்றேன். பக்கத்தில் வந்து நின்று என் தோளைத் தொட்டாள். "எங்க சித்தி குடிக்குதாம்" என பலகீனமாகச் சொன்னேன்.

"ஏன் குடிச்சா என்ன தப்பு? நான் கூடத்தான் உன்னோட கொடைக்கானல் வந்தப்ப குடிச்சேன். நீதானே குடி குடின்னு வற்புறுத்தி குடிக்க வச்ச. அப்ப தப்பா தெரியலையா உனக்கு?" என்றாள். அவள் கேட்டது மிகச் சரியான கிடுக்கிப்பிடியாக இருந்தது. ஆனால் அதை மீறிய ஒன்றிற்காகவே நானழுதேன் என்பதை அவளிடம் எப்படிச் சொல்வது எனத் தெரியாமல், "இல்லை வேற மாதிரி தப்பாவும் சொல்றாங்க" என்றேன்.

"நீ பாத்தியா? உங்க குடும்பத்தில அவங்களை வாழவே விடமாட்டீங்களா? ஒட்டும் உறவும் வேண்டாம்ங்கறீங்க. ஆனா நெதமும் அவங்களை பத்தித்தான் பேச்சு. இன்னைக்கு கூடுதலா குடிச்சிட்டியா என்ன? ஒழுங்கா போய்ப் படு. முடிஞ்சா அவங்களை போய் பாத்திட்டு வா" என்று ஆறுதலாகச் சொன்னாள்.

சாப்பிடக் கூட இல்லாமல் உடனே போய் படுக்கையில் விழுந்தேன். நள்ளிரவில் அந்தக் கனவு வந்தது எனக்கு. படுக்கையொன்றில் சாய்ந்தபடி சித்தியும் முகம் தெரியாத ஒரு ஆணும் தங்களுக்கு முன்னே சிக்னேச்சர் விஸ்கி பாட்டிலை வைத்துக் குடித்துக்கொண்டு இருக்கின்றனர். அப்போது கருகருவென கையில் முடி முளைத்த அந்த ஆணின் கரம் பாவாடையைத் தூக்கி சித்தியின் தொடையை தடவுகிறது. வெண்மையாய் வழுவழுவென இருக்கிறது தொடை. இந்த காட்சி தெரிந்ததுமே மூச்சு முட்டி விழித்துக் கொண்டேன்.

நிஜமான காட்சியைப் போலவே இருந்தது அது. உடனடியாகப் படபடப்பு எழுந்து நெஞ்சு அடித்துக் கொள்கிற சத்தம் கேட்டது எனக்கு. லாவண்யாவை எழுப்பலாமா என நினைத்தேன். பிறகு வேண்டாமென

நினைத்து தண்ணீரைக் குடித்து விட்டு விபூதியை எடுத்துப் பூசிக்கொண்டு படுத்தேன்.

மறுநாள் வேலையில் இருந்தபோது முழுக்கவே அந்த கனவைப் பற்றியே நினைத்துக் கொண்டிருந்தேன். சித்தியின் தொடையைக் காட்சியில் பார்த்த குற்றவுணர்வும் இருந்தது எனக்கு. அந்த காட்சியை திரும்பவும் யோசிக்கவே கூடாது என எச்சரிக்கை உணர்வு எனக்குள் தலையெடுத்தபடியே இருந்தது. வெள்ளைநிறப் படுக்கை, காட்சிக்கு தட்டுப்படும்போதே என்னுடைய நினைவை வெட்டிக் கொள்வேன்.

அதைப் பற்றிய யோசனைகளை வலுக்கட்டாயமாகத் தவிர்த்தேன். சாயந்திரம் போல, அதிலிருந்து முற்றிலுமாக விலகினேன். வழக்கம் போல அன்றைக்கு காரை நிறுத்தி விட்டு, சிக்னேச்சர் பாட்டிலை டேஸ்போர்டில் இருந்து எடுத்தபோது அந்த சிந்தனை மறுபடியும் வந்தது. பாடலை பெரும் சத்தத்தோடு ஒலிக்க விட்டு அவசர அவசரமாக குடிக்கத் துவங்கினேன். “என்ன சார் இன்னைக்கு பாட்டு சத்தம் அதிகமா இருக்கு. அதான் எட்டிப் பார்க்க வந்தேன்” என்றார் குடியிருப்பின் காவலாளி.

அவரைப் போகச் சொல்லிக் கைகாட்டி விட்டு, வேகமாகக் குடித்து முடித்தேன். வீட்டிற்குள் நுழைந்த என்னை லாவண்யாவுமே வித்தியாசமாகப் பார்த்தாள். வழக்கமாக ஒரு குவார்ட்டரை நான்காகப் பிரித்து மெதுவாக அடிப்பேன். அதனால் போதையும் மெதுவாக ஏறும். உடனடியாக இப்படி அவசரக்குடி குடித்து எனக்குப் பழக்கம் இல்லை என்பதால், நாக்கு குழறியது. “ஒருநாள் இல்லாடி ஒருநாள் பாரு. உங்க குடும்பம் அந்தம்மாவையும் லூஸாக்கி, உன்னையும் லூஸாக்கி தெருவில விடப் போகுது. குடும்பம்னா கதை கேட்டோமா விட்டோமான்னு இருக்கீங்களா? முழுக்க செண்டிமெண்ட்ஸ், அழுகை ரத்தம்னு சீரியல் தோத்திரும் உங்கட்ட” என்று கோபமாகவே சொன்னாள்.

ஒருவார்த்தைகூடத் திருப்பிப் பேசாமல் போட்ட தோசையைத் தின்று விட்டுப் படுத்துக் கொண்டேன். ஏனோ தோசை அன்றைக்குக் கோணலாகத் தெரிந்தது.

படுக்கும்போதுதான் வீட்டிற்கு அழைத்துப் பேசவில்லை என்பதே எனக்கு உறைத்தது. இன்னும் ஒருவாரத்திற்கு அவர்களை அழைக்கவே கூடாது என்றும் தோன்றியது. வேண்டாம், எந்தக் கதையும் எனக்கு வேண்டாம் என முணுமுணுத்தபடி படுக்கையில் விழுந்தேன். அன்றிரவும் அதே கனவு. தொடையை தடவுகையில் சித்தி சிரிக்கிற மாதிரி கூடுதலாகக் காட்சி வந்தபோது வியர்த்து விறுவிறுத்து எழுந்து விட்டேன்.

"என்னாச்சு. ஏதாச்சும் கெட்ட கனவா" என்று சொல்லிவிட்டு எழுந்த லாவண்யா, விபூதியை எடுத்துப் பூசி விட்டு என்னைப் படுக்க வைத்து அணைத்துக் கொண்டாள். அவளது மடியில் கைவைக்கப் போய் விலக்கிக் கொண்டது இருளிற்குள் அவளுக்குத் தெரிந்திருக்குமா? என்னுடைய உடல்நடுக்கம் படிப்படியாக அடங்கி என்னையறியாமல் உறங்கிப் போனேன்.

அதற்கடுத்து வந்த நாட்களில் அந்தக் கனவு தொடர்ந்து வந்தபடியே இருந்தது. ரகுபதி மாமாவை அழைக்கலாமா? என யோசித்துவிட்டு, வேண்டாமென முடிவு செய்தேன். லாவண்யாவிடம் வெளிப்படையாக விஷயத்தைச் சொல்லலாமா? அல்லது மருத்துவர் யாரையாவது போய் பார்க்கலாமா? யாரிடம் போனாலும் அசிங்கம்தானே? மருத்துவரிடம் சொல்வது எப்படி அசிங்கமாகும்? என்றெல்லாம் குழப்பங்கள் என்னுள் கூடின. மதியம்கூட தூங்க பயமாக இருந்தது எனக்கு.

இறுதியாய் நானே எனக்கு இருக்கிற அறிவை வைத்துக்கொண்டு ஒரு ஏற்பாட்டிற்கு வந்து சேர்ந்தேன். எனக்கும் சித்திக்கும் நடுவே அந்த சப்பட்டை பாட்டில் குறுக்கே கிடப்பது போல எனக்குத் தோன்றியது. சிக்னேச்சர் விஸ்கிக்குப் பதிலாக வேறு எதையாவது குடித்துப் பார்க்கலாம். ஆனால் இந்த சூழ்நிலையில் குடிக்காமல் மட்டும் என்னால் இருக்கவே முடியாது என்றும் தோன்றியது. சிக்னேச்சர் இல்லாமல் வேறு ஒன்றைக் கேட்ட போது, "என்ன சார் இன்னைக்கு பூமி இடிஞ்சு விழுந்திரும் போல இருக்கு. வேற கேட்கிறீங்களே?" என்றார் கடைக்காரர் சிரித்தபடி.

அவரிடம் பதில் சொல்லும் நிலையில் எல்லாம் இல்லை என்பதால் பணத்தைக் கொடுத்துவிட்டு அவ்விடத்தை விட்டு அகன்றேன்.

வேகவேகமாக குடித்துவிட்டு, மேலே பேசுவதற்கான வாய்ப்பு எதையும் தராமல் காருக்குள்ளேயே அமர்ந்து சாப்பிட்டு விட்டு வீட்டுக்குள் போய் உடனடியாகவே படுத்துக் கொண்டேன். அப்போது ஹாலின் ஓரத்தில் இருந்த சோபாவில் டவுசரை மட்டும் போட்டுக்கொண்டு கால்களை மடக்கி அமர்ந்து இருந்தாள் லாவண்யா. அவளது தொடையைப் பார்ப்பதை தவிர்த்தது அந்த போதையிலும் உறைத்தது எனக்கு.

ஒருபக்கம் போதை இழுக்க, இன்னொரு பக்கம் அந்த நினைவுகள் இழுக்க என தடுமாறி, உறங்கியது எப்போது? உறங்கினேனா? என்பதெல்லாம் தெரியாத மந்தமான நிலையில் கிடந்தேன். காலையில் எழுந்தபோது கடுமையாகத் தலை வலித்தது. பிராந்தி எனக்கு சுத்தமாக ஒத்துக் கொள்ளவில்லை என்பதை அறிந்தேன். பல் துலக்கிய பிறகும் வாயில் இருந்து கெட்ட வாடை அடித்தது. தலை சுற்றுவதை குளியலறையில் நிற்கையில் உணர்ந்தேன்.

வெளியில் வந்து மெல்லிய தலைசுற்றலுடன் இருந்த போது, "நைட்டெல்லாம் பயங்கர உளறல். வேண்டாம். முதல்ல இந்த கதையில இருந்து வெளியே வா" என்றாள். "ஏன் நல்லாத்தான் இருக்கேன். அப்படி என்ன உளறுனேன்?" என்றேன் சகஜமாக இருப்பதைப் போல நடித்து. "வேண்டாம்டா சாமி அதைச் சொன்னா மறுபடியும் வேதாளம் முருங்கை மரம் ஏறிரும்" என்று சொல்லிவிட்டு அறைக்கதவை சத்தமாகச் சாத்தினாள்.

என்னால் வேலையில் கவனத்தை ஊன்றவே முடியவில்லை. என்ன உளறியிருப்பேன்? மறுநாளும் பிராந்தி இதே அனுபவத்தைத்தான் எனக்கு தந்தது. மிகையாக வீங்கிப்போன என்னுடைய முகத்தைப் பார்த்துவிட்டு, "சீக்கிரம் டைவர்ஸ் வாங்கி குடுக்காம உன் குடும்பம் ஓயாது" எனக் கடுமையாகச் சொன்னாள். அந்த கடுமையைப் பல ஆண்டுகள் கழித்து அப்போது பார்த்தேன்.

தொடர்ச்சியாகப் பல வருடங்கள் குடித்துவிட்டுத் திடீரென குடிக்காமல் தூங்கப் போவது குறித்த சிந்தனை பகலில் எழுந்தபோது படபடப்பும் உடல்நடுக்கமும் எழுந்தது. காரணமே இல்லாமல் எல்லோர் மீதும் எரிந்து விழுந்தேன். மாலையாகிவிடக் கூடாது என வேண்டிக் கொண்டேன். அந்த நேரம் பார்த்து, "சார் சிக்னேச்சர் வாங்கணும். நேத்தே சொல்லலாம்னு நெனைச்சேன்" என்று சொன்னவனிடம், "உண்ட்ட நான் கேட்டேனா? ஒழுங்கா போயி உன் வேலையை பாரு. இல்லாட்டி வேலையில இருந்து தூக்கி விட்டிருவேன்" என்று கடுமையாகச் சத்தம் போட்ட போது, கடையில் எல்லோரும் திரும்பிப் பார்த்தார்கள்.

இரவு வீட்டிற்குப் போவதற்கு முன்பு பிராந்தி வாங்கலாமா? வேண்டமா? என யோசித்தேன். அந்த நேரத்தில் நாக்கில் சிக்னேச்சர் விஸ்கியின் சுவையும் படர்ந்தது. அது நிச்சயமாக எனக்கு நன்றாகத் தெரிந்தது. அந்த சுவையை மாற்ற கையில் இருந்த சாக்லெட்டை வாயில் போட்டேன். வேகமாகப் போய் ஒரு பிராந்தி பாட்டிலை வாங்கிக்கொண்டு வந்து காரில் அமர்ந்து அதில் பாதியை மட்டும் குடித்துவிட்டு மீதியை தூக்கி வெளியில் போட்டுவிட்டு, வீட்டுக்குப் போய் தோசையை தின்று விட்டு படுத்தேன். மறுநாள் காலையிலும் பிராந்தி அதே அனுபவத்தைத்தான் எனக்கு அளித்தது, இன்னும் சற்றே கூடுதலாக.

ஆனால் பழைய மாதிரி சிக்னேச்சரை குடிப்பதைப் பற்றிய சிந்தனையையே எனக்குள் ஊன்றவில்லை. மிக மோசமாக மனநிலை மாறத் துவங்கியது. என்னால் குடிக்காமலும் இருக்க முடியவில்லை. அடுத்தடுத்த நாட்களில் குழப்பங்களோடு நடமாடுகிறவனாக எல்லோர் பார்வையிலும் மாறிப் போய் இருந்தேன். யாரிடமாவது சொல்லி விடலாம் என நினைத்து அப்பாவை அழைத்து, "டீடெய்லா கேக்காதீங்க. சித்தி கனவில வர்றாங்க. அந்த கனவு தூங்கவிடாம தொந்தரவு செய்யுது" என்றேன். அந்தப் பக்கத்தில் அமைதியாக இருந்த அவர், "எல்லாம் உன் மனப் பிராந்திப்பா. லாவண்யாவை கூட்டுகிட்டு எங்கயாச்சும் போய்ட்டு வா. உனக்குன்னு பிள்ளை

பிறந்தா மனசு மாறிக்கும். கொஞ்ச நாள் எந்த கதையும் பேச வேண்டாம் விடு. நாங்களுமே டெய்லி கூப்பிடலை. நீங்க ரெண்டு பேரும் சந்தோஷமா இருங்க" என்றார்.

அவர் சொன்னபோது மனதிலிருந்து பாரம் படிவழியாக இறங்கியதைப் போல இருந்தது எனக்கு. சற்று நேரத்திலேயே ரகுபதி மாமா அவராகவே அழைத்தார். "என்னாச்சு மாப்பிள்ளை? உங்கப்பா என்னை கூப்டு கடுமையா வஞ்சாரு. எந்த கதையும் அவண்ட்ட சொல்லாதன்னாரு. ஏதோ நாந்தான் உன்னைக் கெடுக்கிற மாதிரி. மாமா ஒருநாளும் எண்ட்ட இப்டீ பேசினது இல்லை. உன்னை கூப்ட கூடாதுங்கறாரு. எனக்கும் அசிங்கமா போயிருச்சு. வைக்கிறேன் மாப்பிள்ளை" என்று சொல்லிவிட்டு அவராகவே இணைப்பைத் துண்டித்தார். திரும்பவும் அப்பாவிற்கு அழைக்கலாமா? என யோசித்துவிட்டு, இது வேண்டாத வேலை என விட்டு விட்டேன்.

இரவு வீட்டுக்குப் போகையில் மறுபடியும் அழைத்த ரகுபதி மாமா, "உங்க சித்தி இன்னைக்கு வீட்டுக்கு வந்துச்சு. நல்லா இருக்கானானுன்னு கேட்டுச்சு. அவனை பத்தி எண்ட்ட எதுவும் கேக்காதீங்க. அவனுமே அவங்களை பத்தி எதுவும் எண்ட்ட சொல்லாத மாமான்னு சொல்லிட்டான்னு வெடுக்குனு சொல்லிட்டேன். வேகமா வீட்டை விட்டு வெளியேறிருச்சு" என்றார்.

உடனடியாக கோபமாக, "அப்படி எதுக்கு சொன்னீங்க. நான் அப்டீ சொல்லவே இல்லையே?" என்றேன். "எதையும் வெடுக்குனு முடிச்சு விட்டுறனும் மாப்பிள்ளை. அதான் கரெக்டு. நானுமே உன்னை கொஞ்ச நாள் கூப்பிடலை" என்று சொல்லி வைத்துவிட்டார்.

அன்றைக்கு குடித்து விடக் கூடாது என்கிற தீர்மானத்தில்தான் இருந்தேன். வீட்டிற்குப் போன போது ஹாலில் அமர்ந்து தொலைக்காட்சி பார்த்துக் கொண்டிருந்தாள் லாவண்யா. குடியை மறக்க வீட்டைச் சுத்தப்படுத்த துவங்கினேன். சமையலறையில் கிடந்த பாத்திரங்களை எடுத்துக் கழுவிய போது சத்தம் கேட்டு லாவண்யா வந்து நின்று, "என்னாச்சு" என்றாள்.

திரும்பி அவளைப் பார்த்த போது என்னையும் அறியாமல் அழுகை வந்தது. “அட ஏன் அழுகுற? என்னாச்சு உனக்கு? நான் இருக்கேன்” என ஓடி வந்து கட்டிக் கொண்டாள். “என்னால குடிக்காம இருக்க முடியலை. பயங்கர நடுக்கமா இருக்கு. மேல இருந்து குதிச்சிடலாம்னு கூட தோணுது. பயமா இருக்கு. ப்ளீஸ் என்னை காப்பாத்து” என்றேன் அழுதபடி.

அப்படி நானழுது அவள் பார்த்ததே இல்லை என்பதால் பதறி விட்டாள். “வா எங்கயாச்சும் போயிட்டு வரலாம்” என வலுக்கட்டாயமாக என்னை அழைத்துக்கொண்டு வெளியே வந்தாள். “என்னால கார் ஓட்ட முடியாது. ப்ளீஸ் நீ ஓட்டேன்” என்றபோது பயந்து போய், “குடியை நீ விட்டா எனக்கு சந்தோஷம்தான். ஆனா இப்படி சட்டுனு உன்னை யாரு குடிக்க வேண்டாம்னு சொன்னா? நானே ஒண்ணும் சொல்லலை. உண்மையைச் சொல்லு என்ன நடக்குது உங்க குடும்பத்தில?” என்றாள்.

சண்டையிடும் தோரணையில் அதை கேட்கவில்லை என்பதும் தெரிந்தது. அவள் காரை ஓட்டிக் கொண்டிருந்த போது, சிந்திச் சிதறி அந்த கனவு குறித்தும் சிக்னேச்சர் உடனான என் விலகலைப் பற்றியும் சொன்னேன். “எனக்கு அழுறதா சிரிக்கறதான்னு தெரியலை. ஜஸ்ட் ஒரு கனவு. கனவுல இந்த மாதிரி ஆட்கள் இடம் மாறி வர்றது எல்லாம் சகஜம். பெங்களூர்ல இருக்க என் ப்ரெண்டு ஒருத்தி கனவில நம்ம பக்கத்து வீட்டில இருந்தா. நீ உங்கப்பாம்மா சொன்ன கதையையும் எல்லாத்தையும் போட்டுக் குழம்பி நீயாவே ஒரு கதை கட்டிக்கிட்ட. ஜஸ்ட் ரிலாக்ஸ். மைண்டை அப்ளை பண்ணு” என்றாள்.

“இல்லை லாவண்யா சிக்னேச்சர் குடிச்ச அத்தனை நாளும் அந்த கனவு வந்திருக்கு” என்றேன்.

“வராம எப்படி போகும்? கனவு வரும்னு நீ யோசிச்சுக்கிட்டேதானே படுக்கிற? நாம யோசிக்கிறதுதானே கனவா வருது நைட்ல” என்றாள்.

“இல்லை நான் யோசிக்கல்லாம் செய்யலை” என்றேன் பலகீனமான குரலில்.

“உன்னை அறியாம உன் ஆழ்மனம் யோசிக்கும்ல. இன்னைக்கு ஒண்ணு பண்ணு என்னோட குடி. நைட் முழுக்க கூட தூங்காம இருக்கேன். அந்த கனவு வருதான்னு பார்த்திரலாம்” என்றாள்.

வேறொரு கடைக்குப் பக்கத்தில் காரை நிறுத்தி, கால்கள் நடுங்க நடந்து போய் சிக்னேச்சர் பாட்டிலை வாங்கி வந்து அவசர அவசரமாக மூடியைத் திறந்தபோது அதைக் கையில் பறித்துக் கொண்டாள் லாவண்யா. கடற்கரைக்குப் போனோம். அநேகமாக ஒருவருடம் கழித்து அங்கே போயிருந்தோம். அமாவாசை இருள் கடலைப் போர்த்தி இருந்தது.

காருக்குள் அமர்ந்து அவள் கையாலேயே எனக்கு ஊற்றிக் கொடுத்தாள். “மெதுவா ரசிச்சு குடி. என்னை நினைச்சுக்கோ. உனக்கு நான் இருக்கேன்” என்றாள். அவளுக்காகவாவது நான் மீளவேண்டும் என அப்போது தோன்றியது. முழு குவார்ட்டரையும் அணு அணுவாகப் பிரித்து ஊற்றிக் கொடுத்தாள். குடித்துக்கொண்டு இருக்கையில், என்னிடம் பேச்சுக் கொடுத்தபடியே இருந்தாள். எங்களது காதல் காலகட்டத்தில் வந்து அமரும் சிமெண்ட் நாற்காலியைச் சுட்டிக் காட்டி, “அப்பல்லாம் என் மடியிலதான் உன் கை இருக்கும். இப்ப நைட்டு கையைக்கூட விலக்கிக்குற. சும்மா வெளையாட்டுக்கு சொல்றேன். சிரி” என்றாள்.

கடற்கரையிலேயே சாப்பிட்டு முடித்து விட்டு வீட்டுக்குப் போனபோது படுக்கையில் சாய்ந்து அமர்ந்து, “வா இன்னைக்கு என் மடீல படுத்துக்கோ. இதுவரைக்கும் நீ அப்டீ படுத்ததே இல்லை” என்று வாஞ்சையாக அழைத்தாள். அந்த நேரத்தில் அவளிடம் சரணடைவதைத் தவிர என்னிடம் வேறு வழியே இல்லை.

தலையை அவளது மடியில் குப்புறப் போட்டுப் புதைத்துக்கொண்டு, “உண்மையைச் சொல்லணும்னா என்னோட சித்தியை அடியாழத்தில இருந்து சிலசமயம் வெறுத்தேன். இதுக்கு முன்னாடி எனக்கு இப்டீ தோணினதே இல்லை” என்று சொல்லிவிட்டு ஒருக்களித்து அவளை மேல்நோக்கிப் பார்த்தபோது, தூங்கு என்கிற

மாதிரி சைகை செய்தாள். மீண்டும் மடியில் முகத்தைப் புதைத்துக்கொண்டேன். எப்போது தூங்கினேன்? எப்போது என்னை எடுத்து தனியாகப் படுக்க வைத்தாள்? என்பதெல்லாம் அதிகாலையில் விழிப்பு வந்த போது தெரியவே இல்லை. அந்த கனவைப் பற்றிய சிந்தனையே என்னிடம் அற்றிருந்தது. "நல்லா அடிச்சுப் போட்ட மாதிரி தூங்குன. புலம்பவும் இல்லை. அடிச்சுப் பிடிச்சு எந்திருக்கவும் இல்லை. நைட் பூரா உன் முகத்தையே பாத்துக்கிட்டு இருந்தேன். ஒரு குழந்தை மாதிரி மடியில கிடந்த. இப்ப பயம் போயிருச்சா" என்று சொல்லிவிட்டு அர்த்தம் பொதிந்து சிரித்தாள்.

பிரச்சினை பிராந்தியிடமா? என்னிடமா? சிக்னேச்சர் விஸ்கியிடமா? கனவில் இருந்து சித்தி திடீரென எப்படிக் காணாமல் போனாள்? எனத் தொகுத்து அறிவைக்கொண்டு யோசித்துக் கொண்டிருந்தபோது என் தொலைபேசி அடிக்கிற சத்தம் விடாமல் கேட்டது. தூரத்தில் இருந்த அதை எடுத்து என் கையில் கொடுக்கும் முன், "எதுக்கு உங்கப்பா இந்த நேரத்தில கூப்டுறாரு? வாழவே விடமாட்டாங்களா?" என்றாள் லாவண்யா.

இணைப்பில் அந்த முனையில் அலோ எனச் சொல்லிவிட்டு அமைதியாக இருந்தார் அப்பா. எனக்குள் என்னவோ மாதிரியான உணர்வு ஏற்பட்டுக் கொண்டிருக்கையில், "நேத்து நைட் லலிதா செத்துட் டாப்பா. கொளுத்திக்கிட்டாளாம்" என்றார். என் கையில் இருந்து போன் நழுவிப் படுக்கையில் விழுந்தது.

ஓவெனக் கதறியழுவதற்கு முன்பு வெள்ளை நிறப் படுக்கையில் அதைப் பார்த்தேன்.

பச்சை நிற சப்பட்டை பாட்டில்.

காசு

வெளிநாட்டு வேலைதான் மிகச் சிறந்தது என சின்ன வயதிலேயே நெஞ்சில் அழுத்தமாக அடியுரம் போட்டு விதைத்து விட்டார், தூரத்து சொந்தத்தில் மாமா ஒருத்தர். அவர் அதைச் செய்தார் என்பதைவிட எனக்கே பிடித்திருந்தது. துபாயில் இருந்து இன்னொரு மாமா ஒருத்தர் செண்ட் பாட்டிலொன்றைக் கொண்டு வந்து கையில் கொடுத்த காலத்தில் இருந்து அந்தக் கனவை, அதன் மணத்தைப் போல காணத் துவங்கினேன்.

அம்மா, ஆச்சி, அப்பா, சித்தப்பா, பெரியப்பா என மிகப் பெரிய கூட்டுக் குடும்பம் எங்களுடையது. கூட்டுக் குடும்பம் என்றால் ஒரே வீட்டில் வசிப்பது என அர்த்தமாகாது. பக்கத்து பக்கத்து வீடுகளில் வசித்தபடி, குழம்புகளையும் பொறியல்களையும் கைமாற்றிக் கொள்வதைப் போல, வீட்டுச் சங்கதிகளும் அவர்களது கட்டுக்குள் இருக்கும். ஒரு குடும்பத்துக்குத் தெரியாமல் இன்னொரு குடும்பம் எதையுமே செய்துவிட முடியாது.

எல்லா குடும்பங்களுமே உழைத்துப் பிழைக்கிறவர்கள்தான். ஆனாலும் நோன்பு போன்ற சமயங்களில் அத்தனை கூட்டத்துக்கும் சேர்த்து ஆட்டுக்கறி எடுக்கிற வசதியும் இருந்தது. அவர்களினூடாக வாழ்ந்தபடி, டிப்ளமோ எலக்ட்ரானிக்ஸ் படித்து முடித்து விட்டு, விவசாய எந்திரங்கள் விற்கும் நிறுவனம் ஒன்றில் வேலைக்குச் சேர்ந்தேன். மூன்று வருடங்கள் எந்திரத்தைப் போல விடாமல் ஓடியதால் சலிப்பாக இருந்தது. எலக்ட்ரானிக்ஸ் என்றாலும், கம்யூட்டர் சார்ந்த நுட்பங்கள் அத்தனையுமே எனக்கு எளிதாக கைவரும். அலுவலகத்தில் அதுசார்ந்த பணிகளும் என்னிடம்தான் ஒப்படைக்கப்பட்டிருந்தன.

வேலைக்கு நடுவிலேயே வெளிநாட்டு வேலைக்கான வாய்ப்புகளைத் தேடி, அதில் என் சுயவிபரத்தைப் பதிவும் செய்து கொண்டிருந்தேன். தாய்லாந்து நிறுவனம் ஒன்றில் இந்திய மதிப்பில் ஒரு இலட்ச ரூபாய் சம்பளத்தில்,

இணையம் வழியாகப் பொருட்களுக்கு விளம்பரம் செய்யும் வேலைக்கு எனக்கு அழைப்பு வந்தது. அந்த நிறுவனத்தின் இணையதளத்தை உடனடியாகப் போய்ப் பார்த்த போது, அதுவொரு சீன நிறுவனம் என தெரிந்தது. சீனர்கள் என்றால் சிறந்தவர்கள் என்பதும் எப்படியோ மூளைக்குள் பதிவாகி இருந்தது.

ஆனால் தொலைபேசியில் பேசிய நபர் பரமக்கோட்டைக்காரர். அந்த நிறுவனத்தில் ஐந்து ஆண்டுகளாகப் பணிபுரிவதாகச் சொல்லி விட்டு, "உங்களுக்கு ஓகேன்னா ஹெச் ஆரை விட்டு பேச சொல்றேன்" என்றார். அந்த கணத்தில் தாய்லாந்தின் பட்டயா கடற்கரையில் நிலத்தில் கால் பாவாமல் மிதந்தேன்.

அந்த அலுவலகத்தில் இருந்து முறையான அழைப்பு வராத நிலையிலேயே, "சித்தப்பா நல்ல கம்பெனி. அவங்களே டிக்கட் போட்டுடறாங்க. அதனால நம்பி கழுத்தை கொடுக்கலாம். தங்கற எடமும் தந்திர்றாங்க. சாப்பாடும் அங்கதான்" என்றேன் குடும்பத்திடம். "கூட்டு பொறியல்னு நம்ம சாப்பாடு கெடைக்குமா" என்றார் சித்தப்பா. "அதெல்லாம் கிடைக்கும் சித்தப்பா. ஏற்கனவே இண்டியன்ஸ் நிறையப் பேர் இருக்காங்களாம்" என்றபோது, "இண்டியன்ஸ்னா எந்த ஊருக்காரங்க" என்றார்.

அதற்கடுத்து சடசடவென காரியங்கள் நடைபெறத் தொடங்கின. மனிதவளப் பிரிவில் இருந்து அழைத்தவருமே தமிழில்தான் பேசினார் என்ற வகையில் அது நெஞ்சுக்கு அணுக்கமான நிறுவனமாக உடனடியாகவே மாறிப் போனது. அது என் அலுவலகம் என்கிற எண்ணம் வேலைக்குச் சேர்வதற்கு முன்பே வந்தும்விட்டது. அடுத்த வாரத்திலேயே உடனடியாக கிளம்பி வர வேண்டும் என்றார்கள்.

காய்ந்த மாட்டிற்கு முன்னால் கம்பங்கொல்லை இருந்தால் என்ன நடக்கும்? அவர்கள் கேட்ட விபரங்களை உடனுக்குடன் அனுப்பி தாய்லாந்து விசாவையும் டிக்கெட்டையும் அவர்களிடமிருந்து

பெற்றேன். சென்னைக்கு வந்து விமானம் ஏற்றி விடுகிற அளவுக்கு எல்லாம் என் குடும்பத்தில் விவரம் பத்தாது என்பதால், என்னுடைய நண்பன் விசுவை மட்டும் அழைத்துக் கொண்டு கிளம்பினேன்.

வீட்டிலிருந்து கிளம்பிப் போவதற்கு முன்பு ஆச்சியின் காலில் விழுந்து விபூதியை நெற்றியில் வாங்கும் போது, "மகமாயி தூசு துரும்பு அண்டாம, காத்து கருப்பு அண்டாம பிள்ளையை காப்பாத்துத்தா. கைநிறைய காசோட திருப்பி வரணும்" என்றாள். குடும்பத்தில் முதல் வெளிநாட்டுப் பயணம் என்பதால் எல்லோருமே நெகிழ்ச்சியின் உச்சியில் இருந்தார்கள்.

வனிதா அத்தை கையில் இரண்டு பிஸ்கெட் பாக்கெட்டை கொண்டு வந்து கொடுத்தாள். "ஆமா அவன் சபரிமலை யாத்திரைக்கு போறான். பிஸ்கெட்டை கொண்டு வந்து குடு. போவீயா அந்தப் பக்கம். ப்ளைட்லயே இலை போட்டு சாப்பாடு போடுவாங்களாம். என் ப்ரெண்டு ஒருத்தன் சொல்லிருக்கான்" என்றார் மாமா.

விமான நிலையத்திற்குப் போகிற வரை உற்சாகத்தில் துளிகூட குறையவில்லை. போகிற வழியெல்லாம், "இந்தியாவில இதுதான் பிரச்சினை. தாய்லாந்துல இந்த மாதிரி எச்சி துப்ப முடியுமா?" என்கிற மாதிரி விசுவிடம் பேசிக்கொண்டே வந்தேன். அவன் என்னைவிட புத்திசாலி என்றாலும் என்னைப் போல கனவில்லை அவனுக்கு. "டேய் உலகமே இப்ப ஒரு கிராமமா சுருங்கிருச்சு. இப்ப போயி பாரின் ப்ளைட்டுன்னு குடும்பமே உக்காந்து பேசிக்கிட்டு இருக்கீங்க. சுத்தமான கட்ட மண்ணுடா நீங்க. ஏதோ நீ கொஞ்சம் பரவா— யில்லை" என்றான்.

ஆனால் அதையெல்லாம் நான் காதிலேயே போட்டுக் கொள்ளவில்லை. விமான நிலைய வாசலில் நின்ற போது மட்டும் பிரிவுத்துயர் மெல்லமாக எட்டிப் பார்த்தது. விசுவுமே கொஞ்சம் கண்கலங்கி நின்றான். விட்டால் அழுதுவிடுவான்தான், உயிர் நண்பனாயிற்றே? உண்மையைச் சொன்னால் அதுதான் என்னுடைய முதல் விமானப் பயணமும்.

விமான நிலையத்தின் உள்ளே சென்றதுமே அதற்குள் கரைந்து விட்டேன். அந்த சூழல் எனக்கு அச்சமூட்டாத அளவிற்கு, ஏற்கனவே மனதளவில் தயாராகி இருந்தேன். பல விமான ஒத்திகைகளை பல வருடங்களாக மனதால் நிகழ்த்தியவன்தானே? விமானத்தில் ஏறியதுமே கண்ணை மூடி இருக்கையில் சாய்ந்து விட்டேன். கண்ணுக்குள் முழுக்கவுமே தாய்லாந்து கடற்கரையே என்னை ஆக்கிரமித்து இருந்தது.

தாய்லாந்தில் இறங்குவதற்கு முன்பு விமானத்தின் சன்னல் வழியாக கடலைப் பக்கத்தில் பார்த்த போது, டால்பின் ஒன்று மேலே துள்ளிக் குதிக்கிற காட்சியைப் பார்த்து, அருமையான சகுனம் என எண்ணிக் கொண்டேன். அங்கே மத்தியதர விடுதி ஒன்றில் எனக்காக அறை ஒதுக்கி இருந்தார்கள்.

வெளியே எங்கும் போகாமல் ஒரு பியரை மட்டும் குடித்து விட்டு அறையில் படுத்திருந்தபோது, கதவைத் தட்டுகிற சத்தம் கேட்டது. அலுவலகத்தில் இருந்து சீனன் ஒருத்தன் வந்து நின்று, அவசரமாக கிளம்ப வேண்டும் என்றான். "இப்பத்தான் வந்திருக்கேன். என்னால முடியாது. பயங்கர டயர்டா இருக்கு. கொஞ்ச நேரம் தூங்கணும்" என்றேன் எனக்குத் தெரிந்த ஆங்கிலத்தில் தன்னம்பிக்கையோடு. மெதுவாகப் பேசினாலும் தவறில்லாமல் பேசிவிடுவேன் என்கிற நம்பிக்கை இருந்தது. அந்த சீனனுக்கு இரண்டு வார்த்தைகூட சேர்ந்தாற் போல ஆங்கிலம் பேச முடி ॥வில்லை.

தள்ளிப் போய் போனில் யாரிடமோ பேசிவிட்டு என் கையில் கொடுத்தான். அந்த முனையில் பட்டுக்கோட்டைக்காரர் பேசினார். "ஏற்கனவே டிக்கெட் போட்டிருக்கோம். இப்ப தனியா கார் ஏற்பாடு பண்ண முடியுமா சொல்லுங்க. உங்களோட நாலைஞ்சு பேர் வர்றாங்க" என்றார். நிலவரத்தைப் புரிந்துகொண்டு உடனடியாக என்னுடைய பெட்டி படுக்கைகளைத் தயார் செய்து கிளம்பினேன்.

வாசலில் கருப்புநிற குரூஸ் கார் ஒன்று நின்றிருந்தது. அதனுள்ளே அழகான பெண் ஒருத்தி அமர்ந்திருந்தாள்.

முப்பது வயது மதிக்கத்தக்க அவள் எந்த நாட்டைச் சேர்ந்தவள் எனத் தோற்றத்தை வைத்து என்னால் எடை போட முடியவில்லை. காரில் ஏற்கனவே நான்கு பேர் இருந்தார்கள். அதில் ஒருத்தன் டெல்லிக்காரன். இன்னொருத்தன் கேரளா. மிச்ச இரண்டு பேர் பாகிஸ்தானிகள்.

கார் எங்கெங்கோ தண்ணீர் பாம்பைப் போல, வளைந்து நெளிந்து போனது. காரில் இருந்த பெண் போகையில் யாரிடமோ இங்கே வந்து விட்டோம், அந்த இடத்தைக் கடந்து விட்டோம் என்றெல்லாம் சொல்லிக் கொண்டிருந்தாள். அவள் பேசிய மொழி தெரியாவிட்டாலும் அந்தத் தொனி தெரிந்தது. கடைசியாக நாங்கள் போய் நின்ற இடம் தாய்லாந்தின் மேசாட்.

"இங்க எதுக்கு கொண்டு வந்திருக்காங்க?" என்றான் கேரளாக்காரன். டெல்லிக்காரன் எங்களிடம் சேராமல் தள்ளி நின்று கொண்டான். அங்கே இருந்து எங்களை நடத்திக்கொண்டு போய் சோளத் தோட்டம் ஒன்றில் நிறுத்தினார்கள். அதிலிருந்து கையில் துப்பாக்கிகளோடு ஐந்தாறு பேர் வெளியே வந்த போது, எனக்குள் அச்சம் பரவியது. எதுவுமே எதிர்த்துக் கேட்க முடியாத நிலையில் நாங்கள் இருக்கிறோம் என்பதை உணர்ந்தேன்.

அவர்களது கையில் எங்களை ஒப்படைத்துவிட்டு, காரில் வந்தவர்கள் கிளம்பிப் போனார்கள். அவர்கள் காட்டிய திசையில் நடந்து போனபோது குறுக்கே ஆறொன்று மிகத் தனிமையில் இருக்கிற குடிகாரனைப் போல தள்ளாடி ஓடியது. நம்மூரில் இருப்பதைப் போன்ற படகொன்றில் வைத்து எங்களை அழைத்துப் போனார்கள். ஆற்றுக்கு அந்தப் பக்கம் இருந்தவர்களிடம் எங்களை ஒப்படைத்தார்கள்.

அவர்கள் ராணுவச் சீருடை அணிந்தவர்கள். நினைவில்கூட வைத்துக்கொள்ள முடியாத அளவிற்கு சிடுக்கான பாதைகள் நிறைந்த, பெருமரங்களும் முட்களும் சூழ்ந்த காட்டின் வழியாக இரண்டு மணிநேரம் பயணித்து ஊர்மாதிரி இருந்த மிகப் பெரிய

குடியிருப்பை அடைந்தோம். எங்களிடம் இருந்த செல்போன்களை காரில் இருந்து இறங்குவதற்கு முன்பே வலுக்கட்டாயமாக கையில் வாங்கிக் கொண்டார்கள். செல்போனின் பாஸ்வேர்டுகளையும் பரிசோதித்து எழுதி வாங்கிக் கொண்டார்கள். நாங்கள் வந்து சேர்ந்த இடம், மியான்மாரில் இருந்த மியாவாடி என்பதை அறிந்தோம்.

அலுவலகத்தைச் சுற்றிலும் துப்பாக்கி ஏந்திய ராணுவ வீரர்கள் காவல் காத்தார்கள். எங்களது பாஸ்போட்டையும் கைப்பற்றிக் கொண்டார்கள். வாசலைத் தாண்டிய போதுதான் டவுண்சிப் போல இருந்த அந்த இடத்தைச் சுற்றி நோட்டம் விட்டேன்.

பார்கள், உணவகங்கள், காஸினோக்கள், சூப்பர் மார்கெட்டுகள், விபசார விடுதி என எல்லாமும் இருந்தன. காட்டுக்கு நடுவே மிகப் பெரிய டவுண்சிப்பாக அதை உருவாக்கி இருந்தார்கள். வாசலைத் தாண்டினால் பல கிலோமீட்டருக்கு விரிந்து கிடந்தது காடு. “நல்லா வசமா மாட்டிக்கிட்டோம்டா. என்ன வேலைன்னே தெரியலையே” என்றான் கேரளக்காரனான முகம்மது. டெல்லிக்காரனான அகிலேஷூமே எங்களோடு நெருங்கி வந்து நின்று கொண்டான்.

உள்ளே இருந்து சீனர்கள் நான்கு பேர் வந்து எங்களை அவர்களிடம் இருந்து, பார்சலில் வந்த பொருளைப் போலப் பெற்றுக்கொண்டு அலுவலகத்திற்கு அழைத்துப் போனார்கள். அப்படி ஒரு அலுவலகத்தை என் வாழ்நாளில் வீடியோக்களில்கூட பார்த்தது இல்லை. அலுவலகத்திற்கு உள்ளேயே கேஸினோ இருந்தது. டின் பியரை குடிக்கக் கொடுத்தார்கள். ஆஹா, அருமையான வரவேற்புதான்.

”எண்ட்ட பேசின பரமக்கோட்டைக்காரர் எங்க இருப்பார். அவரை பார்க்கணும்” என்றேன் அந்தச் சீனனிடம். “அவர் வேறு ஒரு அலுவலகத்தில் இருக்கிறார்” என்றான். நன்றாகவே அவன் ஆங்கிலம் பேசினான். அவனுடன் இருந்த மற்றவர்கள் கையில் இருந்த ஆவணத்தைக் கொடுத்து எங்களிடம் கையெழுத்துப் பெற்றார்கள். எங்களுக்கு அதை வாசித்தும்

காட்டினார்கள். ஆவணம் முழுக்கவே சீன மொழியில் இருந்தது.

"அலுவலத்தில் தங்கும் இடத்தில் ஏதேனும் பொருட்கள் சேதமானால் அதை சம்பளத்தில் பிடித்துக் கொள்வோம். அலுவலக விதிகளைக் கடைப்பிடிப்போம்" என்பதைப் போல அதில் எழுதப்பட்டு இருக்கிறது என்றார்கள். அவர்களுடன் விவாதிக்கவெல்லாம் அப்போது தெம்பில்லை எங்களுக்கு. காட்டிய இடத்தில் கையெழுத்துப் போட்டோம். எங்களை அழைத்துக்கொண்டு போய் ஏ பிளாக்கில் தங்க வைத்தனர்.

"என்ன பண்ணப் போறாங்கன்னு தெரியலையே? பயமா இருக்கு" என்ற முகம்மதுவிடம், "காஸினோ இருக்கு. பார் இருக்கு. விபசாரம்கூட இருக்கு. இதையெல்லாம் வச்சுகிட்டு எதுக்கு கொல்லப் போறாங்க?" என்றான் அகிலேஷ். அந்த இடத்திற்கு அவன் கொஞ்சநேரத்திலேயே பழக்கப்பட்டு விட்டான் என்பதை உணர்ந்தேன். ஆனால் முகம்மதுவைப் போல எனக்கும் பயம் இருந்தது.

அகிலேஷைப் பற்றி நிறையத் தெரியவில்லை. ஆனால் முகம்மதுவைப் பற்றிய கதையை வரும் வழி— யிலேயே அறிந்து கொண்டேன். அவனுடைய மனைவி பிள்ளைத்தாச்சியாக இருக்கிறாள் ஆலுவாவில். அவளுடைய புகைப்படத்தைக்கூடக் காட்டினான். அதில் அவள் ஒரு மாதுளம்பழத்தைப் போலச் சிவந்து இருந்தாள். கைப்பற்றப்பட்ட செல்போனை எப்போது திரும்பித் தருவார்கள்? யாரிடம் அதைக் கேட்பது? என யோசனை வந்தது. தூங்கினால் நன்றாக இருக்கும் எனவும் தோன்றியது.

கடைசியாய் நன்றாகத் தூங்கியது, வீட்டிலிருந்து புறப்படுவதற்கு முதல்நாள். தூக்கத்தில் இருந்தவனை முகம்மது தட்டி எழுப்பி, "உடனடியா ஆபிஸுக்கு கிளம்பி வரச் சொல்றாங்க" என்றான். அடித்துப் பிடித்துக் கிளம்பிப் போய் அலுவலகத்தில் நின்றோம். அங்கேதான் எங்களுடைய பணியைப் பற்றி விளக்கினார்கள்.

கிரிப்டோ கரன்ஸியை இணையத்தின் வழியாக அமெரிக்கர்களை வாங்கச் செய்வது என்பதுதான் அடிச்சரடு. ஆனால் அது முழுக்கவும் ஏமாற்றுகிற வேலை. நம்பி பணம் கைமாறியவுடன் அவர்களுடனான அத்தனை உறவுகளையும் உடனடியாக துண்டித்துக் கொள்கிற ஏற்பாடு. நாங்கள் அனுப்புகிற லிங்க் வழியாக அதை வாங்கச் செய்ய வேண்டும். அப்புறம் அந்த லிங்க்கை பிடித்து முன்னேறி, அமெரிக்காவின் எப்.பி.ஐயே வந்தாலும் எங்களை கண்டுபிடிக்க முடியாது. மொத்தத்தில் ஒரு அமெரிக்கனோடு நெருங்கிப் பழக வேண்டும். பின்னர் சங்கடவுணர்வின்றி ஆட்டிற்கு செய்வதைப் போலக் கழுத்தை அறுக்க வேண்டும் எனப் புரிந்து கொண்டேன்.

"முதல் மூன்று மாதங்களுக்கு உங்களுக்கு பேசியபடி சம்பளம் தருவோம். அப்புறம் நீங்கள் பண்ணுகிற சேல்ஸ் அடிப்படையில் கமிஷன் தருவோம். ஒரு வருடம் ஒப்பந்தம். வேண்டாம் என்றால், நான்கு இலட்ச ரூபாய் பணத்தைக் கட்டிவிட்டு இப்போதே கிளம்பிப் போய்க் கொள்ளலாம். ஆட்சேபனை எதுவும் இல்லை. இதையெல்லாம் ஒத்துக்கொண்டு ஏற்கனவே ஒப்பந்தத்தில் கையெழுத்துப் போட்டு விட்டீர்கள். இங்கிருந்து தப்பி எல்லாம் ஓட முடியாது என்பது உங்களுக்கும் தெரியும்" என்றான் உயரதிகாரியான சீனன். பயத்தில் என் விரல்கள் நடுங்கிக் கொண்டிருந்தன.

"அதற்காக நீங்கள் பயப்படத் தேவையில்லை. இங்கே நாங்களெல்லாம் நன்றாக இல்லையா? இங்கே மொத்தமாக ஆயிரம் பேர் வரை இருக்கிறோம். இந்தியர்களே நூறுபேர் இருக்கிறார்கள். எல்லோருமே மகிழ்ச்சியாகத்தான் இருக்கிறார்கள். தொழிலை விரைவில் கற்றுக் கொண்டால், நிறையப் பணம் சம்பாதிக்கலாம். போன வாரம்கூட இந்தியர் ஒருத்தருக்கு நாற்பத்தைந்து இலட்ச ரூபாய் கமிஷன் கிடைத்தது. வேண்டுமானால் போய் விசாரித்துக் கொள்ளுங்கள். இதுவும் ஒரு தொழில் என்பதை உணர்ந்து கொள்ளுங்கள். அதற்கு மரியாதை கொடுத்தால் அது பலமடங்கு அதிகமாக உங்களுக்குத் திருப்பிக் கொடுக்கும். நியாயம், தர்மம் இதையெல்லாம்

விடப் பெரியது காசு. மற்ற விவரங்களை எங்களுக்குக் கீழே உள்ள பணியாளர்கள் சொல்வார்கள்” என்றான் இன்னொரு சீனனான வூவுங், நம்பிக்கையளிக்கும் குரலில்.

அலுவலகத்தை விட்டு வெளியே அழைத்து வரப்பட்ட போது, “சம்பளத்தையே மூணு மாசம்தான் தருவேங்கறாங்க. கமிஷனை மட்டும் எப்படி கரெக்டா தருவாங்க” என்றான் முகம்மது. “இல்லை. அதை கரெக்டா குடுத்திருவாங்க. இல்லாட்டி நிறுவனம் சீட்டுக் கட்டு மாதிரி சரிஞ்சு விழுந்திரும். அதுதான் நம்ம கண்ணுக்கு முன்னே இருக்கிற கேரட். இங்க எல்லாமே இருக்கு. நாம எதை எடுத்துக்கிறோம்ங்கறதுதான் முக்கியம். கொட்டி கிடக்கிறதுல கல்லும் கிடக்கும், தங்கமும் கிடக்கும்” என்றான் அகிலேஷ். அவன் ஆரம்பத்திலேயே எங்களிடம் இருந்து மனதளவில் விலகிப் போய்விட்டான்.

மெஸ்ஸிற்கு எங்களை அழைத்துப் போனார்கள். நூடுல்ஸ், சிக்கன், மாட்டுக்கறி, பன்றிக்கறி, மீன் என விதம்விதமாக இருந்தது. வேண்டும் அளவிற்கு எடுத்துப் போட்டுச் சாப்பிட்டோம். அந்த உணவுகளும், அதைப் பரிமாறிய விதமும், அந்தச் சூழலும் என்னை வெளிநாட்டுக்காரனைப் போலவே எண்ணச் செய்தது. அப்போது உணவு நேரம் என்பதால் நிறையப் பேர் வந்தார்கள்.

அதில் சீனர்கள்தான் அதிகமாக இருந்தார்கள். அதற்கடுத்தபடியாக பிலிப்பைன்ஸ்காரரர்கள். பிறகு இந்தியர்கள். கூட்டத்தில் ஆப்பிரிக்கா மற்றும் பிலிப்பைன்ஸை சேர்ந்த பெண்களும் இருந்தார்கள். வறுமையான தேசங்களாகப் பார்த்துப் பொறுக்கி எடுத்து இருக்கிறார்கள் என்பதை உணர்ந்தேன். எங்களைப் பார்த்துவிட்டு இந்திய முகங்கள் நெருங்கி வந்தன.

“இனிக்க இனிக்க பேசி கழுத்தை அறுத்திட்டாங்க. பதினாறு மணி நேர வேலை. முதல்ல பன்னெண்டு மணி நேரம்னாங்க. பெறகு ஓ.டின்னாங்க. தூங்கவே விடமாட்டாங்க. ஆபிஸ்ல கரெக்டா நைட்டு 9.45க்கு போகணும். 9.46 க்கு போனா இந்திய மதிப்பில ஆயிரம் ரூபாய் பைன். 9.47க்கு போனா ரெண்டாயிரம்

ரூபாய் பைன். டெய்லி ஒரு மணி நேரம் மட்டும்தான் செல்போனுக்கு அனுமதி. அதுவும் ரூம் வாசல்கிட்ட தந்து உள்ள போறப்ப வாங்கிப்பாங்க. ஆபிஸ் பக்கம் இடங்கள்ள வச்சு பேசினா அதுக்கு மூவாயிரம் ரூபாய் பைன். தொட்டதுக்கு எல்லாம் பைன். போன மாசம் வாங்குன ஐம்பதாயிரத்தில இருபத்தோராயிரம் ரூபாய் எனக்கு பைனா விழுந்துச்சு. இதெல்லாம் சொல்லி இருக்க மாட்டாங்களே" என்றான் தஞ்சாவூரைச் சேர்ந்த பிரகாஷ்.

"உங்களை கூட்டு வந்தாங்கள்ள அவங்க மியான்மர் ராணுவத்தோட ஒரு பிரிவு. இங்க ராணுவத்துலயே பல பிரிவு இருக்கு. நல்லா சிரிச்சு பேசறாங்கன்னு நெனைக்காதீங்க. ஓடினா பொட்டுனு சுட்டிருவாங்க. ஏற்கனவே ரெண்டு பேரை அப்படி சுட்டுட்டாங்க. ஒண்ணு பணத்தைக் கட்டிட்டு போகணும். இல்லாட்டி வீட்டில டெத் விழுந்தா விடுவாங்க. அதையும் அவங்க ஆளுகளை வைச்சு தரோவா செக் பண்ணிட்டுத்தான் செய்வாங்க" என்றான் திருச்சியில் வந்து மாட்டிக் கொண்ட ரகுவரன். அவர்கள் சொன்னதையெல்லாம் கேட்கக் கேட்க திகிலாக இருந்தது. ஆச்சி செத்தால் நன்றாக இருக்கும் என்கிற விபரீத எண்ணமும் ஒருநொடியில் வந்து போனது. ஆமாம், ஆச்சியென்றால் விடுவார்களா? இல்லை அம்மா வரைக்கும் காத்திருக்க வேண்டுமா? விபரீதம் மண்டைக்குள் புழுவைப் போலக் குடைந்தது.

உணவு, தங்குமிடம், கமிஷன் என அந்த விஷயங்களில் எந்த ஏமாற்றுகளும் கிடையாது. பணம் இருந்தால் அங்கே ராஜபோகத்தைச் சுகித்துப் பார்த்துவிடலாம். ஆனால் அவர்களது விதிகளுக்குக் கட்டுப்பட்டு இருக்க வேண்டும். "உண்மையாவே இங்க சம்பாதிச்சு ஊர்ல செட்டில் ஆயிட முடியுமா" என பெங்காலி ஒருத்தனிடம் கேட்ட போது, "போன மாசம் நம்ம ஊர்க்காரன் ஒருத்தனுக்கு இருபத்து ஐஞ்சு இலட்சம் கமிஷனா டி விங்க்ல கிடைச்சுது. அவன் கிளம்பிப் போகாம இங்கதான் இருக்கான். அவனால முடிஞ்சது நம்மால முடியாதா?" என்றான்.

நாற்பத்தைந்து நிமிடம் மட்டுமே உணவிற்கான நேரம். அந்த குறுகிய உணவுநேர இடைவெளியில் அந்த டவுண்சிப் செயல்படும் விதத்தை எல்லோரும் சேர்ந்து விளக்கினார்கள். அங்கிருந்த பெண்கள் எல்லோருமே அழகாகத் தெரிந்தார்கள். “பிலிப்பைன்ஸ்காரிகதான் நிறைய இங்க. அவங்க இதைத்தான் பண்றோம்னு தெரிஞ்சே வர்றாங்க. வந்தவுடனேயே ஹையர் பொஷிஷன்ல இருக்கறவங்களை வளைச்சுப் போட்டு தனியா கிடைக்கிற வாடகை வீட்டில தங்கிக்குவாங்க. அதனால பெரும்பாலும் அவங்களுக்கு எந்த பிரச்சினையும் வராது. அதே மாதிரி விருப்பம் இல்லாட்டா யாரும் அவங்களை தொந்தரவும் பண்ண முடியாது” என்றான் ரகுவரன்.

உணவு நேரம் முடிந்து அலுவலகம் நோக்கிப் போன போது அங்கே கூடைப்பந்து மைதானத்தில், சுள்ளென அடிக்கிற வெயிலில் சீனர்கள் சிலரை வெறும் மேலோடு முழங்கால் போட வைத்து குச்சியால் அடித்துக் கொண்டு இருந்தார்கள். “சீனங்களை எறும்ப பொறுக்குன மாதிரி அள்ளி வந்து போட்டிருக்கானுக. அவங்களுக்கு அடி உதைன்னு டிரெயினிங் பயங்கரமா இருக்கும். அப்புறம் வேலையில உக்கார வச்சா எதைச் செய்யச் சொன்னாலும் தலையாட்டுவானுக. சீனங்க தெரிஞ்சேதான் இந்த வேலைக்கு வராங்க. காசு ஒண்ணு மட்டும்தான் அவங்களோட குறிக்கோள். அதைப் பார்த்தா அடிபணிஞ்சிருவாங்க. ஆனா இந்தியர்களை இந்த மாதிரி நடத்த மாட்டாங்க. நாம ஏதாச்சும் தப்பு பண்ணாத்தான் இந்த மாதிரி ட்ரீட்மெண்ட் கிடைக்கும். இங்க வந்ததில் இருந்து என் மேல ஒரு துரும்புகூட பட்டதில்லை. பயப்படாதீங்க” என்றான் பெங்காலிக்காரன்.

அடிமைகளின் ராஜ்ஜியம் அது என எனக்குத் தோன்றியது. தூக்கமின்மையால் கண் எரிந்தது. ஓய்வு எடுத்தோமா என்பதைப் பற்றி எல்லாம் கவலை கொள்ளாமல் எங்களுக்கான அறிமுக வகுப்பை உடனடியாகத் துவக்கினார்கள். அமெரிக்காவில் வசிக்கும் ஒரு இந்தியனைப் போல ஒரு கதாபாத்திரத்தை உருவாக்கி, வீடு வாங்குவதைப் போல அங்கே ரியல் எஸ்டேட் வணிகம் செய்து கொண்டவர்களை தேர்ந்தெடுத்துப் பேச வேண்டும்.

அவர்களிடம் பேச்சுக் கொடுத்து நட்பாகி குடும்ப உறுப்பினர் போல ஆகி விட வேண்டும். இந்த நாட்டில் இருக்கிறேன், அந்த நாட்டில் இருக்கிறேன் என்று சொல்லிப் புகைப்படங்களை அனுப்பி அவர்களை நம்பச் செய்ய வேண்டும். பொதுவாகவே அமெரிக்கர்கள் எல்லோரையும் நம்புவார்கள். தவிர எதிர்காலம் குறித்த பயம் எல்லோரிடமுமே இருக்கும் என்பதால் எதிலாவது முதலீடு செய்து கொண்டே இருப்பார்கள். ஒருகட்டத்தில் கிரிப்டோ கரன்ஸியில் முதலீடு செய்யச் சொல்லி எங்கள் சார்பில் ஒரு லிங்கை அனுப்ப வேண்டும். முதலில் ஐயாயிரம் டாலர் போன்ற குறைவான தொகையில் முதலீடு செய்ய வைத்து, அதில் லாபமும் பார்க்க வைத்து, பின் மொத்தமாக பெருந்தொகையை முதலீடு செய்ய வைக்க வேண்டும்.

அப்படி முதலீடு செய்வதற்கு அமெரிக்காவில் நிறையப் பேர் தயாராக இருக்கிறார்கள். எல்லாம் நாம் பேசும் விதத்தில்தான் இருக்கிறது என்று பழைய கதைகளைப் போட்டுக் காட்டிச் சொன்னார்கள். புகைப்படங்கள், புள்ளி விபரங்கள், ஆவணங்கள், தொழில்நுட்பத்தின் அத்தனை சாத்தியங்களும் அங்கே இருந்தன. உதாரணமாக ஒருத்தர் தான் இந்தப் பங்கில் முதலீடு செய்திருக்கிறேன் என்று சொன்னால், உடனடியாகவே அந்தப் பங்கு எதிர்காலத்தில் எவ்வாறெல்லாம் அடிவாங்கும் என்று சொல்வதற்கு கூடவே பங்குச்சந்தை வல்லுனர்கள் இருப்பார்கள்.

எங்களுக்கென்று தனிப் பெயர், அடையாளம், அதற்கான ஆதாரத் தரவுகள் எல்லாமும் போலியாக உருவாக்கப்பட்டன. கலிபோர்னியாவில் ஜாக்குவார் காரோடு வசித்தேன் நான் அப்போது. என்ன பேச வேண்டும்? எப்படிப் பேச வேண்டும்? என்பதையெல்லாம் விளக்கமாக ஏற்கனவே பக்கம் பக்கமாக எழுதி வைத்திருந்தனர். அவர்கள் எழுதிய நாடகத்தை மறுபடியும் மிகச் சரியாக நடித்துக் காட்ட வேண்டும். எங்களது முதுகிற்கு பின்னால் நின்று அவர்கள் எல்லாவற்றையும் கண்காணிப்பார்கள்.

ஏமாற்றப் போகும் ஆட்களுடனான உரையாடல்களை அவர்களுமே கவனித்துக் கொண்டிருப்பார்கள். எங்கேயாவது பிசகுகிற மாதிரி தெரிந்தால், வேறு மாதிரியாகப் பேசச் சொல்லி யோசனை சொல்வார்கள். மொத்தத்தில் பருந்தைப் போல, இரையைக் குறிவைத்து சிந்தாமல் சிதறாமல் தட்டித் தூக்க வேண்டும்.

என்னாலெல்லாம் நடிக்கவே முடியாது என அந்த நேரத்தில் எனக்குத் தோன்றியது. அந்த சந்தேகம் முகம்மதுவுக்குமே இருந்தது. "வேற வழி இல்லை. நடிச்சுத்தான் ஆகணும். பல்லைக் கடிச்சு எப்படியாச்சும் ஒரு பெரும்தொகையை பிடிச்சிட்டோம்னா காசை கட்டிட்டு தப்பிச்சு போ— யிடலாம். பொறுத்துத்தான் போகணும்" என்றபோது நானும் சேர்ந்து தலையாட்டினேன்.

ஒருபட்டியில் அடைக்கப்பட்ட ஆடுகளைப் போல உணர்ந்தேன். எப்போது செல்போன் கையில் கிடைக்கும் எனக் காத்திருந்தேன். இரவு வேலைக்குப் போகும் முன்பு ஒரு மணிநேரம் தந்தார்கள். உடனடியாக விசுவை அழைத்து அவசர அவசரமாக விபரங்களைக் கூறி விட்டு, "யாராச்சும் டெத் ஆகிட்டாங்கன்னு போட்டோ அனுப்ப முடியுமா?" என்றேன்.

"டேய் போனவுடனேயே இதைச் செஞ்சா சந்தேகப்பட மாட்டாங்களா? அதான் மூணு மாசம் சம்பளம் இருக்குல்ல. அதுக்குள்ள ஏதாச்சும் பண்ணலாம். தயவு செஞ்சு வீட்டில எதுவும் சொல்லிராத. ஊரையே கூட்டி ஒப்பாரி வச்சிருவானுக. நான் எல்லாத்தையும் பார்த்துக்கறேன்" என்றான் விசு. பல்லைக் கடித்துக்கொண்டு மூன்று மாதங்களை ஓட்டி விடலாம் என்கிற நம்பிக்கையை உருவாக்கிக் கொண்டேன்.

என்னால் அந்த வேலையைச் செய்யவே முடியாது என்கிற தன்னம்பிக்கை குறைவும் ஏற்பட்டது. அதற்கு முன் யாரையும் நான் ஏமாற்றியதே இல்லை. ஒரு மனிதனை துள்ளத் துடிக்க எப்படிக் கழுத்தறுக்க முடியும்? என ஒருசமயம் தோன்றும். இன்னொரு சமயம், மற்றவர்களால் செய்ய முடிகிறது, என்னால் ஏன் செய்ய முடியாது?

எனவும் தோன்றும். இப்படி மாறி மாறி அலையடித்துக் கொண்டிருந்தது என் பயிற்சிக் காலம் முழுவதும். இருபது நாட்கள் அந்த தொழிலின் நுணுக்கங்களை எங்களுக்கு கற்றுத் தந்தார்கள். பிறகு எங்களுக்கென பணியை ஒதுக்கினார்கள். ஆரம்பத்தில் இருந்தே என்னால் நூறு டாலரை கூட தட்டிக்கொண்டு வரமுடியவில்லை. என் பின்னால் நின்று உயரதிகாரியான சீனன், "மேக் எ பிக் சேல். மேக் எ பிக் சேல்" எனக் கூவிக் கொண்டிருந்தான்.

இணையத்தில் அவர்களுக்குத் தெரியாமல் எதையுமே மேய முடியாது. ஒவ்வொரு இரண்டு பேருக்கும் ஒருத்தனைக் கண்காணிக்கும் வேலைக்குப் போட்டிருந்தனர். கம்யூட்டரை விட்டுக் கண்ணை எடுத்தாலே முதுகில் தட்டுவான் ஒருத்தன். எனக்குப் பக்கத்தில் இருந்த சீனனுக்கு ஆங்கிலத்தில் சுத்தமாகப் பேசத் தெரியாது. ஆனால் அவன் மொழிமாற்றும் மென்பொருளைக் கொண்டு சீன மொழியில் அடித்து ஆங்கிலத்துக்கு மாற்றுவான். துல்லியமாகச் செயல்பட்டது அந்த மென்பொருள். எட்டு மணிநேரம் ஒண்ணுக்கடிக்கக்கூடப் போகாமல், கம்யூட்டரின் முன்னே அமர்ந்து தூண்டிலை ஆர்வமாக வீசிக் கொண்டே இருப்பான்.

எனக்கு வலதுபுறம் இருந்த நிக்கி, பிலிப்பைன்ஸ்காரிதான் என்ற போதும், நல்ல மாதிரிப் பெண். தெரியாமல் வந்து மாட்டிக் கொண்டாள். எப்படியாவது ஒரு பரிவர்த்தனை முடிந்தால், இங்கிருந்து தப்பித்து விடலாம் என்று இருந்தாள். அவளிடமிருந்து ஹோவென ஒரு சத்தம் கேட்டது. எல்லோரும் திரும்பிப் பார்த்தபோது, அவள் 100 கே அமெரிக்க டாலரைத் தூண்டில் போட்டு இழுத்து இருந்தாள். உலக அழகிப் போட்டியில் செய்வதைப் போல கன்னத்தில் கைவைத்து அழுதாள். அவள் இங்கேயே தங்கி விடுவாள் எனத்தான் நினைத்தேன். ஆனால், அடுத்த இரண்டு நாட்களிலேயே தன்னுடைய ஊருக்குக் கிளம்பிப் போனாள்.

போவதற்கு முன்பு எனக்கும் இன்னும் சிலருக்கும் பீர் விருந்து வைத்தாள். "எனக்கு அதிர்ஷ்டம். அவனுக்கு துரதிர்ஷ்டம். எல்லாமே ஸ்க்ரிப்ட். நாம என்ன பண்ண

முடியும்? ஒருதடவை பண்ணிட்டேன். இன்னொரு தடவை இந்த தப்பை என் வாழ்நாள்ள பண்ண மாட்டேன்” என்றாள் சங்கடத்துடன். அவளுடைய கரங்களைப் பற்றிக் கொண்டேன்.

அலுவலகமே என்னருகில் இருந்த சீனனின் கம்யூட்டரின் பின்னால் இருந்து கண்காணித்தது. அமெரிக்காவில் இருக்கும் ப்ளோரா என்கிற பெண் அவனிடம் வசமாகச் சிக்கி இருந்தாள். அவளோடு அவன் மூன்று மாதங்கள் வாட்ஸப் வழியாக உரையாடி, அவளை இறுதிக்கட்டத்திற்கு நகர்த்தி வந்திருந்தான். அவன் பேசிய பேச்சை நம்பி அவள் தன்னுடைய வீட்டினைக்கூட விற்று இருந்தாள். கடைசிப் பரிவர்த்தனை நேரத்தில் கொஞ்சம் தயங்கவும் செய்தாள். உயரதிகாரியான சீனன், “வேண்டாம் இப்ப கெஞ்சாத. விட்டுப் பிடி. அவ நுனியில இருக்கா. ஏற்கனவே சின்ன மீனைச் சாப்பிட்டு ருசி கண்டுட்டா. நிச்சயமா நமக்கு பெரிய மீன் கிடைக்கும். அவசரப்படாதே” என்றான். அதை மாதிரியே அவளிடம் பொறுமை காத்தான். உயரதிகாரி சொன்ன மாதிரி அடுத்த இரண்டு நாளில் அவள் 400 கே அமெரிக்க டாலரை எங்களுக்கு அனுப்பினாள். சீனனின் வெற்றிக் களிப்புச் சத்தம் நீண்டநேரத்திற்கு அலுவலகம் எங்கும் எதிரொலித்தது. அந்தப் பெண் நிச்சயம் அமெரிக்காவில் இருக்கிற முச்சந்தியில்தான் நிற்பாள் எனத் தோன்றியது எனக்கு.

இப்படியே முயற்சி செய்கிற மாதிரி நடித்து ஒரு மூன்று மாதம் ஓட்டி விட்டால், அதற்குள்ளாக விசு ஏதாவது செய்து விடுவான் எனத் தோன்றியது. “அப்டீலாம் முடியாது. அவனுக என்ன கேணையனுங்களா. அப்படித்தான் ஒருத்தன் டபாய்ச்சான். நீ வேலைக்கே வராதேன்னு ரூம்லயே உக்கார வச்சுட்டாங்க. பணம் கட்டினாத்தான் ஊருக்கு போக முடியும். சம்பளமும் இல்லை. சாப்பாட்டுக்கும் எத்தனை நாள் உத்தரவாதம்னு தெரியலை. உக்காந்து குமுறி அழுதுக்கிட்டு இருக்கான் இப்ப” என்றான் பிரகாஷ். வேறு வழியே இல்லை, அதைச் செய்துதான் ஆகவேண்டும் எனத் தோன்றியது. இரண்டாவது மாதத் துவக்கத்தில் சம்பளம் வந்த போது,

நாற்பத்து எட்டாயிரம் ரூபாய்தான் எனக்குக் கிடைத்தது. ஏனெனில் நிறைய தாமத வருகை காரணமாக எனக்கு அபராதம் விதிக்கப்பட்டிருந்தது. ஊருக்கே மாதா மாதம் அறுபதாயிரம் ரூபாய் அனுப்பத் திட்டமிட்டு, அதைச் சொல்லவும் செய்திருந்தேன். நிலவரம் திகிலாக மாறுவதற்கான அத்தனை வாய்ப்புகளும் இருந்தன.

எனக்கு கொடுத்த அமெரிக்கப் பெண் ஒருத்தியுடன் கவனமாக உரையாடல்களைத் தொடர்ந்தேன். மலேசியாவைச் சேர்ந்த சீனன் எனக்கு உதவிகள் செய்தான். என்னுடைய தொழில்நுட்ப அறிவைக் கண்டு ஏற்கனவே அவன் வியந்திருந்தான். “உன்னால கான்ஸட்ரேஷன் பண்ணா ஜெயிச்சிட முடியும். எல்லா திறமையும் உன்ட்ட இருக்கு. மலேசியாவில இதை மாதிரி ஒரு ஆபிஸ் நான் ஆரம்பிக்கப் போறேன். அதுக்கு நீ வந்திடறீயா?” என்றான். வருவதாக அவனுக்கு வாக்குக் கொடுத்ததால், எனக்கு சில சலுகைகளையும் அலுவலகத்தில் பெற்றுக் கொடுத்தான்.

அந்தப் பெண் முதல் சிறுபரிவர்த்தனைக்கு நீண்ட தயக்கத்திற்குப் பிறகு ஒத்துக் கொண்டாள். அங்கே அவள் தனித்து வாழ்கிறாள் என்பது எனக்குத் தெரியும். அவளது பெண் குழந்தையோடு இருக்கிற புகைப்படத்தை அனுப்பி, “இவளுக்காகத்தான் எல்லாம் பண்றேன்” என்று செய்தி அனுப்பினாள். குழந்தையை ஏமாற்றித் தொழிலை துவக்க வேண்டாம் எனத் தோன்றியது எனக்கு. வேண்டுமென்றே சில தவறுகள் செய்து அவளை இந்த துயரில் இருந்து விடுவித்தேன். அது எனக்கு மட்டுமே தெரிந்த தவறு.

எவ்வளவுதான் கண்காணிப்பு இருந்தாலும், காற்றென வந்துவிட்டால் கட்டுப்பாடு விதிக்க முடியுமா? விசு ஆடியோவில் சங்கேதமாகப் பேசுவதைப்போலத் தகவல் ஒன்றைப் பதிவு செய்து அனுப்பினான். இந்திய வெளியுறவுத் துறையில் புகார் அளித்திருக்கிறானாம். ”எங்களுடைய ஆட்கள் ரீச் ஆக முடியாத இடத்தில இருக்காங்க. ஆனா கண்டிப்பா அவரை ரெகவர் பண்ணிருவோம்” என்று சொல்லி இருக்கிறார்களாம். எனக்கு அந்த நேரத்தில் நம்பிக்கை வந்தது. ஆனாலும்

வந்தபோது உருவான பதற்றம், அத்தனை நாட்கள் ஆனபிறகும் விலகவே இல்லை. படுத்திருக்கையில்கூட உடலைத் தொட்டுப் பார்த்தால் அது பாட்டிற்கு நடுங்கி ஆடிக் கொண்டிருப்பது தெரியும்.

எனக்கு மட்டும்தானா இந்தப் பிரச்சினை? என்னைப் போலவே சிலர் இருந்தார்கள். ஆனால் பெரும்பான்மை என்பது விதிகளுக்கு உட்பட்டு மகிழ்ச்சியாக இருந்ததைப் போலத்தான் தெரிந்தது. சம்பளம் வருகிற நாளில் அந்த விபாசார விடுதியில் உண்மையிலேயே வரிசையில் போய் நிற்பார்கள். அந்தப் பெண்களை அலுவலகம் போகையில் பார்த்திருக்கிறேன். அட்சர சுத்தமான அழகிகளான அவர்கள் வாசலில் அமர்ந்து டின் பியர் குடித்துக் கொண்டு இருப்பார்கள். அதைப் பார்த்தால் வரிசை கட்டத்தான் செய்வார்கள் என நினைத்துக் கொண்டேன். ஏற்கனவே ஊரில் இருந்த போது வயிற்றில் எனக்கு ஒரு அறுவை சிகிச்சை செய்திருந்தனர். அந்த இடத்தில் எனக்கு வலி விட்டுவிட்டு வந்தது. என்னை வேனில் வைத்து அழைத்துக்கொண்டு ராணுவத்தினர் காட்டைத் தாண்டி நகரத்திற்குப் பக்கத்தில் இருந்த மருத்துவமனைக்குப் போனார்கள். அவர்களுக்கான சம்பளம், பியர், சிகரெட் செலவு எல்லாம் என் கணக்கில்தான். நூறு ரூபாய்க்கு சிகரெட் வாங்கித் தந்தாலும் கடவுளைக் கண்டது போலக் கும்பிடுவார்கள். அதைப் பயன்படுத்திக் கொண்டு ஓடினால், சுட்டு விடுவார்கள் என்பதும் எனக்குத் தெரியும்.

அங்கே இருந்த மருத்துவரிடம் நான் கொண்டு வந்த மாத்திரைகள் தீர்ந்து விட்ட விஷயத்தைச் சொன்னேன். அவர் என்னுடைய நிலையை குறுகிய சொற்களிலேயே புரிந்து கொண்டார். உடனடியாக மருத்துவமனையில் அனுமதிக்க வேண்டும் என எழுதிக் கொடுத்தார். அதைக் கொண்டு போய் மலேசிய சீனனிடம் கொடுத்த போது, “அவங்க அனுப்பறது சந்தேகம்தான். வேணும்னா பணம் குறைவா கட்டுற மாதிரி பேசிப் பார்க்கலாம். ஆனா நான் கம்பெனி ஆரம்பிக்கறப்ப வந்திரணும். அதுக்காகத்தான் இந்த ஹெல்ப்ப உனக்கு பண்றேன். வார்த்தை மாறக்கூடாது” என்றான். காரைக்குடியைச்

சேர்ந்த பையன் ஒன்றரை இலட்ச ரூபாய் கட்டிவிட்டு கிளம்பிப் போன கதையை அன்று இரவில் மெஸ்ஸில் வைத்து இன்னொருத்தன் சொன்னான். கூடவே இந்திய வெளியுறவுத் துறை நெருக்கடி தந்து வருவதால், இந்தியர்கள் விஷயத்தில் கடுமையான விதிகளைக் கொஞ்சம் தளர்த்தவும் செய்திருந்தனர். அதற்கு முன்வரை சீன உணவுகளைத்தான் எல்லோருக்கும் தந்து கொண்டிருந்தனர். மாட்டுக் கறியில் முடி கிடந்ததை நிச்சயமாக ஒருநாள் பார்த்தேன். அதற்குப் பிறகு கஞ்சி மாதிரி இருந்த ஒன்றையும் உருளைக்கிழங்கையும் சிக்கனையும் தின்றே சமாளித்தேன். திடீரென ஒருநாள் இந்தியர்களுக்குத் தனி உணவு என்று சொல்லி, மெஸ்ஸில் இன்னொரு பக்கம் போட்டார்கள்.

சோறு, ஏதோவொரு காய் போட்டு பருப்பு, கோழி, ரொட்டி, முட்டை. சீனர்களுக்கு பால் அறவே ஆகாது. ஆனால் சோயா பாலை லிட்டர் கணக்காய்க் குடிப்பார்கள். இந்தியர்களுக்கான மெஸ்ஸில் முதல்முறையாகப் பால் கிடைத்தது. ஆனால் படுக்கப் போட்டு வாயில் பாலை ஊற்றுகிற காரியத்தை மட்டும் அலுவலகத்தில் தொடர்ந்து செய்தார்கள்.

என்னால் வேண்டுமென்றே தவற விட்ட பெண்ணிற்குப் பிறகு இன்னொரு அறுபது வயது அமெரிக்கரைப் பின் தொடர்ந்தேன். "சொல் மகனே" என்று சொல்கிற அளவிற்கு நெருக்கமாக அவர் மாறியதை என் முதுகிற்கு பின்னால் நின்றவனின் கண்களும் உற்றுப் பார்த்துக் கொண்டிருந்தன. என்னை வலுக்கட்டாயமாகப் பிடித்து வழிகாட்டி அந்த உரையாடல்களுக்குள்ளே அந்த மலேசிய சீனன் அழைத்துப் போனான். "நிச்சயமா இந்த தடவை உனக்கு ஜாக்பாட் அடிச்சிரும். ஊருக்கு கிளம்பிப் போற ஐடியாவிலதான் இருக்கன்னு தெரியும். ஆனா பிராமிஸ் பண்ண மாதிரி மலேசியாவில நான் ஆரம்பிக்கறதுக்கு நீ வரணும்" என்றான். அந்தளவிற்கு அவனுக்கு தத்ரூபமாகப் பொய்யான நம்பிக்கையைக் கொடுத்து நம்ப வைத்திருந்தேன். மூன்றாம் மாதத்தின் துவக்கத்தின் போது, அலுவலகத்தில் வைத்தே எனக்குக் கடுமையான வயிற்று வலி வந்தது. அப்போது

சிகரெட் பிடித்துக் கொண்டிருந்தேன் வெளியே நின்று. வாயோரத்தில் ரத்தம் கசிந்தது. அது மாதிரி ஏற்கனவே வந்திருக்கிறது என்பதால் அதுசம்பந்தமான பயம் எனக்கு எழவில்லை.

அப்போது என்னுடய குறியெல்லாம் தப்பித்துப் போவதில் மட்டுமே இருந்தது. அந்த ரத்தத்தை எடுத்து மூக்கில் பார்வைக்குத் தெரிகிற மாதிரி தடவிக்கொண்டு மலேசிய சீனனின் முன்னே போய் நின்றேன். அப்போது உண்மையிலேயே வயிற்றில் கூடுதலாக வலியும் இருந்தது. மாத்திரை கிடைத்து போட்டு விட்டால் சரியாகி விடும் என்பது எனக்கு தெரியும். "பாரு மூக்கில இருந்து ரத்தம் வர ஆரம்பிச்சிருச்சு. எனக்கு ஏதாச்சும் நடந்துச்சுன்னா அவங்களுக்குத்தான் சிக்கல். இங்க ஆஸ்பத்திரீல சேர்ந்து பார்க்குற அளவுக்கு எண்ட்ட வசதி இல்லை" என்றேன்.

"எனக்கு எல்லாம் தெரியும். கொஞ்சம் பொறுமையா இரு. இந்தக் காரணத்தை வச்சு ஏதாச்சும் செய்ய முடியுதான்னு பார்க்கிறேன். அந்த மாத்திரைக்கு பதிலா வேற பிராண்ட் மாத்திரை கிடைக்குதான்னு பார்க்கிறேன்" என்றான். இரவு முகம்மதுவை மெஸ்ஸில் பார்த்தபோது அதைச் சொன்னேன். "உனக்கு அதிர்ஷ்டம் வரலாம். யார் கண்டது? எங்க மாமா ஒருத்தர் ரெண்டு இலட்ச ரூபாய் பணத்தை அனுப்பறேன்னு சொல்லி இருக்கார். இன்னும் ரெண்டு நாள்ள வந்திரும். அந்த தொகைக்கு என்னோட விங்ல ஓகே சொல்லிட்டாங்க" என்றான். முகம்மதுவை பிரியப் போகிறோமே என்கிற கவலை அதைக் கேட்டவுடன் வந்தது. பிறகு அப்படி எண்ணியதற்கு வருத்தமும் பட்டேன். முகம்மது அங்கே இருந்து கிளம்பிப் போனான். மறுநாள் என்னுடைய தொலைபேசிக்குச் செய்தி அனுப்பி இருந்தான். இப்படி வருகிறவைகளைப் பார்த்துவிட்டு உடனடியாக அழித்துவிடுவது எங்களுடைய வழக்கம். ஏனெனில் எங்களைப் போலவே எங்களுடைய செல்போனும் கண்காணிப்பில் இருக்கிறது இல்லையா? எந்நேரமும் அதை நோண்ட மாட்டார்கள், சந்தேகம் வந்தால் தோண்டித் துருவுவார்கள்.

"இனிமே போன் எண்ட்ட இருக்காது. டூப்ளிகேட்

விசா அதுன்னு அரெஸ்ட் பண்ணிட்டாங்க. ஒரு வருஷம் ஜெயிலுக்குள்ளதான் இருக்கணுமாம். நீயாச்சும் பத்திரமா இரு" என்று சொல்லி இருந்தான் அதில். நெஞ்சே அடைக்கிற மாதிரி வலி வந்தது எனக்கு, கூடவே அச்சமும். பணம் கட்டினாலும் ஒழுங்காக ஊர் போய்ச் சேர உத்தரவாதமும் கிடையாது என்பதை உணர்ந்தேன். ஏனெனில் எங்களை எல்லாம் சட்டவிரோதமாகத்தான் இங்கே அழைத்து வந்திருக்கிறார்கள். தாய்லாந்து காவல்துறை கையில் சிக்கினால் இப்படி நடப்பதற்கும் வாய்ப்புண்டு என்பதை எல்லோருமே உணர்ந்தோம்.

அவனது மனைவி எனக்குத் தொலைபேசி செய்து, "என்ன ஆனார்ணே தெரியலை அண்ணா. ப்ளீஸ் கேட்டுச் சொல்லுங்க" என்றாள். அவன் சிறைச்சாலையில் இருக்கும் தகவலைச் சொன்ன போது, அடக்கமாட்டாமல் அழுதாள். "பரவாயில்லைம்மா அங்கவாச்சும் பத்திரமா இருக்கான். சீக்கிரமா வந்திருவான். இங்க இருந்திருந்தா தற்கொலை பண்ணி செத்தே போயிருப்பான். நிறைய தடவை அதை என்ட்ட சொல்லி இருக்கான்" என்றேன். இந்தச் சம்பவம் நடந்த அடுத்த வாரத்தில், என்னுடைய அறையில் இருந்த போது, பணியாள் ஒருத்தன் வந்து உடனே கிளம்ப வேண்டும் என்றான். எங்கே என்றுதான் உடனடியாகக் கேட்டேன் அவனிடம். மலேசிய சீனன் நிறுவனத்திடம் பேசி என்னை விடுவிக்க அனுமதி வாங்கி விட்டான்.

"தாய்லாந்தில ஹோட்டல்ல போய் தங்கிக்கோ. பாஸ்போர்ட்டும் விசாவும் உன் கைக்கு வரும். அதுக்கு நான் பொறுப்பு" என்றான். ஆனால் டிக்கெட் செலவெல்லாம் என்னுடையது. அப்போது என்கையில் சுத்தமாகப் பணம் இல்லை. டெல்லிக்காரனான அகிலேஷ் முன்வந்து இந்திய மதிப்பில் நாற்பதாயிரம் ரூபாய் பணத்தை கொடுத்தான். "நீ திருப்பி தருவீயா? மாட்டியாங்கற சந்தேகத்துக்கு இடமே தரலை. தந்தாலும் சரி, தராட்டியும் சரி. ஒரு நண்பனா இதை செய்றேன். என்னைக்காச்சும் ஒருநாள் வாழ்க்கை இங்க இருந்து போனதுக்கு வருத்தப்பட வைக்கும் உன்னை. காசு சம்பாதிக்கிற வாய்ப்பை உதைச்சுட்டுதான் கிளம்பிப்

போற. அதை மட்டும் சொல்லிக்கிறேன்” என்றான். அதைக் கேட்டவுடன் எதற்காக இப்படிப் பேசுகிறான் என்றுதான் எனக்குத் தோன்றியது. “அப்படீல்லாம் நினைக்காத. நாங்க மரியாதையான குடும்பம். நிச்சயமா திருப்பித் தந்திருவேன்” என்றேன்.

பழைய மாதிரியே கண்ணைக் கட்டாமலேயே, ஒளித்து மறைத்து என்னை அழைத்துப் போய், மியான்மர் எல்லையைத் தாண்டி தாய்லாந்தில், வந்திறங்கியபோது தங்கி இருந்த ஹோட்டலில் விட்டுவிட்டுக் கிளம்பினார்கள். பாஸ்போர்ட், விசா இல்லாமல் எங்கேயும் போய் மாட்டிக் கொள்ளாதே என எச்சரித்து விட்டும் சென்றனர்.

அடுத்த நாள் மலேசிய சீனன் என்னுடைய செல்போனுக்கு வரவேற்பறையில் ஒருத்தன் பையொன்றைத் தருகிறமாதிரிப் படத்தை அனுப்பினான். உடனடியாக ஓடிப் போய் என்னுடைய பாஸ்போர்ட்டை வாங்கினேன். விசாவை பார்த்தபோது அது போலியானதைப் போலத் தெரிந்தது. மாட்டிக் கொண்டால் என்னாவது என்கிற பயம் எழுந்தது. விசா இல்லாமல் மாட்டினால் வெறும், ஆனால் கூடுதலான அபராதம்தான். ஆனால் போலியானது என்றால் கடுமையான தண்டனை. என்ன செய்வது என்கிற குழப்பம் கூடிப் போனது. தட்டில் விழுந்தது வாய்க்கு எட்டாமல் போய்விடுமா? ஆனாலும் உடனடியாக விசுவை அழைத்து டிக்கெட் போடச் சொன்னேன். மலேசிய சீனனுக்கு தொலைபேசி செய்த போது, “என் விஷயத்தில அவங்க அப்படி செய்ய மாட்டாங்க. என்னை நம்பு. அது ஒரிஜினலாதான் இருக்கும்” என்றான்.

அவனது சொல்லை நம்பி தாய்லாந்து விமான நிலையத்திற்குள் நின்றேன். என் கால்கள் நடுங்கிக் கொண்டிருந்ததை நான் மட்டுமே அறிவேன். அந்த கால்நடுக்கமும் உடல்நடுக்கமும் மிகச் சரியாக பரிசோதனைகளை முடித்து விட்டு விமானத்தை நோக்கி நடந்தபோது நின்றது. துளி கவலையின்றி ஆகாயத்தில் பறந்தபடியேதான் வீடு வந்து சேர்ந்தேன். அதற்குள் வீட்டிற்கு எல்லா விஷயமும் விசு வழியாக

முழுமையாகத் தெரிந்திருந்தது. என்னைத் தொந்தரவு செய்ய வேண்டாம் என அதைப் பற்றி யாருமே உடனடியாக விசாரிக்கவில்லை. நாட்டுக்கோழி அடித்துக் குழம்பு வைத்திருந்தனர். நல்லெண்ணெய்க் குளியலுமே இருந்தது. மதியம் சாப்பிட்டு விட்டு ஆச்சியின் மடியில் தலைவைத்துப் படுத்தேன்.

என் தலைமுடியைக் கோதியபடி, "ஏன் ராசா அங்க உன்னால காசு சம்பாதிக்க முடியலையா?" என்றாள்.

"அங்க ஏமாத்துனாத்தான் காசு. என்னால முடியலை" என்றேன் அவளது முகத்தைப் பார்த்து.

"அதுகூட செய்ய முடியாட்டி எப்டீ இந்த உலகத்தில வாழப் போறேன்னு தெரியலையே. உங்க தாத்தா என்ன செய்வாரு தெரியுமா? கன்னங்கரேல்னு ஆடு வேண்டுதலுக்கு வேணும்னு வந்து நிப்பாங்க. இருக்கற ஆட்டில அங்கங்க ஒட்டியிருக்கிற வெள்ளையை அவரு தலைக்கு போடற சாயத்தை வச்சு தடவி, வாங்குறவன் கண்ணை மறைச்சு ஏச்சு வித்துட்டு வந்திருவாரு. உனக்கு அந்த தெறமை சுட்டுப் போட்டாலும் வராது. போடா அந்த பக்கம். உன் ஆத்தாகாரி மடீல மூஞ்சை கொண்டு போயி வைய்யீ. கமகமண்ணு மணக்கும். அதுல காசிருக்கான்னு தேடு" என்று சொல்லி விட்டு என்னை வலுக்கட்டாயமாக எழுப்பி விட்டு எழுந்து போன போது திடுக்கிட்டுப் போனேன்.

மதியத் தூக்கத்திலும் துரத்தியது அந்தக் கேள்வி. திரும்பப் போனால் வேலைக்கு எடுத்துக் கொள்வார்களா?

அவக்

காளியாத்தாள் ஒய்யாரமாக சப்பரத்தில் அமர்ந்துகொண்டு ஊர்சுற்றி வருவதை தூரத்தில் நின்று பார்த்தார் சீனிச்சாமி. "வாழ்நாள் பூரா உன்னை தோளில தூக்கிச் சுமந்து சுத்துனேன். கடைசியில கைவிட்டுட்டியே" என விரக்தியாய் தனக்குள் சொல்லிக் கொண்டார். அவர் எந்த சூழலிலும் தன்னை மறந்து அழுவதில்லை. கடைசியாக சீனிச்சாமியின் அப்பா தங்கதுரை செத்தபோது அழுத நினைவு அவருக்குள் இருக்கிறது. அப்போது அவருக்கு வயது இருபத்தியொன்று.

இப்போதும் வயதுக்கணக்கு தெரியவில்லை. கூடவே வலது கண்ணும் தெரிந்து தொலைவதில்லை. எதிரே ஆள் வந்து நிற்கும்போது ஒரு கண்ணை கையால் மூடிப் பார்த்தால் மங்கலாகத்தான் உருவம் தெரிகிறது.. உச்சியில் சூரியன் வந்து நிற்கையில், வெகுபக்கமாய் போய்நின்று செடிகளினுடைய இலையின் முகவாட்டத்தைப் பார்த்தால் மட்டுமே வேருக்கு நீர் போகவில்லை என்பதே தெரிகிறது. பார்த்த மாத்திரத்தில் காட்சிகள் எதுவுமே கழுவி வைத்த சில்வர்குண்டாவைப் போல பிரகாசமாகத் துலங்கவில்லை என்பதை நன்றாக உணர்ந்துமிருந்தார். ஏதோ இடதுகண் இருப்பதால், வண்டி ஓடிக் கொண்டிருக்கிறது. மதுரையில் கண்ணாஸ்பத்திரிக்கு போய், ஐந்து நாள் தங்கி இருந்தால், சரிபண்ணிக் கொண்டு திரும்பி வந்துவிடலாம். இந்தா, அந்தாவென இழுத்து விட்டது அது. இனி போக முடியுமா? என்று யோசித்தார் சீனிச்சாமி.

பக்கத்தில் வந்து நின்ற ஈஸ்வர பண்ணாடியை அடையாளம் காண முடியவில்லை அவரால். "ஏப்பா சீனி. ஆரு ஏதுன்னு நிதானம் இல்லையா? அந்த ஆபரேஷன் சனியனை சீக்கிரம் செஞ்சு தாட்டி விட வேண்டியதுதானே? ஏயெப்பா இன்னைக்கு நூறு கெடா ஊர்ல விழுந்திருக்கு. ஊரே மங்கலமா இருக்கு. விதிப்படி பூசாரிக்கு ஒண்ணு. ஆசாரிக்கு ஒண்ணு போயிட்டா

ஆசாரப்படி மிச்சம் எல்லாம் உங்காளுகளுக்குத்தானே? உனக்கு வர்றதுல எனக்கும் கொஞ்சம் குடுத்துவிடு" என்றார் ஈஸ்வர பண்ணாடி.

சீனிச்சாமி ஒருகாலத்தில் மேற்கே வண்டித்தடத்தை ஒட்டியிருக்கிற அவர் தோட்டத்திலும் வேலை பார்த்திருக்கிறார். சீனிச்சாமியின் சொந்தங்கள் கல்லுடைக்கிற வகையறா. எந்தக் காலத்தில் காளியம்மனின் ஆளுகைக்குள் வாழக் கிளம்பி வந்தார்களோ? ஊரில் நூறு குடும்பங்களாகத் தழைத்து இப்போது ஐம்பது குடும்பங்களாக வயிற்றைப் போல சுருங்கி விட்டனர். அவர்கள் மட்டுமா சுருங்குகிறார்கள்? காய், மரம், மயிறு, மாரென எல்லாமும் காலத்தில் சுருங்குகிறதுதானே?

பெரும்பாறைகளை வெறும் கடப்பாரையால் நெம்பி ஊக்கமாக உடைத்த வம்சம் என்பதால், இயல்பிலேயே பலசாலிகள். இப்போதுகூட ஒருகண்தான் தெரியவில்லையே தவிர, உடல்பலத்திற்கு ஒன்றும் குறைச்சல் இல்லை சீனிச்சாமிக்கு. ஓடியாடி இன்னும் பத்து வருடங்களுக்கு அவரால் பாடுபட்டு விடவும் முடியும்.

காளியாத்தாள் கோவில் உள்ளூர் பண்ணாடிகளுக்குப் பாத்தியப்பட்டது. இயற்கையாகவே கல்லுடைத்து உடலில் சத்து ஏறிய கூட்டம் இவர்கள் என்பதால், அந்தக் காலத்தில் இருந்து இப்போதுவரை சப்பரத்தை, சீனிச்சாமியின் ஆட்களே தூக்கி ஊர் சுற்றி வருவார்கள். அதற்கு ஈடாக ஊரில் வெட்டும் கிடாக்களில் ஆசாரிக்கொண்ணு பூசாரிக்கொண்ணு போக மிச்சமனைத்தும் சீனிச்சாமியின் வகையறாவிற்குச் சொந்தமானது. தங்கள் சாதிசனத்திற்குள் அதைப் பகிர்ந்து கொள்வார்கள்.

நேர்ந்து விடுகிற கிடாக்களை காளியாத்தாள் ஊருக்குள் சுற்றிப் பார்க்க வருகையில், அவளது பார்வைக்குத் தெரிகிறபடி வெட்டிவிட்டு, அப்படியே இவர்கள் கையில் கொடுத்து விடுவார்கள். ஒவ்வொரு தையிரண்டு அன்றும் காளியாத்தாள் தவறாமல் ஊர்வலம்

போய்விடுவாள். நாற்பது வருடத்திற்கு முன்பு, ஒருநாள் பொழுது மாதிரி இல்லாமல், தை மாசத்தில் நாள் முழுக்க அடைத்துக்கொண்டு மழை பெய்த அன்றும் விடாமல் அவளைத் தோளில் சுமந்துகொண்டு ஊர்சுற்றிக் காட்டினார்கள்.

சீனிச்சாமியின் அப்பா தங்கதுரை இருந்தவரைக்கும் வாழ்க்கை நன்றாக இருந்த நினைவு இருக்கிறது. தோப்பு துரவு என அவர் இரண்டு ஏக்காராவுக்குப் பக்கம் கொஞ் சமாக வாங்கிப் போட்டார். அதுவே வானம் போல விரிந்த நிலம் அவருக்கு. சீனிச்சாமியோடு மொத்தம் நான்கு அண்ணன் தம்பிகள், இரண்டு தங்கைகள். அப்பாவோடு யாராவது இரண்டுபேர் எந்நேரமும் விவசாயம் பார்க்க நிற்பார்கள். மற்றவர்கள் கல்லுடைக்கிற, கிணறு வெட்டுகிற வேலைக்குப் போய்விடுவார்கள், வேரை வெட்டி விடக்கூடாது என்பதைப் போல.

தங்கதுரை தினமுமே முயல் வேட்டைக்குப் போய்விடுவார். வீட்டில் எப்போது போய் சட்டியைத் திறந்தாலும் முயல் கறி இருந்து கொண்டே இருக்கும். அத்தனை பிள்ளைகளையும் வரிசையில் அமரவைத்து, தேங்காய்ச்சிரட்டை அகப்பையில் கறியை அள்ளி இலையில் போடுவார். அதுவெல்லாம் அந்தக் காலம். இப்போது எல்லாம் கோவில் கெடா விருந்தில்கூட டீ கப்பில்தான் கறி வைக்கிறார்கள். கிலோ ஆயிரம் ரூபாய்க்கு கறி விற்கிற காலம் எப்படித்தான் சமைந்து வந்ததோ ? என்று நினைத்துக் கொண்டார் சீனிச்சாமி.

அப்பாவிற்குப் பிறகு இடத்தைக் கூறுபோட மனமில்லாமல், இளையவன் ஒருத்தனுக்கு எல்லோரும் மனம்கூடி எழுதிக் கொடுத்து விட்டார்கள். வெள்ளைப் பூசணி, மொச்சை, உளுந்து என அவனும் வருடம் தவறாமல் எதையாவது பக்குவம் பண்ணி, இப்போது உயிரோடு இருப்பவர்களுக்கு கொடுத்து விடுகிறான். சீனிச்சாமியின் குடும்பத்தில் இப்போது, இவருக்கு மூத்தவரும் இளையவளும் மட்டுமே உயிரோடு இருக்கிறார்கள்.

அவர் பிள்ளை, இவர் பிள்ளை என ஒரு கூட்டமும் உருவாகி விட்டது. ஆனால் இன்னமும் தங்கதுரை குடும்பம் என்றுதான் ஊருக்குள் பெயர். "தங்கதொரை நல்ல தாட்டியான ஆளுப்பா. ஒரு சுடுசொல்லு மனுஷால் மேல எறியாம, மரியாதையா வாழ்ந்து முடிச்ச மனுஷன்" என இன்றும் சொல்வார்கள். சீனிச்சாமிக்கு அந்த மாதிரி சமயங்களில் உடம்பில் புல்லரித்து அடங்கும். அவருடைய தெய்வத்தைப் பற்றிய கதையாயிற்றே?

சீனிச்சாமி காடுகரையென அப்படியொன்றும் அப்பாவைப் போல சம்பாதித்து விடவில்லை. ஆனாலும் ஊரில் கௌரவமான பெயரை எடுத்து இருக்கிறார். எந்த வேலைக்காக இவரிடம் வந்தாலும் "தங்கதுரை பையன்னு அடிச்சு சொல்லலாம். நல்ல மாரியான கொணமான ஆளுப்பா. சொன்ன சொல்லை தலையை அடமானம் வச்சாவது காப்பாத்துவான். நம்பிச் செய்யலாம்" என்பார்கள். சீனிச்சாமியின் மனைவி ரெங்காத்தா அந்தக் காலத்தில் இவரைத்தான் கட்டுவேன் என ஒற்றைக்காலில் நின்று கல்யாணம் செய்து கொண்டாள். நிலமில்லாத இவருக்கு கல்யாணம் செய்து கொடுக்க அந்தக் குடும்பம் ஆரம்பத்தில் விரும்பவே இல்லை. ஆனாலும் கடைசியில் வேறு வழியில்லாமல், மகளுக்காகவென ஒத்துக் கொண்டார்கள், இத்தனைக்கும் அவளைவிட பலவயது மூத்தவரான சீனிச்சாமியை.

குடும்பத்தை மனசாரப் பகைத்துக்கொண்டு வந்தவள் என்பதால், இதுவரைக்கும் ஒரு சுடுசொல்லைக்கூட அவளை நோக்கிப் பேசியதில்லை. வீட்டுக்குள் கால்வைத்த தினமே சாகிறவரை, விட்டாலும் படரும் வேலிக்கொடியாட்டம் அவள் பக்கம் மட்டுமே நிற்பதாக உறுதிபூண்டார். சீனிச்சாமியின் அம்மாவுமே அவளை ஒருமகளைப் போலத்தான் தாங்குவாள். வந்த புதிதில் எதற்கெடுத்தாலும் சிணுங்கிக்கொண்டு அழுது விடுவாள் என்பதால், ஏதோ தங்கத்தை தாங்குகிறமாதிரி அவள் சம்பந்தப்பட்ட காரியங்களில் கவனமாக இருப்பார்கள். இவருமே அந்த சிலையைப் போலவும் ஒரு மகளைப் போலவும் தோளில் ஏந்திக் கொண்டார் அவளை. பின்னாளில் பூர்வீக வழியில் சொத்தை விற்றதில், அவளது

பங்காய் வந்த பணம் ஐந்து இலட்சம் வங்கியில் கிடந்தது. ஆனாலும் அவள் அதை முகத்தில்கூட இதுவரைக்கும் யாரிடமும் காட்டியதில்லை.

சீனிச்சாமிக்கு ஆணொன்று பெண்ணொன்று. அவருடைய மகன் சிவராசுவால், ஒரு தனித்த புங்கை மரமாய் அந்த ஊரில் தழைத்து வர முடியவில்லை. அடிப்படையிலேயே உடல் வலு இல்லாத பையனாகவும் பிறந்து தொலைத்து விட்டான். பிறந்ததில் இருந்தே ஆஸ்பத்திரிக்கு அவனை தூக்கிக்கொண்டு, பருவம் தவறாமல் முருகனுக்கு எடுக்கிற மாதிரி காவடி எடுப்பதே அவர்களுக்கு வேலையாகவும் போய் விட்டது.

இருபது வயதுவரை முடிந்த மட்டுக்கும் அவனும் உடல் தொல்லைகளை எல்லாம் மீறி, என்னென்னவோ தொழில் செய்து பார்த்தான். இனிமுடியாது என்று தோன்றவே, ஒருநாள் ரோக்கர் அடித்து விட்டான். அவனை மடியில் கிடத்தியிருந்த அன்றுகூட அழவில்லை சீனிச்சாமி, ஒருபாறாங்கல்லைப் போல அமர்ந்திருந்தார். "ஒத்தை துளி கண்ணில வரலீயே. கல்லோட பொழங்கி கல்லாவே மாறிட்டான். ஆனா கண்ணை உத்து பார்த்தேன். அதுல திரண்டுகிட்டு நின்னுச்சு அத்தனை பாசமும்" என்றார் சாவு வீட்டு வாசலில் நின்ற பழனிச்சாமி.

சாவை எடுத்துப் போட்டு வீட்டுக்குள் வந்த சீனிச்சாமியிடம், "மடியில கெடத்தி வளர்த்த பாசத்துக்கு ஒரு சொட்டு கண்ணீர் வரலீயா? அதைப் பார்த்துட்டு பெத்தவ நெஞ்சு என்ன பாடுபட்டிருக்கும்" என்றாள் ரெங்காத்தாள்.

அவளை சமாதானம் செய்யும்படியாக என்ன சொல்ல என யோசித்து அமைதியாக நின்றார். பின், "பட்டுப் போற மரம்னு தன்னை நினைச்சிட்டான். இளங்குருத்தா நாம நட்டதை மனசில நிறைச்சுக்குவோம். என்னமோ அவன் போனது ஒருவகையில நல்லதுக்குத்தான். இருமலும் நெஞ் சடைச்சலுமா அவன் துடிக்கிறதை காணச் சகிக்கலை. தங்கச்சியை நல்ல மாதிரிக்கு கொண்டு வரணும்னு என்ட்ட அடிக்கடி சொல்லுவான். அவன் செத்து கிடந்தப்ப அந்த வைராக்கியம் எனக்குள்ளயும் வந்த

மாதிரி தோணிச்சு. நாம இருக்கிற செடியை பார்ப்போம். என்ன காளியாத்தாளோட சப்பரத்தை தூக்கற உரிமை அவனோட நம்ம கையை விட்டு போயிருச்சு" என்றார். புழு, பூச்சி, ஆடு மாடென சீனிச்சாமி ஏற்கனவே நிறைய மரணங்களை கடந்து வந்துவிட்டதால், மரத்துப் போய்விட்டதோ என நினைத்தாள் ரெங்காத்தாள். ஆனால் நெஞ்சில் மங்கென வந்து விழுந்த கல்லை அவர்மட்டும்தானே அறிவார்?

சிவராசு செத்தபோது அவனது தங்கைக்கு எட்டு வயது. அவள் பிறந்ததில் இருந்து அண்ணன், அப்பா என இருவரது தோளில்தான் நடை பழகவே செய்தாள். பெண் பிள்ளை என்றதும் யோசிக்கவே இல்லை சீனிச்சாமி. குழந்தையின் முகத்தைப் பார்ப்பதற்கு முன்பே காளியாத்தாள் எனப் பெயரை முணுமுணுத்து விட்டார்.

"அப்பா காளியாத்தாள சப்பரத்தில வச்சு தூக்கிட்டு போற மாதிரி என்னையும் தூக்கிட்டு போங்க" என மூன்று வயதில் அடம்பிடிப்பாள். சீனிச்சாமி தோளில் தூக்கி வைத்துக்கொண்டு கால்களை தொளதொளவென மடக்கி சப்பரம் ஆடுவதைப் போல உடலைக் குலுக்கி நடப்பார். யானை மேலொரு அம்பாரி போவதைப் போல குதூகலமாகச் சிரிப்பாணி காட்டுவாள்.

"பொம்பளை பிள்ளைய தகப்பன் தோள்ல ஏத்தக் கூடாதுப்பா. கால்மாட்டில கட்டி அழகு பாத்துக்கணும்" என்றார் சீனிச்சாமியின் தோஸ்து. "அப்பறம் காளியாத்தாவ எதுக்குப்பா தோள்ள தூக்கிக்கிட்டு திரியறோம்" என்றார் பதிலுக்கு. மகளுக்கு அதெல்லாம் அந்த வயதில் புரிந்திருக்குமா?

சிவராசு செத்தபிறகு, இருக்கிற இந்த ஒத்தை மரத்தை ஊர்மெச்ச ஓங்குதாங்காக வளர்த்துவிட வேண்டும் என முடிவெடுத்தார் சீனிச்சாமி. வளர வளர, அம்மைக்கும் மகளுக்கும்தான் வீட்டிற்குள் ஆகவில்லை. ரெங்காத்தாள் அந்த ஒத்தை மரத்தை வீட்டு வாசலில் வைத்து வளர்க்க நினைத்தாள். அவரோ காளியாத்தாள் கோவில் திடலில் குதிரை சிலைக்குப் பக்கத்தில் நட்டு வளர்க்க நினைத்தார். ரெட்டைத் தடம் என்றைக்கு சேர்ந்து ஓடியிருக்கிறது?

பள்ளிக்குப் போய்விட்டு வந்ததும், அப்பாவின் இடுப்பு வேட்டியைப் பற்றிக் கொள்வாள். நடத்திக் கொண்டு போய் ஓர்ரூவா லட்டு வாங்கிக் கொடுத்து திருப்பி அழைத்துக்கொண்டு வருவார். "இப்படியே பொட்டைப் பிள்ளையை கெடுத்து வைய்யீ. நாளை பின்னைக்கு போற வீட்டில லட்டு குடுப்பாங்களா நெதமும். சோத்துக்கு கடிச்சுக்க வேற இப்ப புது பழக்கம். நம்மளை மாதிரி உழைப்பாளிக வீட்டுக்கு இது ஆகாது" என்பாள் அம்மாக்காரி.

"மேட்டாங்காட்டுக்காரனுக்கு குடுத்து தண்ணி சொமந்து ஊத்தவா இவளை பெத்துருக்கேன். கால் காசுனாலும் கவர்மெண்ட் காசுன்னு வர்றவனுக்குத்தான் கட்டிக் குடுப்பேன்" என்பார் இவர். தன்னால் முடிந்த மட்டும் முட்டிமோதி அவளை பத்து வரை படிக்க வைத்து விட்டார். அதற்கு மேல் படிக்க வைக்க முடியவில்லை. தன்வழியில் வருகிற பணம் பேரன் பேத்திகளுக்குத்தான் எனத் தெளிவாகச் சொல்லிவிட்டாள் ரெங்காத்தாள். சீனிச்சாமியின் உடலுமே அக்காலத்தில்தான் தளர்வடையத் துவங்கியது. மாத வேலைக்கு காடு ஒன்றில் பண்ணையாளாக வேலைக்குப் போகத் துவங்கினார்.

ஓடியாடிக்கொண்டு இருக்கையிலேயே அவளுக்கு கல்யாணம் முடித்து வைத்துவிடத் திட்டமிட்டார். தன்னுடய தங்கை மயிலாத்தாளிடம் போய் நின்றார். "ஏம்ணே இப்படி கெடந்து மருகுற. நானில்லை. இலஞ்சி பட்டூல பஞ்சாயத்து ஆபிஸ்ல வேலை பார்க்கற பையன் ஒருத்தன் இருக்கறதா சொன்னாங்க. நேர்ல போயி பேசி முடிச்சிர்றேன்" என்றாள்.

கையில் இருந்ததை திரட்டி முதலில் பத்து பவுன் போட்டுவிடுவது, ரெங்காத்தாள் வழியில் வரும் அந்த ஐந்து இலட்ச ரூபாய் பணத்தை, இவர்களின் கண்ணுக்குப் பிறகு அப்படியே தந்து விடுவதாக கல்யாண ஒப்பந்தம் போட்டார்கள். ஊரிலேயே கொஞ்சம் விபரம்கூடிப் படித்த காளியாத்தாள் தெளிவாக மாப்பிள்ளை பையனிடம் நிச்சயம் செய்த அன்றைக்கே சொல்லி விட்டாள்.

"எங்கப்பாம்மா காலம் வரைக்கும் அது பேங்க்லயே கிடக்கட்டும். எங்க போகப் போகுது? அதுக்கு நான் கியாரண்டி. இனிமே வேற யாருக்கு தரப்போறாங்க?" என்று அவள் சொன்னதை மாப்பிள்ளைப் பையன் அரைமனதாக ஒத்துக் கொண்டான். புதுக்காளை, தன்னோடு வந்ததைப் பெண்டாண்டு சினையாக்குகிற முனைப்பில் அப்போது இருந்ததால், உரசித் தலையாட்டிக் கொண்டது.

கல்யாணம் ஆனபிறகு வாராவாரம் தவறாமல் ஞாயிற்றுக்கிழமையானால், கிளம்பிப் போய் விடுவார் சீனிச்சாமி, கையில் லட்டு பொட்டலத்தோடு. "சம்பந்தகாரவுங்ககிட்ட நீ சீப்படாம திரும்ப மாட்ட" என்று சொல்கிற ரெங்காத்தாள், மகள் வீட்டுடனான போக்குவரத்தை அளவாகத்தான் வைத்துக் கொள்வாள். அப்பா அந்த தடத்தில் வருகிற அருள்முருகன் பேருந்தைப் போல தவறாமல் வந்து விடுவார் என்பது தெரிந்து மகள் ஆட்டுக்கறிக் குழம்பு வைத்துக் காத்திருப்பாள். நாள்கிழமை தவறாத சடங்கைப் போல அது நிகழும்.

சீனிச்சாமிக்கு அப்போது மாத வேலைக்குப் போன வகையில் கையிலுமே காசு புழங்கியதால், கொண்டு போய் கொடுப்பார். "அடுத்த தடவை அம்மாவ கூட்டு வாங்கப்பா. கண்ணு தேடுது" என்று மகள் சொன்னபோது அவருக்கு விளங்கவில்லை. "கல்லு மண்ணுன்னு கெடந்து மனுஷனுக்கு மூளையுமே அதை மாதிரி ஆயிருச்சு" என ரெங்காத்தாள் பேருந்து பிடித்து உடனடியாகவே கிளம்பிப் போனாள்.

பிறகே முழுகாமல் இருந்ததைத்தான் மகள் அப்படிச் சொன்னாள் எனப் புரிந்து கொண்டார். முதலில் காளியாத்தாள்தான் பேத்தியாக வந்து பிறந்தாள். அனுசுயா என பேத்தியின் பெயரை தன்னுடைய எக்ஸ். எல் வண்டியில் ஸ்டிக்கர் வைத்து எழுதி வாங்கினார் சீனிச்சாமி. வீட்டில் மொத்தம் மூன்று காளியாத்தாள்கள் என அவரது உள்ளம் பூரித்தது. பேத்தியையுமே சப்பரம் போலத் தோளில் வைத்து தூக்கிக் கொண்டு நடந்தார். அவளுக்கு நான்கு வயது ஆகையிலேயே, உடல் கொஞ்சம் தளர்ந்து அவளை தூக்க நிறையவே சிரமப்பட்டார் சீனிச்சாமி.

மகளுக்கு முதல் பிள்ளை பிறந்து பன்னெண்டு வருடங்களுக்குப் பிறகு இரண்டாவதாய் ஒரு ஆம்பிளைப் பிள்ளை பிறந்தபோது வாழ்வின் நோக்கமே நிறைவேறி—விட்டதைப் போல மனம் நிறைந்தது சீனிச்சாமிக்கு. செத்துப்போன பையனே பேரனாக வந்துவிட்டதாக நினைத்துக் கொண்டார். பேரன், பேத்தி என அவர் நெருங்குவதை மாப்பிள்ளையின் குடும்பம் ரசிக்கவில்லை என்பதுகூட அவருக்கு உறைக்கவில்லை. பாறாங்கல் மூளையில் குளவி கூடுகட்டத் துவங்கிய காலமது.

"பொண்ணை கட்டி குடுத்திட்டப்பறம் எதுக்கு இங்கயே ஓடியாடிக்கிட்டு இருக்காரு. பிள்ளைங்களுக்கு அப்பறம் எப்படி அவங்க அப்பா வழி சொந்தத்தோட ஒட்டுறவு இருக்கும்" என்று இன்னொரு வழியில் சொல்லி அனுப்பினார்கள். ஆனால் நீண்ட இடைவெளிக்குப் பிறகான பிரசவம் என்பதால், பையன் தலை நிக்கிற வரைக்கும் அம்மா கைப்பக்குவம் தேவை என மகள் அடம்பிடித்தாள்.

ரெங்காத்தாளைக் கொண்டு போய் மகள் வீட்டில் கொஞ்சநாள் இருக்கச் சொல்லி விட்டுவிட்டு வந்தார். "அதான் முதல் பிரசவத்தை நல்ல மாதிரியா முடிச்சு குடுத்துட்டோம்ல. ரெண்டாவது பிள்ளைய பேத்தியும் அவளுமே பாத்துக்குவாங்க? அப்பனும் பிள்ளையும் சேர்ந்து ஆட்டமா ஆடாதீங்க. இங்க சம்பந்தக்காரவுங்க பேச்சு கேட்க முடியலை. அங்க கிளம்பி வந்திடறேன்" என்று இவர் போனபோது அவள் சொன்னதுகூட அவரது காதில் விழவில்லை.

"அதெல்லாம் தலை நிக்கற வரைக்கும் நீங்கதான் பாத்து கொடுத்துட்டு போகணும். சின்ன ஒரு விஷயத்துக்குக்கூட சுருண்டு படுத்துக்கிற மாதிரிதான் நீங்க உங்க பிள்ளையை வளர்த்து வச்சிருக்கீங்க" என மாப்பிள்ளை உறுதியாகச் சொல்லி விட்டார். அப்போது அவரது அம்மா வழி—யிலுமே யாரும் வந்து பார்த்துக் கொள்ள முன்வரவில்லை.

சீனிச்சாமி அங்கேயும் இங்கேயும் வண்டியில் ஓடி அந்தப் பிள்ளை தலை நிற்கிற வரை பார்த்துக் கொண்டார். அந்த தடவை போகிற வழியில்

காசுகொடுத்து கறி எடுத்துக்கொண்டு போய் மகளிடம் கொடுத்த போது, "அப்பா இதெல்லாம் உங்களோட வச்சுக்கோங்க. உங்க மருமகனுக்கு இதெல்லாம் பிடிக்காது. கோவிலா இருந்தாலும் அதென்ன காசு தராம மத்தவங்கட்ட வாங்கறதுன்னு நெனைப்பார்" என்றாள் ரெட்டைவடச் சங்கிலியை நீவியபடி. வெடுக்கென அதை அவள் சொன்னதைப் போல உணர்ந்தார். காசு கொடுத்து வாங்கியது என அவர் சொல்லவே முயலவில்லை. காளியாத்தாளுக்கு அன்றைக்கு கெடா வெட்டுவார்களா? என்கிற நிதானத்தைக்கூட மகள் இழந்திருந்தாள் அப்போது.

பொட்டலத்தை மடியில் வைத்துக்கொண்டு என்ன செய்வது எனத் தெரியாமல், புங்க மரத்தடியில் கட்டிலைப் போட்டு அமர்ந்தபோது, ரெங்கநாயகியும் முழங்காலைத் தடவியபடி அமர்ந்தாள். முட்டி வலி இருக்கும் போல, ஏற்கனவே அதைச் சொல்லியும் இருந்தாள். அடுத்தமுறை கோடாலித்தைலம் வாங்கி வந்து தடவி விடவேண்டுமென நினைத்தார். சேலை நுனியால் கண்களைத் துடைத்த போதுதான், அவள் அழுவது தெரிந்தது. பதற்றமாகப் போய்விட்டது அவருக்கு.

"எந்தெய்வமே எதுக்கு அழற? ரெம்ப வலியெடுக்குதா" என்றார் வாய்விட்டுச் சத்தமாக. பதில் பேசாமல் அவள் சிணுங்கிக் கொண்டிருந்தாள். பெரிய அழுகைக்கான முன்னேற்பாடுகளை தனக்குள் தாங்கியிருந்தது அந்த சிணுங்கல். ஏதோ நடந்திருக்கிறது என்பதை ஊகித்துக் கொண்டார் சீனிச்சாமி.

கட்டிலில் கிடந்த அவளது கரத்தைத் தொட்ட போது, "நம்ம பிள்ளையா அது? ரெம்ப அக்குருவமா பேசுது" என்றாள். அப்படி என்ன பேசியிருப்பாள் மகள்? அதைக் கேட்கலாமா எனத் தோன்றியது அவருக்கு. "புருஷன் பொண்டாட்டி சண்டைக்குள்ள நுழையாம இருக்கற மாதிரி, மகளுக்கும் தாய்க்கும் நடக்கிற சண்டையிலயும் தலைய போட்டு ஊடாட கூடாதுப்பா. இன்னைக்கு அடிச்சுக்குவாங்க நாளைக்கு கூடிக்குவாங்க" என்று அவரது அண்ணன் முன்பு சொன்னது நினைவிற்கு வந்தது. ஆனாலும் எதற்காக அழுகிறாள்?

ஏனோ அன்றைக்கு அவருக்கு உடனே ஊருக்கு கிளம்ப வேண்டும் எனத் தோன்றியது. எழுந்த போது, “நானும் வந்திரவா” என்று ரெங்காத்தாள் சொன்னபோது தீவிரம் என ஒன்றை, கோடைமழைக்கு முந்தைய புழுக்கத்தைப் போல உணர்ந்தார். “வேணாம் இரு. ஒரு பத்து நாள்தான ? கோவில் பொங்கலை சாக்கிட்டு வந்திரு. இல்லாட்டி பாதியில விட்டுட்டு போயிட்ட மாதிரி நினைச்சுக்குவாங்க. பிள்ளை கேட்டா அவசரமான போன் வந்திச்சுன்னு சொல்லிரு” என்று சொல்லிவிட்டுக் கிளம்பிப் போனார்.

போகிற வழியில் ஒரு இடத்தில் இவர் மீது மோதப் போகிற மாதிரி அருள்முருகன் பேருந்து வேகமாக தள்ளாடி வந்து கடந்து போனது. மூச்சே நின்றுவிடும் போல ஆகிவிட்டது சீனிச்சாமிக்கு. போன வாரம்தான் மூன்று பேரின் உயிரைக் காவு வாங்கி இருந்தது, ஆனாலும் திருந்தவில்லை ஓட்டுகிற வள்ளுப் பையன்கள். படபடவென வந்து விட்டதால் பக்கத்தில் இருந்த புளியமர நிழலில் ஓதுங்கி வண்டியை நிறுத்திவிட்டு அமைதியாய் அமர்ந்தார்.

ரெங்காத்தாள் வெட்ட வெயிலில் சாலையில் தனியாக நொண்டியபடி நடந்து வருவதைப் போல கானல்நீராய் எண்ணி, பின் தலையை உதறிக் கொண்டார். காக்கையோ கழுகோ கொத்தி தின்றுவிட்டுப் போகட்டும் என அந்த கறிப்பொட்டலத்தை கல்லொன்றின் மீது போட்டார். தான் போய்ச் சேர்ந்தாலும் ஊர் ரெங்காத்தாளைப் பார்த்துக் கொள்ளும் என அந்நேரத்தில் அவருக்கு ஏனோ தோன்றியது.

மனைவி அழுதது மனதை அறுத்துக்கொண்டே இருந்தது. பெண்தான் என்ற போதிலும் சம்பந்தக்கார வீட்டிற்கு இப்படிப் போய் அமர்ந்திருப்பது முறையா ? ஆனாலும் அவர்கள் அழைத்துத்தானே போனோம் ? அப்படியென்ன பேசிவிட்டாள் மகள் ? என்றெல்லாம் சுற்றிச்சுற்றி யோசித்தார். பேத்தியின் முகமும் பேரனின் முகமும் அவருக்குள் நிறைந்தபோது ஆசுவாசம் அடைந்தார்.

மகளை இன்னொரு வீட்டிற்கு அனுப்பி விட்டோம் என்கிற உணர்வே தனக்குள் வருவதில்லை என்பதை ஏற்கனவே உணர்ந்திருந்தார். மூன்று காளியாத்தாள்கள், ஒரு சிவராசு அடங்கிய அதை தன் குடும்பமாகவே மனதாரக் கண்டார். ரெங்காத்தாளும் அப்படிப் பார்க்கவே விரும்பினார். "அதெல்லாம் உன் குடும்பமா ஆகவே ஆகாது" என ரெங்காத்தாள் ஏற்கனவே சொல்லியும் இருக்கிறாள். அவளால் ஏன் தன்னைப்போல அப்படி நினைக்க முடியவில்லை என ஆழமாக யோசித்தார். மகள் இவளிடம் நன்றாகத்தானே இருந்தாள்? இப்போது மட்டும் என்ன ஆனது? என்றெல்லாம் தனக்குள் குழம்பியபடி வண்டியை எடுத்து ஓட்டிக்கொண்டு ஊருக்கு வந்து சேர்ந்தார்.

அடுத்த இரண்டு நாளிலேயே மருமகன் வீட்டில் இருந்து, திருமணத்தின் போது பேசியபடி பணத்தைக் கொண்டு வந்து தரும்படி சொன்னபோது, அவருக்கு மேலும் வித்தியாசமாகத் தோன்றியது. உடனே கிளம்பிப்போன அவரிடம், "ப்ரெண்ட்ஸோட சேர்த்து வேலை பார்த்துகிட்டே தனியா தொழில் ஒண்ணை பண்ண போறாராம்ப்பா. அவசரமா உடனே பணம் வேணும். எங்களுக்கும் குடும்பம்னு ஒண்ணு ஆகிப் போச்சில்ல" என்றபோது அவருக்கு சுருக்கென்று இருந்தது. ஆனால் பணிவாகத்தான் மகள் அதைச் சொன்னது போலத் தோன்றியது.

மனைவியை அழைத்துக் கொண்டு வரும் வழியில், "என்ன திடீர்னு இப்ப கேட்கிறாங்க. உண்மையிலயே பணத் தேவைதானா?" என்றார்.

"என்னன்னு தெரியலை. நான் எதையும் சொல்றதா இல்லை. அப்புறம் அப்பனையும் மகளையும் பிரிச்ச பாவம் வந்திடக்கூடாது" என்று சொல்லி விட்டு அமைதியாக பின்னால் அமர்ந்தாள். அதற்கு மேல் எதையும் பேசக்கூடாது என தீர்மானம் கொண்டவராய் அமைதியாய் வண்டியை ஓட்டினார் எதிர்க்காற்று பலமாய் அடிக்கிற தெற்கு நோக்கி.

சொன்னமாதிரி இருக்க வேண்டும் என்பதால், பணத்தை வங்கியில் இருந்து எடுத்து உடனடியாக கொண்டு போய் கொடுத்தார். தன் குடும்பத்தின் கையில்தான் கொடுக்க வேண்டுமென நினைத்துக்கொண்டு போனார். ஆனால் கூச்சமே இல்லாமல் மாமியார்க்காரி வந்து வாங்கிக் கொண்டாள். "அத்தை அதை பீரோவில வைங்க. பின்னாடி எண்ணிக்கலாம். இந்தா வர்றேன். இருங்கப்பா கறியெடுக்க சொல்றேன்" என்றாள் மகள். விலகல் மனநிலை இல்லை என்றபோதும், அன்றைக்கு மனைவி இல்லாமல் அங்கே சாப்பிடப் பிடிக்கவில்லை அவருக்கு. என்ன இருந்தாலும் இது அவளுடைய பூர்வீகச் சொத்தில் வந்த பணம் இல்லையா? தன்னுடைய உரிமைப் பணம் போல கையில் ஏந்திய கூச்சமும் வந்தது அவருக்குள். ஒருவித படபடப்பான மனநிலையில் இருந்த அவர் உடனடியாகவே கிளம்பினார்.

"அம்மாட்ட சொல்லுங்கப்பா. என்னால அடிக்கடி கூப்ட முடியாது. தம்பியை வச்சிருக்கணும்ல. நீங்களுமே அவசர ஆத்திரம்னா மட்டும் மூணு ரிங் விடாம அடிங்க. நான் எடுத்து பேசறேன். நீங்க மாசத்துக்கு ஒரு ஞா—யித்துக்கிழமை மறக்காம வந்திருங்க. இவனை வச்சுக்கிட்டு சமாளிக்க முடியலை" எனக் கிளம்பும்போது சொன்ன மகளை நிதானமாக ஏறிட்டுப் பார்த்தார். அதையுமே அவள் சாதாரணமாகச் சொன்னதைப் போலத்தான் தெரிந்தது அவருக்கு.

ஆனாலும் நெருஞ்சி முள் வேட்டியோடு ஒட்டிக்கொண்டு வருவதைப் போல அந்த சங்கடம் அவரோடு சாலையில் பயணித்தது. வரும்போதே மனைவியிடம் இதுகுறித்துப் பேச வேண்டுமென எண்ணிக் கொண்டார்.

"எண்ணிப் பார்த்து வாங்குனாங்களா" என்று கேட்டபடியே வந்து அமர்ந்தாள் ரெங்காத்தாள்.

"எதுக்கு இப்படி பேசிப் பழகற?" என்றார் உடனடியாக சத்தத்தைச் சற்று உயர்த்தி.

"ஊர்ல நடக்கிற காரியத்தைச் சொல்றேன்" என்றபோது அவளது குரலில் பொருளொன்று கைவிட்டுப் போன, சலிப்பிருப்பதைக் கண்டார். அவள் பணம் அதுவென்பதாலா?

"ரெங்கு என்ன நடந்துச்சு? சரியா சொல்லு. காலம் போன காலத்தில இப்படி சுத்தி வளைச்சு பேசி என்ன பண்ணப் போறோம்? எனக்குமே நெஞ்சில யாரோ கல்லு விட்டு எறிஞ்ச மாதிரி இருக்குது. என்ன கல்லுன்னுதான் தெரியலை" என்று சொல்லிவிட்டு நெஞ்சைத் தடவினார். பதறிப் போய் எழுந்து பக்கத்தில் வந்து அமர்ந்த அவளிடம் ஒன்றுமில்லை என்று சைகை காட்டினார். கொஞ்சம் நேரம் அமைதியாக இருந்துவிட்டு, "அது இப்ப நம்ம பிள்ளை இல்லை. சட்டுனு மாறிருச்சு. வேற மனுஷி மாதிரி இருக்கா. அது மனசில இப்ப நாம இல்லை." என்றாள். இதை அவள் அழாமல் சொல்கிறாளே என்கிற ஆச்சரியம்தான் முதலில் வந்தது அவருக்கு.

"நீயா கற்பனை பண்ணிக்காத. அம்மைக்கும் பிள்ளைக்கும் வர சண்டைல நான் குறுக்க வரக் கூடாது. என்னைக்காச்சும் வந்திருக்கேனா?" என்றார்.

"எதையாச்சும் சொன்னா அப்பனையும் பிள்ளையையும் பிரிச்ச பாவம் வந்து சேர்ந்திடும்" என்று சொல்லி விட்டு எழப் போனவளின் கையைப் பிடித்து தடுத்து நிறுத்தினார். அவளுடைய கண்களை குறுகுறுவென பார்த்து, "எண்ட்ட உண்மையைச் சொல்லு. என்னைக்கும் நீதான் எனக்கு முதல்ல. உனக்குத் தெரியும்ல" என்றார்.

அதைக் கேட்டதும் ரெங்காத்தாள் மெதுவாக வழக்கம் போல அழத் துவங்கினாள். அழுகையினூடே, "திருப்பி நாம வந்திரக்கூடாதுன்னு தீர்மானமா இருந்தா. நாளைக்கு உங்க அம்மாவும் அப்பாவும் இங்கயே வயசான காலத்தில டேரா போட்டிருவாங்க. இப்ப இருந்தே கொஞ்சம் விலகி இருந்துக்கோ. நம்ம குடும்பம்னு பாருன்னு அவளும் மாப்பிள்ளையும் பேசிக்கிறதை என் காதால கேட்டேன்" என்றாள்.

"அது நாட்டு நடப்பில சகஜம்தானம்மா? தப்பு ஒண்ணும் இல்லையே? நாம எதுக்கு அங்க போகப் போறோம்?" என்றார்.

"அது சகஜம்னு எனக்கு தெரியாதா? மாப்பிள்ளை சொல்லட்டும். இவ அதுக்கு தலையாட்டிக்கக்கூட செய்யட்டும். ஆனா மனசால அப்படி நினைக்கக்கூடாது இல்லியா?" என்றாள்.

"அதெப்படி மனசார நினைக்கும்? நம்ம பிள்ளை வார்த்தைதான் நமக்கு கணக்கு. அது என்ன சொல்லுச்சு?" என்றார்.

"மாப்பிள்ளை நல்ல பாம்பு மாதிரி படம் எடுத்துத்தான் ஆடச் சொன்னார். ஆனா அவ கொத்திட்டா. தொப்புள் கொடியை அறுத்து விட்டிரணும்னு முடிவோடயே கொத்திட்டா. நாம இப்ப அசிங்கமா போச்சு அவளுக்கு. கையில காசு புரள்றதால வேற பக்கம் தேடுது அவளுக்கு" என சொல்லிவிட்டுத் தனது அழுகையின் வேகத்தைக் கூட்டினாள்.

"நம்ம பிள்ளை கையில காசோட இருந்து பொழைக்குறது நமக்கு பெருமைதானே? அவங்க ரெண்டு பேரும் சண்டை சச்சரவு இல்லாம இருந்தா சரிதானே? நாம பேசாம இங்க இருந்துக்குவோம். என்னைக்காச்சும் நல்லநாள் பொழுதுமா போயி பார்த்திட்டு வருவோம். இதுல மனசு விலகுற அளவுக்கு என்ன வந்திச்சு?" என்று அவர் மென்மையாகச் சொன்னாலும், உள்ளுக்குள் உதறலோடுதான் இருந்தார். ஏனெனில் அதற்கு முன் அவளது பல அழுகைகளைப் பார்த்து இருக்கிறார் என்றாலும், இப்போதைய அழுகைக்குப் பின்னால் ஆழமான வலி இருப்பதைப் பார்த்தார், அடிவாங்கிய நாய் ஊளையிட்டு அழுவதைப் போல, வலியின் முனகல் அவருக்கு தீர்மானமாகத் தெரிந்தது. அதுகூடத் தெரியாமல் எப்படி ஒரு நீண்ட தாம்பத்யம் நடந்து முடிந்திருக்கும்?

தன் கைப்பிடித்து அந்த வீட்டிற்குள் நுழைந்த காலத்தில் இருந்து ஒருநாளும் இப்படி வலியோடு அவளை அழவிட்டதில்லை என்பது அப்போது நினைவிற்கு வந்தது. திரட்டித் திரட்டி யோசித்துப் பார்த்த

போதும், இப்படியான அழுகைக்கு முன்தடமே இல்லை அவர்களுடைய வாழ்வில் என்று தோன்றியது. "என்ன நம்பி வந்தவளை இப்படி வலியோட அழவச்சிட்டேனே" எனத் தனக்குள் சொல்லிக் கொண்டார். ரெங்காத்தாள் தலையைக் குனிந்து தாரை தாரையாகக் கண்ணீர் வடித்துத் தேம்பிக் கொண்டிருந்தாள். "என்னைக்கும் சொல்றதுதான். நீதான் எனக்கு முதல்ல" என்றார். கண்களைச் சேலையைக் கொண்டு அழுத்தமாகத் துடைத்துவிட்டு,

"கறியெடுத்து தட்டில போட்டு சாப்டுகிட்டு இருந்தப்ப, காணாதத கண்டமாறி அவக் அவக்குன்னு திங்கறத பாருன்னு அவ புருஷண்ட்ட சொன்னதை கேட்டேன்" என்றாள்.

"சும்மா சொல்லிருப்பா. அவளும் அப்படி ஒரு காலத்தில இந்த வீட்டில சாப்பிட்டவதான?" என்றார். "அவ சும்மா சொல்லலை" என்று சொல்லிவிட்டு, நிமிர்ந்து அவரைப் பார்த்து, "கோயில்ல ஓசி கறிக்கு அலைஞ்ச பழக்கம் குளிப்பாட்டி நடுவில வச்சாலும் விடாதுன்னா. ஒருகாலத்தில எப்படி வாழ்ந்தவ நானு?" என்று சொல்லிவிட்டு அவர்களது ஓட்டுவீடு அதிரப் பெருங்குரலெடுத்து அழத் துவங்கினாள். அந்த தீயின் சூட்டைத் தாளமுடியாத சீனிச்சாமி வீட்டை விட்டு வெளியே இறங்கிச் சாவடியை நோக்கி நடந்த போதுதான் எதிரே சப்பரத்தில் காளியாத்தாள் அவரை நோக்கி நடந்து வந்தாள். அவளை தோளில் தூக்கிச் சுமந்த காலம் அவரது காலடியில் வந்து விழுந்தது. "பல்லும் போயிருச்சு. சொல்லும் போயிருச்சு. ஆட்டுக்கறி திங்கறதை விட்டுட்டேன். இனிமே உரிமைக்கறி வாங்குறதா இல்லை" எனப் பக்கத்தில் இருந்த ஈஸ்வர பண்ணாடியிடம் சொன்னார்.

பிறகு நிதானமாக அந்தக் காரியத்தைச் செய்தார். அதுவரை தாங்கியிருந்த அந்த சப்பரத்தை ஆட்டாமல் குலுக்காமல், மனசிலிருந்து இறக்கி வைத்து விட்டுத் திரும்பிப் பார்க்காமல், ரெங்காத்தாளை நோக்கி நடந்தார்.

அவரது முகத்தைப் பார்க்க வெட்கமாக இருந்தது காளியாத்தாவிற்கு.

ஆசிரியரின் பிறநூல்கள்

ஐந்து முதலைகளின் கதை (நாவல்)
ரோலக்ஸ் வாட்ச் (நாவல்)
அஜ்வா (நாவல்)
பார்பி (நாவல்)
சுபிட்சமுருகன் (நாவல்)
வெண்ணிற ஆடை (வாழ்வியல் கதைகள்)
பாவத்தின் சம்பளம் (வாழ்வியல் கதைகள்)
எக்ஸ்டஸி (கட்டுரைகள்)
மதிகெட்டான் சோலை (கட்டுரைகள்)
அன்பும் அறமும் (கட்டுரைகள்)
கடலும் மகனும் (கட்டுரைகள்)
லகுடு (நாவல்)
வையிலவேற்காளை (கட்டுரைத் தொகுப்பு)
அத்தாரோ (நாவல்)
தற்செயல்களை விரட்டுகிறவன் (கட்டுரைத் தொகுப்பு)
தானச் சோறு (சிறுகதைகள்)
அசோகர் (நாவல்)